ഗ്രീൻ ബുക്സ്

കുട്ടികളുടെ എസ്.കെ. പൊറ്റെക്കാട്ട്

അശോകൻ ഏങ്ങണ്ടിയൂർ

തൃശൂർ ജില്ലയിലെ ഏങ്ങണ്ടിയൂരിൽ ജനനം. റവന്യൂ/സിവിൽ സപ്ലൈസ് വകുപ്പിൽ ഉദ്യോഗസ്ഥനായിരുന്നു. കഥാകൃത്ത്, ഉപന്യാസകാരൻ, വിവർത്തകൻ എന്നീ നിലകളിൽ പ്രസിദ്ധനാണ്.
നോവൽ, ബാലസാഹിത്യം, കഥ, ജീവചരിത്രം എന്നീ മേഖലകളിൽ പതിനഞ്ചിൽപരം കൃതികൾ പ്രസിദ്ധീകരിച്ചിട്ടുണ്ട്.

ഗ്രീൻ ബുക്സ് പ്രസിദ്ധീകരിച്ച
ഗ്രന്ഥകാരന്റെ ഇതരകൃതികൾ

വിപ്ലവപ്പാത
കിട്ടുണ്ണിയുടെ കഥ
കുട്ടികളുടെ എം.ടി.
പ്രണയത്തിന്റെ നാളുകൾ
എം.ടി.യുടെ പാദമുദ്രകൾ

ജീവചരിത്രം

കുട്ടികളുടെ
എസ്.കെ. പൊറ്റെക്കാട്ട്

അശോകൻ ഏങ്ങണ്ടിയൂർ

ഗ്രീൻബുക്സ്

green books private limited
gb building, civil lane road, ayyanthole,
thrissur- 680 003, kerala, ph: +91 487-2381066, 2381039
website: www.greenbooksindia.com
e-mail: info@greenbooksindia.com

branches:
thrissur 8589095302
thiruvananthapuram 8589095301
calicut 8589095307

malayalam
kuttikalude s.k. pottekkatt
biography
by
ashokan engandiyoor

first published february 2023

printed in india
repro india ltd

isbn : 978-93-95878-66-1

₹ 200.00
GBPL/1283/2022

ജ്ഞാനപീഠ പുരസ്കാര ജേതാവായ എസ്.കെ. പൊറ്റെക്കാട്ട് അന്തരിച്ചിട്ട് നാല്പത്തൊന്നു വർഷം കഴിഞ്ഞു. എല്ലാ തലമുറയിലെയും വായനക്കാരുടെ പ്രിയപ്പെട്ട എഴുത്തുകാരനാണ് പൊറ്റെക്കാട്ട്. പുതിയ എഴുത്തുകാരേക്കാൾ എസ്.കെ. ഇന്നും വായിക്കപ്പെടുന്നു എന്നതാണ് വസ്തുത. മലയാളകവിതയിൽ ചങ്ങമ്പുഴ നേടിയെടുത്ത ആരാധനയും ജനപ്രീതിയും കഥാരംഗത്ത് അതേ അളവിൽ ആർജ്ജിക്കാൻ കഴിഞ്ഞത് പൊറ്റെക്കാട്ടിനാണ്. പിന്നീട് എം.ടി.യും ഈ ജനപ്രീതി നേടിയെടുത്തു. ഭൂഖണ്ഡങ്ങളും ഭൂപടങ്ങളും കീഴടക്കിയ യാത്രയായിരുന്നു പൊറ്റെക്കാട്ടിന്റേത്. ആ സഞ്ചാരിയുടെ വിവരണങ്ങളിലൂടെ മലയാളി ലോകത്തെക്കണ്ടു. പൊറ്റെക്കാട്ടിനെക്കുറിച്ച് ഇന്നേവരെ അഞ്ചോ ആറോ പുസ്തകങ്ങൾ മാത്രമേ രചിക്കപ്പെട്ടതായി കാണുന്നുള്ളൂ. അവയിൽതന്നെ ഭൂരിഭാഗവും കിട്ടാനുമില്ല. ഹൈസ്കൂൾ, കോളേജ് വിദ്യാർത്ഥികളെയും സാഹിത്യവിദ്യാർത്ഥികളെയും ഉദ്ദേശിച്ച് എഴുതിയതാണ് പൊറ്റെക്കാട്ടിന്റെ ഈ ജീവചരിത്രം.

അശോകൻ ഏങ്ങണ്ടിയൂർ

ഉള്ളടക്കം

എസ്.കെ. പൊറ്റെക്കാട്ട്
ലഘുജീവിതരേഖ (1913–82)

കോഴിക്കോട് പട്ടണത്തിലെ തോട്ടൂളിപ്പാടം എന്ന സ്ഥലത്ത് 1913 മാർച്ച് 14നാണ് എസ്.കെ. പൊറ്റെക്കാട്ടിന്റെ ജനനം. അച്ഛൻ പൊറ്റെക്കാട്ട് കുഞ്ഞിരാമൻ മാസ്റ്റർ. അമ്മ ചെലവൂർ മുണ്ടയോട് ചാലിൽ കുട്ടൂലി. വീട്ടിനടുത്തുള്ള ലോവർ പ്രൈമറി സ്കൂൾ, ഗണപതി ഹൈസ്കൂൾ എന്നിവിടങ്ങളിലായിരുന്നു പ്രാഥമിക വിദ്യാഭ്യാസം. സാമൂതിരി കോളേജിൽ നിന്ന് ഇന്റർമീഡിയേറ്റ് വിദ്യാഭ്യാസം പൂർത്തിയാക്കി. കഥയെഴുത്തിലും കവിതയെഴുത്തിലുമുള്ള കമ്പം മൂത്ത്, പഠിപ്പിൽ ശ്രദ്ധിക്കാതിരുന്നതുമൂലം ഇന്റർമീഡിയറ്റ് പരീക്ഷയിൽ രണ്ടുവട്ടം തോറ്റു. മൂന്നാം തവണയാണ് പാസ്സായത്.

ജോലിതേടി ബോംബെയ്ക്കു പോയെങ്കിലും ക്ലേശകരമായ ചില അനുഭവങ്ങൾമൂലം ഒട്ടും വൈകാതെ തിരിച്ചുപോന്നു. അച്ഛന്റെ അപ്രതീക്ഷിതമായ മരണത്തെത്തുടർന്ന് കുടുംബഭാരം ഏറ്റെടുക്കേണ്ടിവന്നു. വൈകാതെ ഗുജറാത്തി സ്കൂളിൽ അദ്ധ്യാപകനായി ജോലിക്ക് ചേർന്നു. 1939ൽ ജോലി രാജിവെച്ച് ത്രിപുര കോൺഗ്രസ് സമ്മേളനത്തിൽ പങ്കെടുത്തു. സമ്മേളനം കഴിഞ്ഞ് നാട്ടിലേക്ക് മടങ്ങാതെ ബോംബെയ്ക്ക് പോയി. കുറച്ചുനാളത്തെ കാത്തിരിപ്പിനുശേഷം അവിടെ ടൈപ്പിസ്റ്റിന്റെ ജോലി ലഭിച്ചു. അധികനാൾ ഈ ജോലിയിൽ തുടർന്നില്ല.

1940ൽ ഉത്തരേന്ത്യയിലെ പല ഭാഗങ്ങളിലും സഞ്ചരിച്ചു. നാട്ടിൽ തിരിച്ചെത്തിയശേഷം, എഴുത്തിൽ മാത്രം ശ്രദ്ധ കേന്ദ്രീകരിച്ചു. 1942ൽ ക്വിറ്റ് ഇന്ത്യാസമരത്തോടനുബന്ധിച്ച് പൊലീസിന്റെ നോട്ടപ്പുള്ളിയായി. അതിനാൽ വീണ്ടും

ബോംബെയ്ക്ക് വണ്ടികയറി. ഈ പ്രാവശ്യം വൈകാതെ ജോലി ലഭിച്ചു. എന്നാൽ അവിടെയും കൂടുതൽ കാലം ജോലിയിൽ തുടർന്നില്ല.

1949ൽ ആഫ്രിക്ക, യൂറോപ്പ് എന്നീ സ്ഥലങ്ങളിൽ വിദേശയാത്ര നടത്തി. 1950 ജൂലായ് മാസത്തിൽ നാട്ടിൽ തിരിച്ചെത്തി.

1952 മെയ് 18ന് മാഹി സ്വദേശിയായ ജയവല്ലിയെ വിവാഹം കഴിച്ചു. തുടർന്ന് ഭാര്യാസമേതം സിലോൺ, മലയ, ഇന്തോനേഷ്യ എന്നീ രാജ്യങ്ങളിൽ പര്യടനം നടത്തി. ഒരു വർഷത്തിനുശേഷമാണ് തിരിച്ചെത്തിയത്. 1957ലും 1962ലും തലശ്ശേരി പാർലിമെന്റ് മണ്ഡലത്തിൽനിന്നും തെരഞ്ഞെടുപ്പിൽ മത്സരിച്ചു. 1962ൽ വിജയിച്ച് എം.പി യായി. 'വിഷകന്യക' എന്ന നോവലിന് മദ്രാസ് ഗവൺ മെന്റിന്റെ പുരസ്കാരവും 1962ൽ 'ഒരു തെരുവിന്റെ കഥ' എന്ന നോവലിന് കേരള സാഹിത്യഅക്കാദമി അവാർഡും ലഭിച്ചു. 'ഒരു ദേശത്തിന്റെ കഥ' എന്ന നോവലിന് 1972ൽ കേന്ദ്രസാഹിത്യ അക്കാദമി അവാർഡും പിന്നീട് 1981ൽ ഭാരതീയ ജ്ഞാനപീഠ പുരസ്കാരവും ലഭിച്ചു.

എസ്.കെ.യ്ക്ക് നാലു മക്കൾ. ജ്യോതീന്ദ്രൻ, സുമം ഗലി, ജയദേവൻ, സുമിത്ര എന്നിവർ. 1986 ആഗസ്റ്റ് 6ന് അന്തരിച്ചു.

പ്രധാനകൃതികൾ

നോവൽ

നാടൻ പ്രേമം, പ്രേമശിക്ഷ, മൂടുപടം, വിഷകന്യക, കറാമ്പു, ഒരു തെരുവിന്റെ കഥ, ഒരു ദേശത്തിന്റെ കഥ, കുരുമുളക്, കബീന, നോർത്ത് അവന്യൂ (അപൂർണ്ണം)

കഥാസാമാഹാരം

ചന്ദ്രകാന്തം, മണിമാളിക, രാജമല്ലി നിശാഗന്ധി, പുള്ളിമാൻ, മേഘമാല, ജലതരംഗം, വൈജയന്തി, പൗർണ്ണമി, പത്മ രാഗം, ഇന്ദ്രനീലം, ഹിമവാഹിനി, പ്രേതഭൂമി, രംഗമണ്ഡപം, യവനികയ്ക്കു പിന്നിൽ, കള്ളിപ്പൂക്കൾ, വനകൗമുദി, കന കാംബരം, അന്തർവാഹിനി, ഏഴിലംപാല, വൃന്ദാവനം, കാട്ടുചെമ്പകം, തെരഞ്ഞെടുത്ത കഥകൾ.

യാത്രാവിവരണം

കാശ്മീർ, യാത്രാസ്മരണകൾ, കാപ്പിരികളുടെ നാട്ടിൽ, സിംഹഭൂമി, നൈൽ ഡയറി, മലയനാടുകളിൽ, ഇന്നത്തെ യൂറോപ്പ്, സോവിയറ്റുഡയറി, ഇൻഡോനേഷ്യൻ ഡയറി, പാതിരാസൂര്യന്റെ നാട്ടിൽ, ബാലി ദ്വീപ്, ബൊഹീമ്യൻ ചിത്രങ്ങൾ, ഹിമാലയ സാമ്രാജ്യത്തിൽ, നേപ്പാൾ യാത്ര, ലണ്ടൻ നോട്ട്ബുക്ക്, കൈറോ കത്തുകൾ, ക്ലിയോപാട്രയുടെ നാട്ടിൽ.

കവിതാസമാഹാരം

പ്രഭാതകാന്തി, സഞ്ചാരിയുടെ ഗീതങ്ങൾ, പ്രേമശില്പി

സ്മരണകൾ

എന്റെ വഴിയമ്പലങ്ങൾ, സംസാരിക്കുന്ന ഡയറിക്കുറിപ്പുകൾ

ലേഖന സമാഹാരം

ഗദ്യമേഖല

പൊന്തക്കാടുകൾ

ജനനം, ബാല്യം

സാഹിത്യാദികലകളോട് ആഭിമുഖ്യമോ, പൈതൃകമോ ഇല്ലാത്ത ഒരിടത്തരം കുടുംബത്തിലാണ് ശങ്കരൻകുട്ടി കുഞ്ഞിരാമൻ പൊറ്റെക്കാട്ട് ജനിച്ചതും വളർന്നതും. അദ്ദേഹത്തിന്റെ പിതാവ് കുഞ്ഞിരാമൻ മാസ്റ്റർ കുടുംബത്തിൽനിന്ന് പിരിഞ്ഞ് 1912ലാണ് കോഴിക്കോട് പട്ടണത്തിലെ തോളൂട്ടിപ്പാടം എന്ന സ്ഥലത്ത് വീടുവാങ്ങി സ്ഥിരം താമസമാക്കിയത്. ഇപ്പോഴത്തെ ഫ്രാൻസിസ് റോഡിനടുത്ത ആ പ്രദേശം ഒരു ചതുപ്പുനിലമായിരുന്നു. കാലക്രമേണ ചതുപ്പുനിലങ്ങൾ തൂർത്ത് ജനങ്ങൾ അവിടെ കുടിയേറിപ്പാർത്തു. തോളൂട്ടിപ്പാടത്തെ നിവാസികളിലധികം പേരും പുഴക്കരയിലെ പാണ്ടികശാലയിൽ ജോലി ചെയ്തിരുന്ന ഈർച്ചപ്പണിക്കാരായിരുന്നു. അവരുടെ ചെറ്റപ്പുരകളായിരുന്നു പരിസരം നിറയെ. ദാരിദ്ര്യവും അജ്ഞതയുമായിരുന്നു അവരുടെ മുഖമുദ്ര. അവരുടെ ഇടയിൽ പഠിപ്പും തന്റേടവുമുള്ള ഒരേയൊരാൾ കുഞ്ഞിരാമൻ മാസ്റ്ററായിരുന്നു. ഈ പാവങ്ങളെ സഹായിക്കാൻ മാസ്റ്റർ എപ്പോഴും മുൻപന്തിയിൽ നിൽക്കും. അതുകൊണ്ടുതന്നെ മാസ്റ്ററെ ഇവർ തങ്ങളുടെ രക്ഷകനായി കരുതിപ്പോന്നു.

സംസ്കൃതത്തിൽ സാമാന്യജ്ഞാനമുണ്ടായിരുന്ന ഒരിംഗ്ലീഷ് അദ്ധ്യാപകനായിരുന്നു കുഞ്ഞിരാമൻ മാസ്റ്റർ. ആദ്യഭാര്യ മരിച്ച ശേഷം ചെലവൂരിലെ മുണ്ടയോട്ടുചാലിൽ എന്ന ഭവനത്തിൽനിന്ന് കുട്ടൂലി എന്ന യുവവിധവയെ മാസ്റ്റർ വിവാഹം ചെയ്തു. ഈ ദമ്പതികൾക്ക് പിറന്ന മകനാണ് ശങ്കരൻകുട്ടി. പിൽക്കാലത്ത് പ്രശസ്തനായ എസ്.കെ. പൊറ്റെക്കാട്ട്.

മകൻ ജനിച്ച വിവരം തൊട്ടൂളിപ്പാടത്തെ മാസ്റ്ററുടെ വീട്ടിൽ അറിയിച്ചത് ഭാര്യവീട്ടിലെ പണിക്കാരനായ ചെറിയക്കനായിരുന്നു. ആ സമയത്ത് മാസ്റ്റർ കോട്ടും ടൈയും ധരിച്ച് സ്കൂളിൽ പോകാൻ തയ്യാറെടുക്കുകയായിരുന്നു. പുലർച്ചെ വലിയ കുഴപ്പമൊന്നുമില്ലാതെയാണ് പ്രസവം നടന്നതെന്നും ആൺകുട്ടിയാണെന്നും കേട്ടതോടെ

മാസ്റ്റർക്ക് വലിയ സന്തോഷമായി. അദ്ദേഹം പഞ്ചാംഗം നിവർത്തി പരിശോധിച്ചു. 1913 മാർച്ചു മാസം 13-ാം തിയ്യതി രോഹിണി നക്ഷത്രം. ഗ്രഹസ്ഥിതിയെക്കുറിച്ച് സാമാന്യജ്ഞാനമുണ്ടായിരുന്ന അദ്ദേഹം മനസ്സിൽ കുറിച്ചിട്ടു - തന്റെ മകൻ പ്രശസ്തനായിത്തീരും എന്ന്.

ശങ്കരൻകുട്ടി എന്നാണ് പേർ വിളിച്ചതെങ്കിലും കുഞ്ഞൻ എന്ന ഓമനപ്പേരിലാണ് കുട്ടി, വീട്ടിലും സ്വന്തപ്പെട്ടവർക്കിടയിലും അറിയപ്പെട്ടിരുന്നത്. അല്പം മുതിർന്നപ്പോൾ കുഞ്ഞനെ മുത്തച്ഛൻ വന്ന് ചെലവൂരിലെ അമ്മാവന്റെ വീട്ടിലേക്ക് പാർക്കാൻ കൂട്ടിക്കൊണ്ടു പോകാറുണ്ട്. അമ്മാവന്റെ വീട്ടിൽ പോകുന്നത് കുഞ്ഞന് വലിയ സന്തോഷവും ഉത്സാഹവുമുള്ള കാര്യമാണ്. ചെലവൂരിൽ, നഗരത്തിലെപ്പോലെ തൊട്ടുതൊട്ടുള്ള വീടുകളില്ല. വിശാലമായ പറമ്പ്, അതിനിടയിലെ വീട്, പച്ച നിറഞ്ഞ വയലുകൾ, കിരീടം വെച്ച കുന്നുകൾ, പതഞ്ഞൊഴുകുന്ന വെള്ളച്ചാട്ടം, പച്ചക്കറിത്തോട്ടം, പാറിപ്പറക്കുന്ന പാപ്പാത്തികളും തുമ്പികളും, കളകളംപൊഴിക്കുന്ന കിളികൾ, ഓടിക്കളിക്കാൻ സമപ്രായക്കാരായ കൂട്ടുകാർ. പലപേരിലും അറിയപ്പെടുന്ന കാളകൾ. അവയ്ക്ക് പൊതി കൊടുക്കുന്ന മുത്തച്ഛന്റെ അരികിൽനിന്ന് കുഞ്ഞൻ പറയും-

''ഇനി ഒരുപൊതി ഞാനും കൊടുക്കാം.''

കാളയുടെ അമ്മിപോലുള്ള വായിൽ മുത്തച്ഛനെ തൊട്ടുനിന്നുകൊണ്ട് കുഞ്ഞൻ ഒരു പൊതി വച്ചുകൊടുക്കും.

''ഹായ് എന്ത് രസം.''

മുത്തച്ഛന്റെ വീടിനടുത്തുള്ള അപ്പുട്ടിയും ചന്തുക്കുഞ്ഞനും കുട്ടിയുടെ അടുത്ത കൂട്ടുകാരായിരുന്നു. അപ്പുക്കുട്ടിക്കറിയാത്ത മരങ്ങളില്ല. പൂക്കളും കായ്കളുമില്ല. അവർ ചിലപ്പോൾ പുഴയിൽ മീൻപിടിക്കാൻ പോകും. ഏറെനേരം ശ്രമിച്ചാലും ഒരൊറ്റമത്സ്യത്തേയും കിട്ടില്ല. ചേറും മണ്ണും കലർന്ന ഷർട്ടുമായി വരുന്ന കുഞ്ഞനെക്കാണുമ്പോൾ ദേവകി അമ്മായി വഴക്കുപറയും. എന്നിട്ട് വസ്ത്രങ്ങൾ മാറ്റി തല തുവർത്തിക്കൊടുക്കും. മുത്തച്ഛനും കണ്ടനമ്മാവനും, ദേവകി അമ്മായിയും എല്ലാം സ്നേഹംകൊണ്ട് കുഞ്ഞനെ വീർപ്പുമുട്ടിക്കും.

അമ്മാവന്റെ വീട്ടിൽ ഒരു വലിയ ഇലഞ്ഞിമരമുണ്ട്. സമൃദ്ധമായി പൂക്കും. ഇലഞ്ഞി പൂത്താൽ പരിസരം മുഴുവൻ സുഗന്ധം നിറയും. കുട്ടികൾ ഇലഞ്ഞിപ്പൂക്കൾ പെറുക്കും. മുതിർന്നവർ മാല കോർക്കും. ആ വീടിന്റെ മുന്നിൽ 'പൊയിൽ' എന്ന ഒരു ചെറുഭവനവുമുണ്ട്. പട്ടണത്തിലെ തിരക്കുനിറഞ്ഞ ചുറ്റുപാടിൽ ജീവിച്ചുവന്ന കുഞ്ഞന് ചെലവൂരിലെ പുതുമനിറഞ്ഞ അന്തരീക്ഷവും കൂട്ടുകാരും എല്ലാം എന്തെന്നില്ലാത്ത ആഹ്ലാദം നൽകി.

ചെലവൂരിലെ പുഴയുടെ ഒരു മൂലയിൽ വലിയ ഒരു കയമുണ്ട്. ആനക്കയം. വൃക്ഷലതാതികൾകൊണ്ട് മൂടിക്കെട്ടിയ കയത്തിൽ ഒരു കരിമ്പാറയുണ്ട്. കൂട്ടുകാരായ ചന്തനും അപ്പുക്കുട്ടിയും എല്ലാം അതിൽ നീന്തിക്കളിക്കുന്നു. കുഞ്ഞനും അവരോടൊപ്പം നീന്തിക്കളിക്കാൻ കൂടി. വീട്ടിലെ പണിക്കാരനായ കേളൻ കാലികളെ കുളിപ്പിച്ച് തിരിച്ചുപോകുമ്പോൾ കുഞ്ഞനെ വിളിച്ചു. വരാമെന്നു പറഞ്ഞതല്ലാതെ കുഞ്ഞൻ കേളനോടൊപ്പം പോയില്ല. കുഞ്ഞൻ വെള്ളത്തിലെ കളി തുടർന്നു. പട്ടണത്തിൽ വളർന്ന കുഞ്ഞന് നീന്തൽ അറിയുമായിരുന്നില്ല. അതിന് ചെറിയ പരിശീലനം വേണമെന്ന കാര്യവും കുഞ്ഞനറിയില്ലായിരുന്നു. പെട്ടെന്ന് ശരീരത്തിന് ഭാരമനുഭവപ്പെട്ടു. മുങ്ങുകയാണ്. വെള്ളം കലങ്ങി നാനാവർണ്ണമായി. ശ്വാസം മുട്ടുന്നു. പ്രാണഭയത്തോടെ നിവർന്നപ്പോൾ കാലുകൾ പാറമേൽ സ്പർശിച്ചു. നിവർന്നപ്പോൾ വെള്ളം താടിയെല്ലുവരെയുണ്ട്. കുറച്ചുവെള്ളം കുടിച്ചിട്ടുണ്ട്. വെപ്രാളത്തോടെ കരയിലേക്ക് ആഞ്ഞുകയറി അലമുറയിട്ട് കരഞ്ഞു.

അടുത്ത പറമ്പിൽ പണിയെടുത്തിരുന്ന ഒരു വൃദ്ധൻ മാപ്പിള കുട്ടിയുടെ കരച്ചിൽ കേട്ട് ഓടിയെത്തി. മറുകരയിലേക്ക് ചൂണ്ടിക്കരഞ്ഞതല്ലാതെ മാപ്പിളയുടെ ചോദ്യങ്ങൾക്കൊന്നും കുഞ്ഞന് മറുപടി പറയാനായില്ല. വിവരമറിഞ്ഞ് പണിക്കാരായ ചന്തനും ചെറിയക്കനും ഓടിയെത്തി. ചന്തൻ ആനക്കയം നീന്തിക്കടന്ന് കുഞ്ഞനെയും തലയിലേറ്റി മറുകരയിലെത്തി. ഭാഗ്യംകൊണ്ടാണ് ആനക്കയത്തിൽ നിന്ന് രക്ഷപ്പെട്ടത്. മുത്തച്ഛനും ദേവകി അമ്മായിയും അതിനുശേഷം കുഞ്ഞനെ പ്രത്യേകം ശ്രദ്ധിച്ചുപോന്നു.

പൊറ്റെക്കാട്ടിന്റെ വിഖ്യാത നോവലായ 'ഒരു ദേശത്തിന്റെ കഥ' യിൽ ഇലഞ്ഞിപ്പൊയിൽ എന്ന ദേശത്തെക്കുറിച്ച് പരാമർശിക്കുന്നുണ്ട്. ചെലവൂരിൽ നിന്ന് അധികം അകലെയല്ലാതെ രണ്ടു കുന്നുകൾക്കിടയിൽക്കിടക്കുന്ന വിശാലമായ ഭൂപ്രദേശം. അവിടെനിന്ന് രണ്ടുകിലോ മീറ്റർ ദൂരെ പുഴക്കരയിൽ ഒരുയർന്ന സ്ഥലമുണ്ട്. അവിടെയാണ് 'തൊറ' അല്ലെങ്കിൽ കുരങ്ങൻകാവ്. വൻവൃക്ഷങ്ങൾ നിറഞ്ഞുനിൽക്കുന്ന തൊറയിൽ നിരവധി കുരങ്ങന്മാർ അധിവസിച്ചിരുന്നു. കുഞ്ഞൻ കൂട്ടുകാരോടൊപ്പം ചിലപ്പോഴെല്ലാം ഈ കുരങ്ങൻകാവിൽ പോകാറുണ്ട്. മരങ്ങളിൽനിന്ന് മരങ്ങളിലേക്ക് ചാടിമറിയുന്ന കുരങ്ങന്മാരുടെ അഭ്യാസങ്ങൾ കുഞ്ഞനെ വല്ലാതെ ആകർഷിച്ചിരുന്നു.

ഒരുദിവസം കൂട്ടുകാരനായ അപ്പൂട്ടി ഓടിവന്ന് കുഞ്ഞനെ ഒരു കാര്യമറിയിച്ചു.

''തൊറയിലെ ചാത്തൻകുരങ്ങനില്ലേ. അവൻ ഒരു പുലിവാൽ പിടിച്ചിരിക്കുകയാണ്. നമുക്ക് കാണണ്ടേ?''

പുലിവാലുപിടിച്ച ചാത്തൻകുരങ്ങനെ കാണാൻ തൊറയിൽ വലിയൊരാൾക്കൂട്ടംതന്നെ വന്നു നിറഞ്ഞു. ഭക്തന്മാർ അവിലും മലരും കൊടുത്തില്ലെങ്കിൽ ഉപദ്രവിക്കുന്ന കൂട്ടത്തിലാണ് ചാത്തൻ കുരങ്ങൻ. പടുവികൃതിയായ ഈ കുരങ്ങൻ ഒരു നീർക്കോലിപ്പാമ്പിനെ കയറിപ്പിടിച്ചു. നീർക്കോലിയാകട്ടെ, കുരങ്ങന്റെ കൈക്ക് ചുറ്റിപ്പിടിച്ചു. ഇതിൽ രോഷംപൂണ്ട ചാത്തൻകുരങ്ങൻ പാമ്പിനെ മരത്തോടു ചേർത്ത് നന്നായൊന്നമർത്തി. അതോടെ പാമ്പിന്റെ കഥകഴിഞ്ഞു. ചാത്തൻകുരങ്ങ് തന്റെ കൈയിൽ മുഴുകെ ചുറ്റിപ്പിണഞ്ഞുകിടക്കുന്ന പാമ്പിനെ നോക്കി. കുതറിനോക്കി, ഫലമില്ല. ചത്തുപോയെങ്കിലും പാമ്പിന്റെ പിടിവിടുവിക്കാൻ കുരങ്ങനായില്ല. പിന്നെ, പാമ്പു ചുറ്റിയ കൈ നിവർത്തിപ്പിടിച്ച് മരക്കൊമ്പിൽ ഒരേ ഇരുത്തം. ദിവസങ്ങളോളം പട്ടിണിക്കിടന്ന് ചാത്തൻകുരങ്ങ് ചത്തുവീണു.

കുസൃതിയായ ചാത്തൻകുരങ്ങിന്റെ മരണം കുഞ്ഞനെ നന്നേ വേദനിപ്പിച്ചു.

തോളൂട്ടിപ്പാടത്തെ വീട്ടിലേക്ക് മകനെ കൂട്ടിക്കൊണ്ടുപോകാൻ കുഞ്ഞിരാമൻ മാസ്റ്റർ വരും. അപ്പോൾ കുഞ്ഞന്റെ മുഖം വാടും. അതു മനസ്സിലാക്കിയ മുത്തച്ഛൻ ഇടപെട്ട് പറയും-

''രണ്ടുനാൾ കഴിഞ്ഞ് കുഞ്ഞനെ അവിടെ കൊണ്ടുവിടാം.''

ചെറിയക്കൻ

കഥ കേൾക്കാൻ എല്ലാ കുട്ടികൾക്കും ആഗ്രഹമുണ്ടായിരിക്കും. അതു പറഞ്ഞുകൊടുക്കാൻ മിടുക്കുള്ള മുത്തശ്ശിമാർകൂടി ഉള്ള കുട്ടികൾ തീർച്ചയായും ഭാഗ്യവാന്മാരാണ്. എന്നാൽ തനിക്ക് ആ ഭാഗ്യമുണ്ടായില്ല എന്ന് പ്രശസ്ത കഥാകാരനായ പൊറ്റെക്കാട്ട് ഖേദത്തോടെ ഓർക്കുന്നുണ്ട്.

മുത്തശ്ശിക്കഥകൾ കേൾക്കാൻ കഴിയാത്തതിന്റെ ഖേദം പരിഹരിച്ച്, കാല്പനിക ലോകങ്ങളും അത്ഭുതകഥകളും കുട്ടിയായ കുഞ്ഞനെ പറഞ്ഞുകേൾപ്പിച്ച ഒരു ഗ്രാമീണനുണ്ടായിരുന്നു. ചെറിയക്കൻ എന്ന ചെലവൂരിലെ ഒരു കർഷകത്തൊഴിലാളി. വാഹനങ്ങളൊന്നും ഇല്ലാതിരുന്ന അക്കാലത്ത് കുഞ്ഞനെ ചെലവൂരിലേക്ക് കൊണ്ടുപോകാനും തിരികെ പട്ടണത്തിലെ വീട്ടിൽ കൊണ്ടുവിടാനുമുള്ള വാഹനം ചെറിയക്കനായിരുന്നു.

ചെറിയക്കൻ അമ്മാവന്റെ വീട്ടിലെ സ്ഥിരം പണിക്കാരനൊന്നുമായിരുന്നില്ല. കന്നുപൂട്ടുക, പറമ്പുകിളക്കുക, കാളകൾക്ക് വൈക്കോലും വെള്ളവും കൊടുക്കുക. അവയെ പുഴയിൽ കൊണ്ടുപോയി കുളിപ്പിക്കുക എന്നിങ്ങനെ ചില്ലറ ജോലികൾ ചെയ്ത് അയാൾ അമ്മാവന്റെ കുടുംബത്തെ സഹായിക്കും. ചിലപ്പോൾ തുടർച്ചയായി ചെറിയക്കനെ കാണുകയേ ഇല്ല. പിന്നീടു വന്നാൽ ക്ഷമാപണത്തോടെ പറയും.

"പടിഞ്ഞാട്ട് (പട്ടണത്തിലേക്ക്) പോയിരുന്നു."

പട്ടണത്തിലെ വീട്ടിലേക്ക് തിരികെപ്പോകാറായാൽ മുത്തച്ഛൻ ചെറിയക്കനെ വിളിച്ചുവരുത്തി പറയും-

"കുഞ്ഞനെ നാളെ പടിഞ്ഞാട്ട് കൊണ്ടുപോകണം."

പടിഞ്ഞാട്ട് പോകുന്നത് ചെറിയക്കന് വളരെ സന്തോഷമുള്ള കാര്യമാണ്. ഒരു ദിവസം മുൻപേ പറയണം എന്നുമാത്രം.

വെയിലാറി, സന്ധ്യമയങ്ങിയശേഷമേ, ചെറിയക്കൻ കുഞ്ഞനേയും കൂട്ടി അമ്മാവന്റെ വീട്ടിൽനിന്ന് പുറപ്പെടുകയുള്ളൂ. ചെറിയക്കനിലുള്ള വിശ്വാസം ഒന്നുകൊണ്ട് മാത്രമാണ് ഈ അസമയത്ത് കുട്ടിയെ അയാളുടെ കൂടെ അയയ്ക്കാൻ മുത്തച്ഛൻ സമ്മതിച്ചിരുന്നത്.

കഴുത്തുമുതൽ കണങ്കാൽപ്പകുതിവരെ നീണ്ടുകിടക്കുന്ന ളോഹ പോലുള്ള ഒരു കുപ്പായമണിഞ്ഞ്, പുലിനഖം കെട്ടിച്ച് കോർത്തൊരു പൊൻനൂൽ കഴുത്തിൽ തൂക്കിയിട്ട് കുഞ്ഞൻ ചെറിയക്കന്റെ കൈയും പിടിച്ച് കുറെദൂരം പ്രാഞ്ചി പ്രാഞ്ചി നടക്കും. നടന്നു കാൽ കഴയ്ക്കുമ്പോൾ കുഞ്ഞനെ ചെറിയക്കൻ തോളിലെടുക്കും. പട്ടണത്തിലേക്കുള്ള വലിയപാതയിലൂടെ പോവുകയില്ല. വയലുകളിലൂടെ കുറുക്കുവഴിക്കാണ് പോക്ക്. നടത്തം സാവധാനത്തിലാണ്.

ചെറിയക്കന്റെ അരയിൽ ഉണങ്ങിയ വാഴയിലയിൽ പൊതിഞ്ഞ രണ്ടു വലിയ കുപ്പികൾ ഒളിപ്പിച്ചുവച്ചിട്ടുണ്ടാകും. ഒരെണ്ണം നാഭിയിൽ തിരുകിവെക്കും. മറ്റേത് അരയിൽനിന്ന് കാലുകൾക്കിടയിലേക്ക് തൂക്കിക്കെട്ടിയിട്ടുണ്ടാകും. കള്ളച്ചാരായം നിറച്ച് ഉണക്കിലകൊണ്ട് ഭദ്രമായി തിരുക്കിട്ടടച്ച കുപ്പികളാണ് അതെന്ന് പിൽക്കാലത്താണ് കുഞ്ഞന് മനസ്സിലായത്. ചെറിയക്കൻ തന്നെ വാറ്റിയെടുത്തതാണ് ഈ നാടൻ ചാരായം.

നിലാവ് പരന്നൊഴുകുന്ന, വിളഞ്ഞുകിടക്കുന്ന നെൽവയലുകൾക്കിടയിലൂടെ, മന്ദമാരുതനേറ്റുള്ള യാത്രയിൽ ചെറിയക്കൻ കഥപറയാൻ തുടങ്ങും.

''പണ്ട് പണ്ട് വളരെ പണ്ട് നടന്ന കഥയാണ്. ഏഴുനിലയുള്ള ഒരു സ്വർണ്ണക്കൊട്ടാരം. അതിന്റെ ഏഴാംനിലയിൽ മാണിക്കക്കല്ലു വാതിൽക്കൽ ഒരു രാജകുമാരി നിൽക്കുന്നു.''

''കൊട്ടാരം മുഴുവൻ പൊന്നുകൊണ്ടോ?'' കുഞ്ഞന് സംശയം തന്നെ. ചവിട്ടുപടിയും കൂടി കട്ടപ്പൊന്നുകൊണ്ടാണ്, മോനേ.''

''ഹൈയ്യ്...'' കുഞ്ഞൻ അത്ഭുതം പ്രകടിപ്പിച്ചു.

''ഏഴുനിലക്കൊട്ടാരത്തിന് ഏഴായിരം ജനലുകൾ. ഓരോ ജനലിന് മുന്നിലും കുന്തം നീട്ടിപ്പിടിച്ചുകൊണ്ട് കരിംഭൂതങ്ങൾ കാവൽ നിൽക്കുന്നു. രാജകുമാരിയെ കല്യാണം കഴിക്കാൻ ആഗ്രഹിക്കുന്ന പുരുഷൻ, കൊട്ടാരമുറ്റത്തെ രത്നത്തറയിൽ കയറിനിന്ന്, ഒരു ചെറുനാരങ്ങ, ഏഴാംനിലയിലെ മാണിക്യക്കല്ലുവാതിൽക്കൽ നിൽക്കുന്ന രാജകുമാരിയുടെ മുലക്കണ്ണിൽ എറിഞ്ഞുകൊള്ളിക്കണം. ഉന്നം പിഴച്ചാൽ ഉടൻ ഏഴായിരം ഭൂതങ്ങൾ അലറി അവന്റെ നേർക്കടുക്കും. തുരുതുരെ കുന്തങ്ങൾ അവന്റെ നേർക്ക് എറിയുന്നതോടെ അയാളുടെ കഥകഴിയും.

തുടർന്നുള്ള സംഭീതമായ രംഗങ്ങൾ ചെറിയക്കൻ വിവരിക്കും.

അങ്ങനെ, എത്രയോ യുവാക്കൾ കരിംഭൂതങ്ങളുടെ കുന്തങ്ങൾക്കിരയായി പിടഞ്ഞുവീണു മരിച്ചു. ഒടുവിൽ സത്യവാനായ ഒരാട്ടിടയനിൽ പ്രസാദിച്ച ഒരു യക്ഷി അവനെ മത്സരത്തിൽ പങ്കെടുക്കാൻ പ്രേരിപ്പിക്കുന്നു. യക്ഷി, ഒരു സൂചിമുഖിപക്ഷിയുടെ വേഷംധരിച്ച് ചെറുനാരങ്ങക്കുള്ളിൽ കടന്നുകൂടി, ഏറ് ലക്ഷ്യത്തിൽ കൊള്ളിക്കുന്നു. അങ്ങനെ ആട്ടിടയൻ രാജകുമാരിയെ വിവാഹം ചെയ്ത്, സ്വർണ്ണക്കൊട്ടാരത്തിൽ സുഖമായി പാർക്കുന്നു.

സ്വർണ്ണക്കൊട്ടാരത്തിലെ രാജകുമാരിക്ക് പുറമെ നാഗകന്യകയുടെ കഥ, മന്ത്രവാദിക്കുരങ്ങന്റെ കഥ, അങ്ങനെ നിരവധി അത്ഭുതകഥകൾ ചെറിയക്കന്റെ ഓർമ്മയിലുണ്ട്. ഇവയിൽ ഏതെങ്കിലുമൊന്ന് പറഞ്ഞുകൊണ്ട് പതുക്കെ നടക്കുമ്പോൾ, ചെറിയക്കന്റെ ചുമലിൽ ഇരുന്ന് കുഞ്ഞനും, ചെറിയക്കന്റെ നാഭിക്കു താഴെ നിന്ന് നാടൻ ചാരായക്കുപ്പിയും കുലുങ്ങിച്ചിരിക്കുന്നുണ്ടാകും.

ഇതേരീതിയിലുള്ള അത്ഭുതകഥകൾ പറഞ്ഞുകൊണ്ട് ചേവായൂർപ്പാടങ്ങളും പരിസരപ്രദേശങ്ങളും കേറിമറഞ്ഞ് പട്ടണത്തിലെ വീട്ടിലെത്തുമ്പോൾ രാത്രി പത്തുമണിയായിട്ടുണ്ടാകും.

വിജനഭീകരമായി, യക്ഷിസാമ്രാജ്യമായിക്കിടന്നിരുന്ന മായാപറമ്പിൽ ഇന്ന് മെഡിക്കൽ കോളേജിന്റെ മഞ്ഞക്കെട്ടിടങ്ങൾ തല ഉയർത്തി നിൽക്കുന്നു. ഒരിക്കൽ വർഷങ്ങൾക്കപ്പുറത്ത്, അതിന്റെ പരിസരത്തെ ജനവാസമില്ലാത്ത വഴികളിലൂടെ, ചെറിയക്കന്റെ കഴുത്തിനിരുവശത്തുകൂടെ കാലുകൾ തൂക്കിയിട്ട്, അവന്റെ കഷണ്ടി കയറിത്തുടങ്ങിയ ശിരസ്സിൽ രണ്ടുകൈയും അമർത്തിപ്പിടിച്ചുകൊണ്ട് ചുമലിലിരുന്ന് കഥ കേട്ടുകൊണ്ടിരുന്ന കുഞ്ഞനെ നിങ്ങൾക്ക് ഓർക്കാൻ കഴിയുന്നുണ്ടോ? ആ കുഞ്ഞനാണ് വളർന്നു വലുതായി മലയാള കഥാസാഹിത്യത്തിലെ രാജശില്പിയായി മാറിയ എസ്. കെ. പൊറ്റെക്കാട്ട്.

അൽപം വീട്ടുകാര്യങ്ങൾ

കുഞ്ഞിരാമൻ മാസ്റ്റർ വലിയ ഈശ്വരഭക്തനായിരുന്നു. പ്രഭാതത്തിൽ അദ്ദേഹം ഭക്തിസാന്ദ്രമായ ശ്ലോകങ്ങൾ ഉറക്കെച്ചൊല്ലും. കുളിയും ജപവും കഴിഞ്ഞ് പുറത്തുവരുമ്പോൾ അയൽവാസികളായ ആരെങ്കിലും കോലായിൽ വന്നു നിൽപ്പുണ്ടാകും. അവരുടെ പരാതികൾക്ക് പരിഹാരം നിർദ്ദേശിക്കാനും അപേക്ഷകൾ തയ്യാറാക്കി കൊടുക്കുവാനും അദ്ദേഹം പ്രത്യേകം ശ്രദ്ധചെലുത്തിയിരുന്നു. ആദ്യഭാര്യയിൽ മാസ്റ്റർക്ക് രണ്ട് മക്കളുണ്ടായിരുന്നു. ബാപ്പുട്ടിയും കൃഷ്ണൻകുട്ടിയും. ഇടയ്ക്ക് ചിലർ മൂത്തമകൻ ബാപ്പുട്ടിയുടെ പോക്കിരിത്തരങ്ങൾ മാസ്റ്ററുടെ ശ്രദ്ധയിൽ പെടുത്തും. അത്തരം വാർത്തകൾ മാസ്റ്റർക്ക് ഇഷ്ടമുള്ളതല്ല. എങ്കിലും അദ്ദേഹം നിശ്ശബ്ദം എല്ലാം കേൾക്കും. എന്തു ചെയ്യാം മകനായിപ്പോയില്ലേ?

ഒരുനാൾ ബാപ്പുട്ടി ആരുമറിയാതെ പട്ടാളത്തിൽ ചേർന്നു. കടൽ കടന്ന് ബാഗ്ദാദിലെത്തി. മൊസപ്പൊട്ടോമിയ, ബബ്രെ എന്നീ യുദ്ധകേന്ദ്രങ്ങളിൽ സേവനമനുഷ്ഠിച്ചു. ഒരുപാട് അനുഭവങ്ങൾ നേടി. 1916ൽ ബാഗ്ദാദിൽ നിന്ന് തിരിച്ചുപോന്നു. പിന്നീട് തോട്ടൂളിപ്പാടത്തെ അയൽപക്കങ്ങളിൽ കയറിയിറങ്ങി ഹരം പകരുന്ന വീരസാഹസിക കഥകൾ വിളമ്പാൻ തുടങ്ങി. ജ്യേഷ്ഠന്റെ ഈ സാഹസിക കഥകൾ മുഴുവൻ മനസ്സിലാക്കാൻ മാത്രം പ്രായം കുഞ്ഞന് ഉണ്ടായിരുന്നില്ല. എങ്കിലും ചിലതെല്ലാം കേട്ട് കുട്ടിയും ഊറിച്ചിരിക്കുകയും അത്ഭുതപ്പെടുകയും ചെയ്തു.

വെളുത്തു മിനുത്ത നായ്ക്കുട്ടിയെ ഊട്ടിയിൽ നിന്നാണ് കുഞ്ഞിരാമൻ മാസ്റ്റർ കൊണ്ടുവരീച്ചത്. നീലപ്പളുങ്കുമണികൾ പോലുള്ള കണ്ണുകളും പട്ടുസഞ്ചിപോലെ തോന്നിക്കുന്ന ചെവികളുമുള്ള ആ ശീമവംശജന് ടോമി എന്നു പേരിട്ടത് കുഞ്ഞനാണ്. ടോമിക്ക് പാലു കൊടുക്കാനും കുളിപ്പിക്കുവാനും അവനോടൊത്ത് കളിക്കുവാനും കുഞ്ഞൻ പ്രത്യേകം ശ്രദ്ധിച്ചു പോന്നു. ഉറക്കത്തിൽ പോലും ടോമിയെ

വിളിക്കാറുള്ള കുഞ്ഞനെ ഓർത്ത് മാസ്റ്റർ ഊറിച്ചിരിക്കും. സ്കൂളിൽ പോയാലും കുഞ്ഞന്റെ വിചാരം ടോമിയെക്കുറിച്ചായിരിക്കും. മിലിട്ടറിയിൽനിന്ന് പിരിഞ്ഞുവന്ന ബാപ്പുട്ടിഏട്ടൻ ടോമിയെ സൂക്ഷ്മമായി നിരീക്ഷിച്ചശേഷം പറഞ്ഞു

''എടാ, നായ്ക്കുട്ടിയെ ഒന്നു ലാത്താൻ കൊണ്ടുപോയി കാറ്റു കൊള്ളിച്ചില്ലെങ്കിൽ അതിന്റെ ഉശിര് കെട്ടുപോകും.''

തുടർന്ന് നായ്ക്കുട്ടിയെ കടപ്പുറത്തേക്ക് കൊണ്ടുപോകുന്ന കാര്യം ഏട്ടൻ സ്വയം എറ്റെടുത്തു. ഒരു ദിവസം ചങ്ങലയോടൊപ്പം ഒരു കയർകൂടി കെട്ടി ഏട്ടൻ അതിനെ കടപ്പുറത്തേക്ക് കൊണ്ടുപോയി. അരമണിക്കൂർ കഴിഞ്ഞ് ബാപ്പുട്ടിയേട്ടൻ മാത്രം തനിയെ വീട്ടിലേക്ക് മടങ്ങിവന്നു.

''ടോമിയെവിടെ?'' കുഞ്ഞൻ ഉത്കണ്ഠയോടെ ചോദിച്ചു.

ഏട്ടൻ മിണ്ടുന്നില്ല. ടോമിയെ കാണാതായപ്പോൾ കുഞ്ഞൻ തുടർച്ചയായി കരയാൻ തുടങ്ങി. ഒടുക്കം ബാപ്പുട്ടിഏട്ടൻ ഉണ്ടായ സംഭവം പറഞ്ഞു. നായ്ക്കുട്ടി കാർ കയറി ചത്തുപോയി. റോഡിൽ കിടക്കുന്നുണ്ട് എന്നറിഞ്ഞപ്പോൾ കുഞ്ഞൻ അങ്ങോട്ടോടി. പാവം ടോമി, ചോരയിൽ കുളിച്ച് ചത്ത് ചെരിഞ്ഞ് കിടക്കുന്നു. ഉറക്കെ നിലവിളിച്ചുകൊണ്ട് കുട്ടി വീട്ടിലേക്ക് ഓടിവന്ന് കിടക്കയിൽ കിടന്ന് കരഞ്ഞു. മാസ്റ്റർക്കും വലിയ വിഷമമായി. കുഞ്ഞന്റെ സങ്കടം തീരാൻ ഏറെ നാൾ കഴിയേണ്ടി വന്നു.

വീടിനടുത്തുള്ള ഒരു മുസ്ലിം പള്ളിയിൽ അന്ന് അപ്പവാണിഭ നേർച്ചയായിരുന്നു. ഹിന്ദുക്കളും മുസ്ലീങ്ങളും വളരെ സാഹോദര്യത്തോടെ കഴിഞ്ഞുപോന്നിരുന്നതിനാൽ ഉത്സവകാലത്ത് നാനാജാതി മതസ്ഥരടങ്ങിയ നല്ലൊരു ജനക്കൂട്ടമുണ്ടായിരുന്നു. അച്ഛന്റെ കൈയും പിടിച്ച് കുഞ്ഞനും ഉത്സവസ്ഥലത്തെത്തി. ജാറത്തിന് മുൻപിലെത്തിയ കുട്ടിക്ക് നേർച്ചപ്പെട്ടിയിലിടാൻ മാസ്റ്റർ കാൽ ഉറുപ്പിക നൽകി. അപ്പോൾ കുട്ടിക്ക് ഒരു സംശയം.

''ഇത് മാപ്പിളമാരുടെ പള്ളി അല്ലേ? നമ്മുടെ അമ്പലമൊന്നുമല്ലല്ലോ?''

കുട്ടിയുടെ ഈ സംശയം മാസ്റ്റർക്കിഷ്ടമായില്ല. അദ്ദേഹം മകനെ ദേഷ്യത്തോടെ ഒന്നുനോക്കി. പിന്നെ കുട്ടി സംശയിച്ചുനിന്നില്ല. നേർച്ചപ്പെട്ടിയിൽ പണമിട്ടു.

മടങ്ങുമ്പോൾ മാസ്റ്റർ മകനെ സൗമ്യമായി ഉപദേശിച്ചു.

'മോനേ, ഇതൊരു സിദ്ധന്റെ സ്ഥലമാണ്. സിദ്ധന്മാർക്ക് ജാതി,

മതം, എന്നൊന്നുമില്ല. എല്ലാവരെയും അവർ തുല്യരായി കാണുന്നു. എല്ലാ മനുഷ്യരും പുണ്യപുരുഷന്മാരെ വന്ദിക്കണം.'

കുട്ടി എല്ലാം കേട്ട് തലകുലുക്കി.

കുഞ്ഞിരാമൻമാസ്റ്റർ മലബാറിലെ കൊട്ടിയൂർ ക്ഷേത്രത്തിലേക്ക് കോഴിക്കോടുനിന്ന് പോകുന്ന തീർത്ഥയാത്രക്കാരുടെ തലവനായിരുന്നു.

ഉത്സവത്തിന് പോകാൻ കുഞ്ഞന് വലിയ ആഗ്രഹമാണെന്ന കാര്യം അദ്ദേഹത്തിനറിയാം. തീർത്ഥാടന കാലത്ത് ആചാരനുഷ്ഠാനങ്ങളോടെ വേണം കഴിയാൻ. ചൊക്ലിയിൽ തറവാട്ടുവക ഒരു കെട്ടിടമുണ്ടായിരുന്നത് അവർക്കൊരിടത്താവളമായി. അതിനാൽ മാസ്റ്റർ കുഞ്ഞനെയും കൊട്ടിയൂർ ഉത്സവത്തിന് കൊണ്ടുപോകാറുണ്ടായിരുന്നു.

തീർത്ഥാടന സംഘത്തിൽ മുപ്പതിനും നാൽപതിനും ഇടയ്ക്ക് അംഗങ്ങളുണ്ടാകും. ട്രെയിനിൽ വന്ന് അവർ മയ്യഴിയിൽ ഇറങ്ങും. പ്രാതൽ കഴിച്ചശേഷം പുഴ കടന്ന് അവർ ഇടവഴികളും വയലുകളും പിന്നിട്ട് ചൊക്ലിയിലെത്തും. അവിടം ഒരു വിശ്രമകേന്ദ്രമാണ്. ചിലപ്പോൾ കൂട്ടുകാരോടൊത്ത് ഒന്നോ രണ്ടോ ദിവസം അവിടെ താമസിച്ചെന്നും വരും. പിന്നീട് കാൽനടയായി കൊട്ടിയൂരിലേക്ക് പോകും. ആ ഇളംപ്രായത്തിൽതന്നെ യാത്രയിലെ ആനന്ദവും പ്രകൃതിഭംഗിയും കുഞ്ഞൻ ആസ്വദിച്ചു. പുതിയ അറിവുകളും നേടിയെടുത്തു.

മാസ്റ്ററുടെ സഹപാഠിയായ ചാത്തുകുട്ടി ഇടയ്ക്കിടെ വീട്ടിൽ വരാറുണ്ടായിരുന്നു. അന്തമാൻ ചാത്തുകുട്ടി എന്നാണ് ഇയാൾ നാട്ടുകാർക്കിടയിൽ അറിയപ്പെട്ടിരുന്നത്. ബ്രിട്ടീഷ് ഭരണകാലത്ത് സ്വാതന്ത്ര്യസമരസേനാനികളിൽ പലരേയും അനന്തമാനിലേക്ക് നാടുകടത്തിയിരുന്നു. ആ കൂട്ടത്തിൽ ചാത്തുകുട്ടിയും പെട്ടുപോയി എന്നാണ് ജനസംസാരം. ചാത്തുകുട്ടി കപ്പൽ കൊള്ളക്കാരുടെയും രാക്ഷസന്മാരുടെയും സാഹസികകഥകൾ പറയും. അതെല്ലാം കേട്ടിരിക്കാൻ കുഞ്ഞന് വലിയ ഉത്സാഹമാണ്.

കാലം 1921. മഞ്ചേരി, മലപ്പുറം, തിരൂർ, നിലമ്പൂർ, താനൂർ എന്നിവിടങ്ങളിലെല്ലാം എന്തോ ചില കലാപങ്ങൾ നടക്കുന്നതായി മാസ്റ്ററുടെയും കൂട്ടുകാരുടെയും സംഭാഷണങ്ങളിൽ നിന്ന് കുഞ്ഞൻ കേൾക്കുകയുണ്ടായി. എന്നാൽ അതെന്താണെന്ന് കുട്ടിക്ക് മനസ്സിലാക്കാൻ കഴിഞ്ഞില്ല. സ്കൂൾ അടച്ചപ്പോൾ പതിവുപോലെ മുത്തച്ഛൻ വന്നു കുട്ടിയെ ചെലവൂരിലേക്ക് കൊണ്ടുപോയി.

ചെലവൂരിലെ വീട്ടിലും പരിസരത്തും തൊട്ടടുത്ത വീടുകളിലും നിറയെ ജനക്കൂട്ടം. അതു പതിവില്ലാത്തതാണ്. വീടിന്റെ ഇറയത്തും അയൽവീടുകളിലും അവർ പായ വിരിച്ച് കഴിയുന്നു. തുല്യദുഃഖിത രായ അവർ ഇടക്കിടെ നിലവിളിക്കുന്നു. ശണ്ഠ കൂടുന്നു. ഇവർ ആരാണെന്നും എന്തിനാണ് വന്നിരിക്കുന്നതെന്നും കുട്ടി ആരാഞ്ഞു. അതിന് മുത്തച്ഛൻ പറഞ്ഞ മറുപടിയൊന്നും കുട്ടിക്ക് മനസ്സിലാ യില്ല. അൽപം മുതിർന്നപ്പോഴാണ്, അവർ 1921ലെ മലബാർ കലാപ ത്തിൽ എല്ലാം നഷ്ടപ്പെട്ട് ചെലവൂരിൽ ഓടിയെത്തിയ അഭയാർഥി കളായിരുന്നുവെന്ന് ശങ്കരൻകുട്ടി മനസ്സിലാക്കിയത്.

വിദ്യാഭ്യാസകാലം

സ്ഥലത്തെ പ്രധാന പണ്ഡിതനും ജ്യോതിഷിയുമായിരുന്ന കുഞ്ഞൻ പണിക്കരാണ് ശങ്കരൻകുട്ടിയെ എഴുത്തിനിരുത്തിയത്. കുട്ടിയുടെ ജാതകം ഒന്നു മറിച്ചുനോക്കിയശേഷം അദ്ദേഹം പറഞ്ഞു. ഈ കുട്ടി പ്രശസ്തനാകും. ലോകം മുഴുവൻ അറിയപ്പെടാനും ആദരിക്കപ്പെടാനുമുള്ള യോഗം കാണാനുണ്ട്. കുഞ്ഞിരാമൻ മാസ്റ്റർക്ക് സന്തോഷമായി. കുട്ടിയെ ഉടനെ സ്കൂളിലേക്കയച്ചില്ല. അച്ഛൻ വീട്ടിൽ വെച്ചുതന്നെ മകനെ പാഠങ്ങൾ പഠിപ്പിച്ചു. ഗൃഹപാഠങ്ങൾ പഠിച്ചു കഴിഞ്ഞാൽ യഥേഷ്ടം കളിക്കുവാൻ അദ്ദേഹം കുട്ടിയെ അനുവദിച്ചിരുന്നു. കുട്ടികളുടെ മാനസികോല്ലാസത്തിന് കളി അനിവര്യമാണെന്ന് അധ്യാപകൻകൂടിയായ ആ പിതാവ് മനസ്സിലാക്കിയിരുന്നു. നാലു വർഷംകൊണ്ട് പഠിച്ചുതീരേണ്ടിയിരുന്ന പാഠങ്ങളെല്ലാം ശങ്കരൻകുട്ടി മൂന്ന് വർഷംകൊണ്ടുതന്നെ പഠിച്ചുതീർത്തു.

രണ്ടുവർഷം വീട്ടിനടുത്തുള്ള നഗരം ഹിന്ദു സ്കൂളിലായിരുന്നു ശങ്കരൻകുട്ടിയുടെ പഠനം. ഒരു പഴയ എഴുത്തുപള്ളിക്കൂടം അൽപം പരിഷ്കരിച്ചതായിരുന്നു ആ സ്കൂൾ. അവിടെ കുട്ടികൾ നന്നേ കുറവായിരുന്നു. നാലാം ക്ലാസിൽ മൂന്നാൺകുട്ടികളും ഒരു പെൺകുട്ടിയും മാത്രമേ പഠിച്ചിരുന്നുള്ളൂ. പെൺകുട്ടിയുടെ പേര് കാർത്ത്യായനി. കാർത്ത്യായനിയെക്കുറിച്ച് പിന്നീട് പറയാം.

നഗരം സ്കൂളിലെ പഠനത്തിനുശേഷം ഗണപതി ഹൈസ്കൂളിലാണ് ശങ്കരൻകുട്ടിയെ ചേർത്തത്. സർവ്വോത്തം റാവുവായിരുന്നു ഹെഡ്മാസ്റ്റർ. അദ്ദേഹം തന്നെയായിരുന്നു മാനേജരും. ക്ലാസ് മാസ്റ്ററായ സുബ്രഹ്മണ്യയ്യർക്ക് ശങ്കരൻകുട്ടിയെ വലിയ ഇഷ്ടമായിരുന്നു.

നന്നായി പഠിക്കുന്ന സത്യസന്ധനായ കുട്ടി എന്ന സൽപ്പേരും ശങ്കരൻകുട്ടി അതിവേഗം നേടിയെടുത്തു. ധാരാളം പോക്കിരിക്കുട്ടികളും അക്കാലത്ത് ഗണപതി സ്കൂളിലുണ്ടായിരുന്നു. അതിനാൽ ഇടയ്ക്കിടെ വഴക്കും അടിപിടിയും ഉണ്ടാകും. പതിവായി ഹെഡ്മാസ്റ്ററിൽനിന്ന് അടിമേടിക്കുന്ന ചില കുട്ടികളുണ്ടായിരുന്നു.

പുതിയ പുതിയ കാഴ്ചകൾ കാണുവാനും പ്രകൃതിയെ സ്നേഹിക്കുവാനും ഈ കുട്ടി എന്തെന്നില്ലാത്ത താൽപര്യം പ്രകടിപ്പിച്ചു. പാഠ്യേതരമായ പുസ്തകങ്ങളും കഥകളും വായിക്കാൻ താൽപര്യം കാണിച്ചിരുന്ന ഈ കുട്ടിയെ ക്ലാസദ്ധ്യാപകനായ സുബ്രഹ്മണ്യയ്യർ പ്രത്യേകം ശ്രദ്ധിക്കുകയും പ്രോത്സാഹിപ്പിക്കുകയും ചെയ്തു. ഏഴാംക്ലാസുവരെ ഗണപതി സ്കൂളിലും അതിനുശേഷം പത്താം ക്ലാസുവരെ സാമൂതിരി കോളേജ് ഹൈസ്കൂളിലുമാണ് പഠിച്ചത്.

പ്രശസ്തമാംവിധം ശങ്കരൻകുട്ടി പത്താംതരം പരീക്ഷ പാസായി. പരീക്ഷ പാസ്സായ വിവരം അച്ഛനാണ് വീട്ടിൽ വന്നറിയിച്ചത്. മകന്റെ വിജയത്തിൽ മാസ്റ്റർ മതിമറന്നാഹ്ലാദിച്ചു. തോട്ടൂളിപ്പാടത്ത് ആദ്യമായി എസ്.എസ്.എൽ.സി പാസ്സായ കുട്ടിയായിരുന്നു ശങ്കരൻകുട്ടി. 1929ലായിരുന്നു ഇത്.

അക്കാലത്ത് ഒരു ബിരുദം നേടിയാൽ ജോലി നിഷ്പ്രയാസം ലഭിക്കുമായിരുന്നു. അതിനുള്ള സ്വാധീനശക്തിയും കുഞ്ഞിരാമൻ മാസ്റ്റർക്കുണ്ടായിരുന്നു. മകനെ ഒരു ബി.എക്കാരനാക്കണമെന്നായിരുന്നു മാസ്റ്ററുടെ ആഗ്രഹം. ശങ്കരൻകുട്ടിയെ ഇന്റർമീഡിയറ്റിന് സാമൂതിരി കോളേജിൽ ചേർത്തു. ഗണിതശാസ്ത്രം ആദ്യം മുതലേ ശങ്കരൻകുട്ടിക്ക് പ്രയാസമുള്ള വിഷയമായിരുന്നു. കോളേജിൽ ചേർന്നതോടെ അതൊരു പ്രശ്നമാവുകയും ചെയ്തു.

ഹൈസ്കൂൾ വിദ്യാഭ്യാസകാലത്തുതന്നെ ശങ്കരൻകുട്ടി കുറേശ്ശെ എഴുതാൻ തുടങ്ങിയിരുന്നു. ധാരാളം വായിക്കുവാനും. കോളേജിൽ ചേർന്നതോടെ പാഠ്യപുസ്തകങ്ങളേക്കാളേറെ ശങ്കരൻകുട്ടി ശ്രദ്ധ ചെലുത്തിയിരുന്നത് സാഹിത്യോപാസനയിലായിരുന്നു. ഇത് കോളേജ് പഠനത്തെ സാരമായി ബാധിച്ചു. ഇന്റർമീഡിയറ്റ് പരീക്ഷയിൽ ശങ്കരൻകുട്ടി പരാജയപ്പെട്ടു. സെപ്തംബറിൽ വീണ്ടും എഴുതിയെങ്കിലും അതിലും വിജയിക്കാനായില്ല.

ആദ്യ ഭാര്യയിലെ മൂത്തപുത്രനായ ബാപ്പുട്ടിയെക്കുറിച്ച് മാസ്റ്റർക്ക് കാര്യമായ പ്രതീക്ഷയൊന്നുമുണ്ടായിരുന്നില്ല. രണ്ടാമത്തെ പുത്രനായ കൃഷ്ണൻകുട്ടിയെക്കുറിച്ച് അൽപമൊരു പ്രതീക്ഷ വെച്ചുപുലർത്തിയിരുന്നുവെങ്കിലും അയാൾ അകാലത്തിൽ മരണമടയുകയാണുണ്ടായത്.

ശങ്കരൻകുട്ടി വലിയ ഉദ്യോഗസ്ഥനാകുന്നതും അതുവഴി തന്റെ കുടുംബം അഭിവൃദ്ധിയിലേക്കുയരുന്നതും കുഞ്ഞിരാമൻ മാസ്റ്ററുടെ സ്വപ്നങ്ങളിലുണ്ടായിരുന്നു. എന്നാൽ ഇന്റർമീഡിയറ്റ് പരീക്ഷയിലെ മകന്റെ തുടർച്ചയായ പരാജയം മാസ്റ്ററെ കടുത്ത നിരാശയിലാഴ്ത്തി. അദ്ദേഹം ഏറെ ദുഃഖിതനായിരുന്നു.

പഠനമല്ല, കവിതയെഴുത്തും കഥയെഴുത്തുമാണ് അവന് ഏറെ പ്രിയം എന്നദ്ദേഹം മനസ്സിലാക്കി. ഒരു ദിവസം അപ്രതീക്ഷിതമായി അദ്ദേഹം മകന്റെ മുറിയിലേക്ക് കടന്നുചെന്നു. മേശപ്പുറത്ത് പകർത്തി എഴുതിയ നിരവധി പ്രേമകവിതകൾ. അവ വലിച്ചെറിഞ്ഞുകൊണ്ട് അദ്ദേഹം ഗർജ്ജിച്ചു.

''നിന്റെ കവിതയെല്ലാം ഞാൻ ചുട്ടെരിക്കാൻ പോവുകയാണ്.''

രോഷാകുലനായി ഇറങ്ങിപ്പോയ അച്ഛന്റെ പെരുമാറ്റത്തിൽ പരിഭ്രമിച്ചുപോയ ശങ്കരൻകുട്ടി അന്നു മുഴുവൻ ഉറങ്ങാതെ കഴിച്ചു. ഇതിനു മുൻപൊരിക്കലും അച്ഛൻ തന്നോടീവിധം പെരുമാറിയിട്ടില്ല. 1933 സെപ്തംബർ 17ലെ ഡയറിക്കുറിപ്പിൽ അദ്ദേഹം ഇങ്ങനെ കുറിച്ചിട്ടതായി കാണുന്നു.

''അച്ഛൻ എന്റെ സ്ക്രിപ്റ്റ് നശിപ്പിക്കുകയാണെങ്കിൽ ഞാൻ ആത്മഹത്യ ചെയ്യും. എന്റെ അമൂല്യനിധികൾ നഷ്ടപ്പെട്ടാൽ ഞാൻ എന്തിന് ജീവിക്കണം.''

മകന്റെ കവിതാകമ്പത്തിൽ ഉള്ളാലെ മാസ്റ്റർക്ക് മതിപ്പുണ്ടായിരുന്നു. എന്നാൽ തുടർച്ചയായ മകന്റെ പരാജയംമൂലം മനംനൊന്ത്, അവന്റെ ഭാവി അപകടത്തിലായിപ്പോകുമോ എന്ന സങ്കടം മൂലമാണ് മാസ്റ്റർ ഈവിധം പ്രകോപിതനായത്. ശങ്കരൻകുട്ടി വീണ്ടും പരീക്ഷ എഴുതുകയും പാസ്സാവുകയും ചെയ്തു.

ചെറുപ്പം മുതലേ റൊമാന്റിക് (കാൽപനിക) ഭാവങ്ങൾ പ്രകടിപ്പിച്ചിരുന്ന ഒരു കുട്ടിയായിരുന്നു ശങ്കരൻകുട്ടി എന്നുവേണം ഊഹിക്കാൻ. അതിന് പ്രസക്തി നൽകുന്ന ഒരു സംഭവം എസ്.കെ.യുടെ പഴയ ഡയറിക്കുറിപ്പിൽനിന്ന് കണ്ടെത്താൻ കഴിഞ്ഞത് ഇവിടെ രേഖപ്പെടുത്തുന്നു.

നഗരം ഹിന്ദു സ്കൂളിൽ പഠിച്ചിരുന്ന കാർത്ത്യായനി എന്ന പെൺകുട്ടിയെക്കുറിച്ച് ഇതിന് മുമ്പ് പറഞ്ഞിരുന്നല്ലോ. കാർത്ത്യായനിയും ശങ്കരൻകുട്ടിയും തമ്മിൽ വലിയ അടുപ്പമായിരുന്നു. അവൾക്കന്ന് എട്ട് വയസ്സ് കാണും. ശങ്കരൻകുട്ടിക്ക് ഒമ്പതും. അവർ രണ്ടുപേരും വട്ടുകളിക്കും. കൊത്തം കല്ലാടും, അക്കം പിടിക്കും, അങ്ങനെ ഓരോരോ കളികൾ. കൊത്തങ്കല്ലാടി തോറ്റാൽ ശിക്ഷ അഞ്ച് വിരലുകൊണ്ടും കൈത്തണ്ടേൽ അടിക്കുക എന്നതാണ്. തോറ്റുപോയാൽ അവൾ ശങ്കരൻകുട്ടിയെ നിർദ്ദയം പ്രഹരിക്കും. ശങ്കരൻകുട്ടിയാണെങ്കിലോ? അവളെ വേദനിപ്പിക്കാൻ അയാൾക്ക് മനസ്സ് വരില്ല. അവളെ ഇക്കിളിയാക്കും. അപ്പോൾ അവൾ തുള്ളിച്ചാടും. ഒരു ദിവസം അവൾ ചോദിച്ചു.

''ഞാൻ ഒരു കാര്യം ചെയ്താൽ നീ കരയുമോ?''

''ഇല്ല.''

''ഇതൊരു പരീക്ഷണമാണ്.'' തന്റെ കൈയിലുള്ള ഉണക്കപ്പുല്ല് കാണിച്ച് അവൾ പറഞ്ഞു.

''ശരി സമ്മതിച്ചു.'' ശങ്കരൻകുട്ടിക്ക് കുലുക്കമില്ല.

അവൾ ശങ്കരൻകുട്ടിയുടെ വലതുകൈ പിടിച്ച് കൈത്തണ്ടമേൽ മണികണ്ഠത്തിന് മുകളിലായി ഒരു കഷ്ണം ഉണക്കപ്പുല്ല് കുത്തി നിർത്തി, അതിന്റെ അഗ്രഭാഗത്തിന് തീ വെച്ചു. പുല്ല് ഏതാണ്ട് മുഴുവൻ കത്തി. അറ്റത്തെത്തിയപ്പോൾ കൈയിലെ തൊലി കരിഞ്ഞു തുടങ്ങി. നീറ്റലും വേദനയും തോന്നിയെങ്കിലും പല്ലുകടിച്ച് നിന്ന് ശങ്കരൻകുട്ടി അത് സഹിച്ചു.

''അപ്പോൾ നിനക്ക് വേദനയൊന്നും ഇല്ലേ?'' ഇല്ലെന്ന് അവൻ തലയാട്ടി.

അവൾ മറ്റൊരു കഷ്ണം പുല്ലെടുത്ത് തന്റെ കൈക്ക് ഇതേ പരീക്ഷണം നടത്തി. അധികം കഴിയുന്നതിന് മുമ്പുതന്നെ ഹാവൂ എന്നു നിലവിളിച്ചുകൊണ്ട് പുല്ല് തട്ടിക്കളഞ്ഞു. അവൾ ശങ്കരൻകുട്ടിയുടെ കൈത്തണ്ടയിൽ സ്നേഹപൂർവം തടവി. ആ പുല്ല് പൊള്ളിച്ച കല വളരെനാൾ ശങ്കരൻകുട്ടിയുടെ കൈത്തണ്ടയിൽ പതിഞ്ഞു കിടന്നിരുന്നു. ശങ്കരൻകുട്ടി അവൾക്ക് ഹോം വർക്ക് ചെയ്തു കൊടുക്കും. കോപ്പി എഴുതിക്കൊടുക്കും. വലുതായാലുള്ള തന്റെ ആഗ്രഹങ്ങളുടെ ഒരു പട്ടിക അവളുടെ മുന്നിൽ നിരത്തും. അവൾ അത് ആവർത്തിച്ച് കേൾക്കാൻ അവന്റെ മുഖത്ത് കണ്ണിമയ്ക്കാതെ നോക്കിയിരിക്കും.

''വലുതായാൽ ഞാൻ മീശ വെക്കും. എന്നിട്ട് ഒരു സൈക്കിൾ വാങ്ങി അങ്ങാടിയിലും കടപ്പുറത്തും ചുറ്റി നടക്കും. പിന്നെ പഠിച്ച് പഠിച്ച് മജിസ്ട്രേറ്റാകും.''

''പിന്നെ?''

''ഞാൻ കടപ്പുറത്ത് ഒരു വലിയ വീടു പണിയിക്കും. ഒരു കാറു വാങ്ങും.''

''പിന്നെ?''

''ഒരു നായയെ വാങ്ങും.''

''പിന്നെയോ?'' വിസ്മയത്താൽ വിടർന്ന കണ്ണുകളുമായി അവൾ ചോദിച്ചു.

''പിന്നെ... പിന്നെ.... ഞാൻ നിന്നെ കല്യാണം കഴിക്കും.''

''പോ അവിടെന്ന്.''

അവൾ നാണത്തോടെ ഒരുപിടി മണ്ണുവാരി ശങ്കരൻകുട്ടിയുടെ മുഖത്തേക്കെറിഞ്ഞ് ഓടിപ്പോയി.

ഓർമ്മയിൽ ഒരു പെൺകുട്ടി

ശങ്കരൻകുട്ടി കോളേജ് പഠനം നിർത്തി, മുനിസിപ്പൽ ലൈബ്രറിയിലെ പുസ്തകങ്ങൾ മാത്രം കൂട്ടുകാരായി കഴിയുന്ന കാലം. റെയിൽപ്പാതയ്ക്കരികിലെ വിശാലമായ മൈതാനത്തുകൂടിയാണ് വീട്ടിലേക്ക് മടങ്ങുക. മഴക്കാലത്ത് ഒരുദിവസം മൈതാനത്തുകൂടെ നടന്നു വരുമ്പോൾ പെട്ടെന്ന് കാറ്റും മഴയും വന്നു. സീൽക്കാരത്തോടെ ആഞ്ഞു വീശിയടിക്കുന്ന കാറ്റും മണൽ വാരിയെറിയുന്നതുപോലെ ശക്തമായ മഴയും.

ആ സമയത്ത് ധാരാളം പുസ്തകങ്ങൾ മാറത്തടുക്കിപ്പിടിച്ച് മറ്റേ കൈയിൽ നിവർത്തിയ കുടയുമായി ഒരു പെൺകുട്ടി വളരെ പ്രയാസപ്പെട്ട് മൈതാനത്തുകൂടെ നടന്നുനീങ്ങുന്നുണ്ടായിരുന്നു. സാരി മുഴുവൻ നനഞ്ഞ് ശരീരത്തോട് ഒട്ടിപ്പിടിച്ചിരുന്നതിനാൽ ശരിക്കും തണുത്ത് വിറച്ചുകൊണ്ടാണ് അവൾ പതുക്കെ നടന്നുപോയിരുന്നത്. പെട്ടെന്ന് കാറ്റ് തിരിഞ്ഞുവീശി. ആ കൊച്ച് കുട അവളുടെ കൈയിൽ നിന്നും പിടിവിട്ട് കാറ്റിൽ പറന്ന് തിരിഞ്ഞുമറിഞ്ഞ് മൈതാനത്തിന്റെ മൂലയിൽ കൂട്ടിയിട്ടിരുന്ന കൽക്കരിക്കുമ്പാരത്തിൽ തങ്ങിനിൽപ്പായി.

ശങ്കരൻകുട്ടി ഓടിച്ചെന്ന് കുട പൊക്കിയെടുത്തു. തകിടം മറിഞ്ഞ് തിരിഞ്ഞുമറിഞ്ഞു വീണതോടെ കുടയുടെ നാലഞ്ചു കമ്പികൾ ഒടിഞ്ഞുപോയിരുന്നു. ആസകലം മഴ നനഞ്ഞ് നിസ്സാഹയാവസ്ഥയിൽ നിന്നിരുന്ന ആ പെൺകുട്ടിയുടെ നേർക്ക് തന്റെ കുട നീട്ടിക്കൊണ്ട് അയാൾ പറഞ്ഞു.

''എന്റെ കുട കൊണ്ടുപൊയ്ക്കോളൂ. മഴ നനയണ്ട.''

അവൾ മടിച്ചു. ശങ്കിച്ചു. പിന്നെ ശങ്കരൻകുട്ടിയുടെ മുഖത്തേക്കൊന്നു നോക്കി, കുട വാങ്ങി. എന്തു പറയണമെന്നറിയാതെ ആശങ്കാകുലയായി നിൽക്കുന്ന പെൺകുട്ടിയോട് അയാൾ പറഞ്ഞു.

''എന്റെ കുട നാളെ തന്നാൽ മതി. പോയ്ക്കോളൂ.''

കൃതജ്ഞതാഭാവത്തിൽ ശങ്കരൻകുട്ടിയെ ഒന്നുനോക്കി അവൾ പതുക്കെ നടന്നുപോയി. ആ പെൺകുട്ടിയെ മുമ്പൊരിക്കലും കണ്ട തായി അയാൾക്കോർമ്മയില്ല.

സുന്ദരിയാണെന്ന് പറയാൻ പറ്റുകയില്ലെങ്കിലും എന്തോ ഒരാ കർഷകത്വം ആ നാടൻ പെൺകിടാവിനുണ്ടെന്ന് അയാൾക്കു തോന്നി. ഒരു ബുക്ക് ഷെൽഫിൽ വെക്കാവുന്നത്രയും പുസ്തകമാണ് അവൾ മാറത്ത് ഒതുക്കിക്കൊണ്ട് നടന്നിരുന്നത്. ട്രെയിനിംഗ് വിദ്യാർത്ഥി യായിരിക്കാം. അത്തരക്കാർക്ക് വീട്ടിൽ ചെന്നാലും ധാരാളം വര യ്ക്കാനും കുറിക്കാനും കാണുമല്ലോ.

അവളുടെ ഒടിഞ്ഞ കുട മടക്കി തലയ്ക്കുമീതെ പിടിച്ചുകൊണ്ട് അയാൾ അൽപദൂരം നടന്നു. ഭാഗ്യത്തിന് അതു കാണാൻ ആരു മുണ്ടായിരുന്നില്ല. മഴ നിലച്ചപ്പോൾ അയാൾ കുട ചുരുട്ടി കക്ഷത്തു വെച്ചു.

ശങ്കരൻകുട്ടി നേരെ വീട്ടിലേക്ക് പോയില്ല. ഉടനെ വീട്ടിൽ ചെന്നാൽ അച്ഛന്റെ ചോദ്യമുണ്ടാകും. ഈ പെൺകുട ആരുടേതാണ്? എങ്ങനെ നിന്റെ കൈയിൽ വന്നു? നിന്റെ കുട എവിടെ? എന്നെല്ലാം. അച്ഛനോട് നുണ പറയാൻ പ്രയാസമുണ്ട്. എന്തെന്നാൽ സത്യത്തിന്റെ മൂർത്തി ഭാവമാണ് അദ്ദേഹം.

അയാൾ നേരെ തെരുവിന്റെ മൂലയിൽ കുട റിപ്പയർ ചെയ്യുന്ന കോങ്കണ്ണൻ മാപ്പിളയുടെ അടുത്തേക്ക് നടന്നു. കുട റിപ്പയർ ചെയ്തു വെക്കുക. പിറ്റേന്ന് രാവിലെ വന്നു വാങ്ങിക്കൊള്ളാം എന്നും പറഞ്ഞ് ശങ്കരൻകുട്ടി വീട്ടിലേക്ക് പോയി.

പിറ്റേന്ന് രാവിലെ റിപ്പയർ ചെയ്തു കിട്ടിയ കുടയുമായി അയാൾ റെയിൽവേ മൈതാനിയിൽ കാത്തുനിന്നു. അവൾ എത്തിയപ്പോൾ കുട കൈമാറി. ഒട്ടൊരു സങ്കോചത്തോടെ അയാൾ ചോദിച്ചു.

‘‘പേരെന്താണ്?’’

‘‘ചിരുതക്കുട്ടി.’’

‘‘ട്രെയ്നിങ്ങ് വിദ്യാർഥിയാണോ?’’

‘‘അതെ.’’

‘‘എവിടെയാണ് താമസിക്കുന്നത്?’’

അവൾ സ്ഥലത്തിന്റെ പേര് പറഞ്ഞു.

‘‘വീട്ടുടമസ്ഥന്റെ ആരെങ്കിലുമാണോ?’’

‘‘ഭാര്യയുടെ അനിയത്തി.’’

കുട റിപ്പയർ ചെയ്തതിന്റെ കൂലി എത്രയാണെന്ന് അവൾ

ചോദിച്ചില്ല. അയാൾ പറഞ്ഞതുമില്ല. ജീവിതത്തിൽ അവർ തമ്മിൽ നടന്ന സംഭാഷണം ഇത്രമാത്രമാണ്.

കേവലം ഒരാകസ്മിക സംഭവം.

മാസങ്ങൾക്കുശേഷം ശങ്കരൻകുട്ടി അവളുടെ വീട്ടിനടുത്തുകൂടി ചിലപ്പോഴെല്ലാം പോയിട്ടുണ്ട്. വഴിക്കുവെച്ച്, അവളെ കണ്ടിട്ടുമുണ്ട്. പക്ഷേ, എന്തുകൊണ്ടോ പിന്നീട് സംസാരിക്കാനുള്ള ധൈര്യം കാട്ടിയില്ല. ഒരു സങ്കോചം അല്ലെങ്കിൽ പേടി.

അങ്ങനെ അറിയാതെ അകന്നു. മിക്കവാറും മറന്നു എന്നുതന്നെ പറയാം. അതിനുശേഷം മൂന്നു വർഷം കഴിഞ്ഞിരിക്കുന്നു.

അപ്പോഴാണ് ചിരുതക്കുട്ടിയുടെ ആങ്ങളച്ചെറുക്കൻ ഒരു നോട്ടുപുസ്തകം ശങ്കരൻകുട്ടിയെ ഏൽപിച്ചത്.

''ചിരുതേടത്തി ഈ പുസ്തകം നിങ്ങൾക്ക് തരാൻ സ്വകാര്യമായി ഏല്പിച്ചതാണ്.''

നോട്ടുപുസ്തകം വാങ്ങി അയാൾ മറിച്ചുനോക്കി. നിറയെ കവിതകളാണ്. അൽപം ഇടത്തോട്ട് ചെരിഞ്ഞ് ചെറിയ കൈപ്പടയിൽ വയലറ്റുമഷികൊണ്ട് എഴുതിക്കൂട്ടിയ കവിതകൾ.

''ചിരുതേടത്തി ഇപ്പോൾ ഏതു സ്കൂളിലാണ്?'' പഴയ സ്മരണ പുതുക്കി അല്പമൊരു സന്തോഷത്തോടെ അയാൾ ചോദിച്ചു.

ചെറുക്കൻ കണ്ണിൽ വെള്ളം നിറച്ചുകൊണ്ട് പറഞ്ഞു. 'ചിരുതേടത്തി മരിച്ചുപോയി.''

മരിച്ചുവെന്നോ? അയാൾക്ക് വിശ്വസിക്കാനായില്ല. ഗദ്ഗദംകൊണ്ട് പെട്ടെന്ന് ഒന്നും പറയാൻ കഴിഞ്ഞില്ല.

''മരിച്ചിട്ട് ഒരാഴ്ചയായി. ക്ഷയരോഗമായിരുന്നു.''

ചെറുക്കൻ മിഴികൾ തുടച്ച് വിദൂരതയിലേക്ക് നോക്കി നിന്നു.

ശങ്കരൻകുട്ടിക്ക് വല്ലാതൊരു ഹൃദയഭാരം അനഭവപ്പെട്ടു. അന്നു രാത്രി മുഴുവൻ ആ കവിതകൾ ആവർത്തിച്ച് വായിച്ചു. പേരില്ലാത്ത കവിതകൾ. ആത്മലാപങ്ങൾ. അനശ്വരപ്രണയത്തിന്റെ മൂകസന്ദേശങ്ങൾ.

''ഇല്ലാ വരില്ലാ നീയെന്നോല വാതിലിൽ
മെല്ലവേ മുട്ടിയൻ പേർ വിളിച്ചീടുവാൻ
ഇല്ലാ-വരില്ലാ നീ, യെൻ മുടിക്കെട്ടിലെ
മുല്ല തന്റെ സൗരഭ്യമൊക്കെയും വാർന്നുപോയ്
ഓമനേയെന്നും വിളിക്കില്ലയെന്നെ നീ

വ്യാമോഹമാണു മൽ പ്രേമാർദ്ര ചിന്തകൾ

....

....

നാഥാ നീ ചുംബിച്ചെടുത്താലുമെന്നുയിർ

നാളത്തെ നൈരാശ്യമേൽക്കാതിരിക്കുവാൻ.''

എന്നീ വരികൾ വായിച്ചു കഴിഞ്ഞപ്പോൾ അയാളുടെ കണ്ണുകൾ നിറഞ്ഞുനിന്നു.

അവളെന്തിന് ഈ ഭൂമിയിൽ വന്നു പിറന്നു? കനത്ത പുസ്തകങ്ങളുമേന്തി, കുറച്ചുകാലം ട്രെയ്നിങ്ങ് സ്കൂളിൽ പോകുവാനും ആരാരുമറിയാതെ ദുഃഖഗാനങ്ങൾ രചിച്ച് തന്നെ കരയിക്കാനും വേണ്ടി മാത്രമോ?

'ഒരു ദേശത്തിന്റെ കഥ' എന്ന അനശ്വരഗ്രന്ഥത്തിന്റെ ആമുഖത്തിൽ 'സംഭരണി' എന്ന പേരിൽ പൊറ്റെക്കാട്ട് ഈ സംഭവം രേഖപ്പെടുത്തിയിട്ടുണ്ട്. കഥാപാത്രങ്ങളുടെ പേരുകളിൽ ചില വ്യത്യാസങ്ങൾ കാണാം എന്നു മാത്രം.

പരലോകത്ത് പറന്നുപോയ ആ പൂങ്കുയിൽ പാർത്തിരുന്ന സ്ഥലത്താണ് പതിനായിരം ഗ്യാലൻ സ്നേഹസംഭരണി പൊങ്ങിനിൽക്കുന്നത്.

കാലം എത്ര കടന്നുപോയി.

കഥാകാരനായ കഥ

ശങ്കരൻകുട്ടി അന്ന് കോഴിക്കോട് സാമൂതിരി കോളേജിന്റെ ഹൈ സ്കൂൾ വിഭാഗത്തിൽ ഒമ്പതാംതരത്തിൽ പഠിക്കുകയാണ്. ഒരു ദിവസം വൈകീട്ട് സ്കൂളിൽനിന്ന് വന്നശേഷം പിറ്റേദിവസത്തെ ഹോംവർക്ക് ചെയ്തുകൊണ്ടിരിക്കുകയായിരുന്നു. ആ സമയത്ത് വടിയും കുത്തിപ്പിടിച്ചുകൊണ്ട് ഒരു വൃദ്ധ പതുക്കെ വീട്ടിലേക്ക് കയറിവന്നു. അവരുടെ പക്കൽ മണ്ണു പറ്റിപ്പിടിച്ച് ഒരു വരയൻ കട ലാസും മുദ്രപതിപ്പിച്ച ഒരു ലക്കോട്ടുമുണ്ടായിരുന്നു. നാട്ടിൽനിന്നും അൽപം അകലെ ജോലി സ്ഥലത്തുതാമസിക്കുന്ന മകന് ഒരെഴു ത്തെഴുതിക്കുക എന്നതായിരുന്നു അവരുടെ ഉദ്ദേശം.

അവർ നിലത്ത് മുട്ട് മടക്കി ഇരുന്ന് തന്റെ കഷ്ടപ്പാടുകൾ വിവ രിക്കാൻ തുടങ്ങി. മകൻ നന്നേ ചെറുപ്പമായിരുന്നപ്പോൾതന്നെ ഭർത്താവ് മരിച്ചുപോയി. പിന്നീട് മകനെ വളർത്തി വലുതാക്കാൻ അവർ അനുഭവിക്കേണ്ടി വന്ന കഷ്ടപ്പാടുകൾ ഓരോന്നായി വിവരി ക്കാൻ തുടങ്ങി. മാറത്തിട്ട കീറമുണ്ടിന്റെ അറ്റംകൊണ്ട് കണ്ണ് തുടച്ചും മൂക്കു പിഴിഞ്ഞും അവർ മകനുവേണ്ടി അനുഭവിച്ച ത്യാഗത്തിന്റെ കഥകൾ ഓരോന്നായി പറഞ്ഞുകൊണ്ടിരുന്നു. താമസിച്ചിരുന്ന വീടും പറമ്പും വിറ്റു. ആ പണമെല്ലാം തീർന്നപ്പോൾ അയൽവീടുകളിൽ വീടുപണി ചെയ്തു. വളരെ കഷ്ടനഷ്ടങ്ങളനുഭവിച്ചു. നിരക്ഷരയും മുക്കാലും അന്ധയുമായ ആ അമ്മ ആഗ്രഹിച്ചതുപോലെ മകൻ ഒരു ഉദ്യോഗസ്ഥനായി. ജോലിസ്ഥലത്തെ ഒരു ഉദ്യോഗസ്ഥയിൽ അനുരക്തനായ മകൻ അവളെ വിവാഹം ചെയ്ത് അകലെ ഒരി ടത്ത് താമസമാക്കി. അതോടെ അമ്മയെ മറന്നു. വൃദ്ധയായ ആ അമ്മയ്ക്ക് ഇപ്പോൾ ജോലി ചെയ്യാൻ വയ്യാതായി. മുഴുപട്ടിണിയി ലാണ്. അയൽക്കാരായ ചിലരുടെ സന്മനസ്സുകൊണ്ട് മാത്രമാണ് ഇപ്പോൾ ജീവൻ നിലനിർത്താനാവുന്നത്.

ഈ യാഥാർത്ഥ്യങ്ങൾ ഓരോന്നും പൊടിപ്പും തൊങ്ങലും വെച്ച് മനസ്സിളക്കുവാൻ പാകത്തിൽ ആ സ്കൂൾ കുട്ടി തുടർച്ചയായി മകനെ

അറിയിച്ചുകൊണ്ടിരുന്നു. ഒന്നു രണ്ടുമാസം കഴിഞ്ഞപ്പോൾ മകൻ, ഭാര്യ അറിയാതെ, അമ്മയ്ക്ക് കുറെശ്ശെ പണം അയയ്ക്കുവാൻ തുടങ്ങി. ഒരിക്കൽ അമ്മയെ കാണാൻ വരികയും ചെയ്തു.

അപ്പോൾ ആരാണ് അമ്മയ്ക്ക് ഈവിധം കത്തുകൾ എഴുതിത്തരുന്നതെന്ന് മകൻ അമ്മയോട് അന്വേഷിച്ചു. അതൊരു സ്കൂൾ കുട്ടിയാണെന്നായിരുന്നു അമ്മയുടെ മറുപടി. ആ വൃദ്ധമാതാവ് തന്നെയാണ് ഈ വിവരങ്ങളെല്ലാം ശങ്കരൻകുട്ടിയെ അറിയിച്ചത്. കഠിനഹൃദയനായ മകന് വീണ്ടുവിചാരമുണ്ടാക്കുവാൻ തന്റെ കത്തുകൾക്ക് കഴിഞ്ഞുവല്ലോ എന്നു ശങ്കരൻകുട്ടിക്ക് അഭിമാനം തോന്നി. അതേപറ്റി പൊറ്റെക്കാട്ടിന്റെ വാക്കുകൾതന്നെ കേൾക്കുക.

“എരിയുന്ന നെഞ്ചും പൊരിയുന്ന വയറുമായി നരകിക്കുന്ന ഒരു ദരിദ്രമാതാവിന്റെ അന്ത്യകാലത്തെ കുറഞ്ഞൊന്ന് ആശ്വസിപ്പിക്കുവാനും പ്രേമാന്ധനായി വഴിപിഴച്ച ഒരു യുവാവിനെ മാതൃഹൃദയത്തിന്റെ ഒരു ചിത്രം വരച്ചുകാണിച്ച് മനസ്സിളക്കിത്തീർക്കുവാനും ഒരിക്കൽ എനിക്ക് സാധിച്ചിട്ടുണ്ട് എന്ന് ഞാൻ അഭിമാനത്തോടെ വിശ്വസിക്കുന്നു.

(ഗ്രന്ഥാലോകം മാസികം, 1950 മാർച്ച് ലക്കം)

മകൻ അയച്ചുകൊടുത്തുകൊണ്ടിരുന്ന പണം സ്വീകരിച്ച് ഏറെ കാലം ജീവിക്കാൻ ആ വൃദ്ധമാതാവിന് കഴിഞ്ഞില്ല. ഏതാനും മാസങ്ങൾക്കുള്ളിൽ അവർ നിത്യശാന്തി തേടി കാലയവനികയ്ക്കുള്ളിൽ മറഞ്ഞു.

1949-ൽ ഒരു ദിവസം ഈ മകനെ പൊറ്റെക്കാട്ട് കോഴിക്കോട് നഗരത്തിൽവെച്ച് കണ്ടുമുട്ടുകയുണ്ടായി. എഴുത്തുകാരനെന്ന നിലയിൽ അയാൾ പൊറ്റെക്കാട്ടിനെ അറിയുമായിരുന്നു. അയാളുടെ കുടുംബത്തെക്കുറിച്ച് ഈ കഥാകാരൻ അന്വേഷിച്ചു. അയാൾ പറഞ്ഞു.

“കഴിഞ്ഞ കൊല്ലം ഞാൻ ഭാര്യയെ ഉപേക്ഷിച്ചു. നടപടി ദൂഷ്യം കൊണ്ട്. കുട്ടികൾ എന്റെ കൂടെ തന്നെയുണ്ട്.”

അയാൾ അല്പനേരം വിഷാദത്തോടെ വിദൂരതയിലേക്ക് നോക്കി നിന്നു. ഒരുപക്ഷേ തന്റെ മാതാവിന്റെ വാക്കുകളെ അനുസ്മരിച്ച് പശ്ചാത്തപിക്കുകയായിരിക്കും എന്ന് കഥാകാരൻ ഊഹിച്ചു. അതെല്ലാം എരിവും പുളിയും ചേർത്ത് എഴുതി അയച്ച സ്കൂൾ കുട്ടിയാണ് തന്റെ മുന്നിൽ നിൽക്കുന്നതെന്ന് അപ്പോഴും ആ മാന്യൻ മനസ്സിലാക്കിയിരുന്നില്ല.

പൊറ്റെക്കാട്ടിന് അയാളോട് സഹതാപം തോന്നി. ഒപ്പം തന്നെ ഉള്ളിൽ ചിരിയും വന്നു. മനസ്സുരുകി മരിച്ച ആ വൃദ്ധമാതാവിന്റെ

ജീവിതകഥ ഓർത്താണ് സഹതാപം തോന്നിയത്, ചിരി വന്നത് ഭാര്യയുടെ സ്വഭാവദൂഷ്യം തിരിച്ചറിയാൻ വിഡ്ഢിയായ ആ മകന് പതിനേഴു കൊല്ലം കാത്തിരിക്കേണ്ടി വന്നല്ലോ എന്നോർത്തിട്ട്.

''മുക്കാലും അന്ധയായ ആ മുത്തിത്തള്ളയാണ് ചെറുകഥാ രചനയിൽ എന്റെ ആദ്യഗുരുനാഥ. അന്നു ഞാനെഴുതിയ കത്തുകളാണ് എന്റെ ആദ്യത്തെ ചെറുകഥകൾ.''

പൊറ്റെക്കാട്ടിന്റെ ആദ്യത്തെ ചെറുകഥ 'രാജനീതി' എന്ന പേരിൽ സാമൂതിരി കോളേജ് മാഗസിനിലാണ് വെളിച്ചം കണ്ടത്. 1928ലായിരുന്ന് ഇത്. അന്ന് ഒമ്പതാം ക്ലാസിൽ വിദ്യാർത്ഥിയായിരുന്ന ശങ്കരൻകുട്ടിയെ സംസ്കൃതാധ്യപകനായ കെ.സി. കുട്ടപ്പനമ്പ്യാർ അഭിനന്ദിച്ചു സംസാരിച്ചത് ആവേശകരമായ അനുഭവമായിരുന്നു. കവിയും സഹൃദയനുമായ കുട്ടപ്പനമ്പ്യാർ അന്ന് ഒരു പ്രവചനം നടത്തി. ''ഒരുനാൾ ശങ്കരൻകുട്ടി ഭാരതം മുഴുവൻ പ്രശസ്തനായിത്തീരും. പക്ഷേ അതു കാണാൻ ഞങ്ങളാരും ജീവിച്ചിരിപ്പുണ്ടാവില്ല.''

ഹൈസ്കൂളിലും കോളേജിലും സംസ്കൃതം ഐച്ഛിക വിഷയമായി എടുത്തു പഠിക്കാൻ അച്ഛൻ നിർബന്ധിച്ചത് പിൽക്കാലത്ത് ഏറെ പ്രയോജനം ചെയ്തു എന്ന് പൊറ്റെക്കാട്ട് അനുസ്മരിക്കുന്നുണ്ട്.

കോൺഗ്രസ്സിന്റെ രജതജൂബിലി ആഘോഷം കോഴിക്കോട്ട് വെച്ച് നടന്നപ്പോൾ ഒരു കവിതാമത്സരം നടത്തിയിരുന്നു. ശങ്കരൻകുട്ടി എഴുതിയ ഒരു 'ഭടന്റെ പുറപ്പാട്' എന്ന കവിതക്കാണ് ഒന്നാം സമ്മാനം ലഭിച്ചത്. കുമാരനാശാന്റെ കവിതകളാണ് സമ്മാനമായി ലഭിച്ചത്. ആശാന്റെ കവിതകൾ പലവട്ടം വായിച്ച് അയാൾ ഹൃദിസ്ഥമാക്കി. അത് പിന്നീട് ധാരാളം കവിതകളെഴുതാൻ പ്രചോദനമായിത്തീർന്നു. അദ്വൈതാചാര്യനായിരുന്ന വാഗ്ഭടാനന്ദ ഗുരുദേവന്റെ പത്രാധിപത്യത്തിൽ കോഴിക്കോട്ടുനിന്ന് 'ആത്മവിദ്യാകാഹളം' എന്ന ഒരു മാസിക ഇറങ്ങിയിരുന്നു. ശങ്കരൻകുട്ടിയുടെ ആദ്യകവിത - മകനെക്കൊന്ന മദ്യം - പ്രസിദ്ധീകരിച്ചത് ഈ മാസികയിലാണ്. 1930ലായിരുന്നു ഇത്. അതേവർഷംതന്നെ മൂർക്കോത്തു കുമാരന്റെ ദീപം മാസികയിൽ 'ഹിന്ദു മുസ്ലിം മൈത്രി' എന്ന കഥയും പ്രസിദ്ധീകരിച്ചു. ഈ കഥ പ്രസിദ്ധീക രിച്ചതോടെയാണ് പൊറ്റെക്കാട്ടിന്റെ കഥാജീവിതത്തിന്റെ പ്രയാണം ആരംഭിക്കുന്നത്. തുടർന്ന് കഥാമാലിക, മലയാള രാജ്യം, കേരളാകൗമുദി എന്നീ പ്രസിദ്ധീകരണങ്ങളിൽ ധാരാളം കഥകളും കവിതകളുമെഴുതി.

സാഹിത്യരചനയിൽ വ്യാപൃതനായിരുന്നെങ്കിലും അജ്ഞാതമായ ഭാവി ശങ്കരൻകുട്ടിയെ തുറിച്ചുനോക്കിയിരുന്നു. അച്ഛൻ ആഗ്രഹിച്ചതുപോലെ തുടർന്ന് പഠിച്ച് ബി.എ.കാരനാകാമെന്ന മോഹം

ഒട്ടുമില്ലായിരുന്നു. മനസ്സിലെ ഉത്ക്കണ്ഠകളെ തടഞ്ഞുനിർത്താൻ കഴിയാതെ അദ്ദേഹം ഡയറിയിൽ ഇങ്ങനെ കുറിച്ചിട്ടു.

''ലോകത്തിലെ ഏറ്റവും വലിയ ദുഃഖിതൻ ഞാനായിരിക്കും. മനസ്സിനും ശരീരത്തിനും സുഖമില്ല. ഭാവിയെപ്പറ്റിയുള്ള ചിന്ത എന്നെ വേദനിപ്പിക്കുന്നു. ഇന്ത്യ വിട്ട് മറ്റു രാജ്യങ്ങളിൽ പര്യടനം നടത്താൻ കൊതി തോന്നുന്നു. സിനിമയുടെ കല പഠിക്കാനും ഉദ്ദേശമുണ്ട്. കഴിഞ്ഞ ശനിയാഴ്ച സിനിമാഹാളിൽ നിന്നും പുറത്തു കടന്നപ്പോൾ, പെട്ടെന്ന് തോന്നിയതാണ് - സന്തോഷവും പ്രശസ്തിയും ഞാൻ ആഗ്രഹിക്കുന്നു. രണ്ടും എനിക്ക് നേടാൻ കഴിയുമെന്നും പ്രതീക്ഷിക്കുന്നു. പക്ഷെ എത്ര കാലം ഞാനതിന് കാത്തുനിൽക്കണം. പറയാൻ വയ്യ.''

ആദ്യത്തെ ബോംബെ യാത്ര

സ്വന്തമായി ഒരു ജോലി സമ്പാദിക്കാനുള്ള അതിയായ ആഗ്രഹം ഒരുവശത്ത്, മറുനാടുകൾ കാണാനും വ്യത്യസ്തമായ ഭൂവിഭാഗങ്ങളേയും മനുഷ്യരേയും മനസ്സിലാക്കുവാനുമുള്ള ത്വര മറ്റൊരു വശത്ത്. ഈ ഒരു പ്രത്യേക ചുറ്റുപാടിലാണ് പൊറ്റെക്കാട്ട് 1934 ഏപ്രിൽ മാസം ഒന്നാം തിയ്യതി ബോംബെയിലേക്ക് യാത്ര തിരിച്ചത്. ടൈപ്പ് റൈറ്റിങ്ങ് ഹയർ പരീക്ഷ പാസ്സായ സർട്ടിഫിക്കറ്റും വീട്ടിൽ നിന്ന് അമ്മയുടെ സ്വർണ്ണാഭരണമെടുത്തു വിറ്റ അറുപതു രൂപയുമായി അദ്ദേഹം ഒളിച്ചോടുകയായിരുന്നു. മംഗലാപുരം വഴി കപ്പലിലായിരുന്നു യാത്ര. മൂന്നാം ദിവസമാണ് ബോംബെയിലെത്തിയത്.

ബോംബെയിലെ ഫെയർ റോഡിലുള്ള മലബാർ ഹോട്ടലിൽ ഭക്ഷണവും താമസവും എല്ലാം ആദ്യമായി ഏർപ്പാട് ചെയ്തു. ഒരു മാസത്തെ ചാർജ്ജായ 25 രൂപ മുൻകൂറായി ഹോട്ടൽ മാനേജരെ ഏൽപിച്ചപ്പോൾ പൊറ്റെക്കാടിന് സമാധാനമായി. എന്നാണ് എവിടെയാണ് ഒരുജോലി തരപ്പെടുക എന്ന് കണക്കാക്കാൻ ഒരു നിവൃത്തിയുമില്ലല്ലോ.

ബോംബെയിൽ പൊതുവേ സാമ്പത്തികമാന്ദ്യം ബാധിച്ച ഒരു കാലമായിരുന്നു അത്. അതിനാൽ ഒരു ജോലി നേടിയെടുക്കാൻ കഴിയുക എന്നത് ഏറെ ദുഷ്കരമായിരുന്നു. എങ്കിലും ശുഭാപ്തി വിശ്വാസം കൈവിടാതെ നിരവധി ഓഫീസുകളുടെ പടികൾ കയറിയിറങ്ങി. ജോലി തേടിയുള്ള ഈ യാത്രയ്ക്കിടയിൽ ഒരു മറാഠി സുഹൃത്തിനെ പരിചയപ്പെടാൻ ഇടയായി. നന്നായി ഇംഗ്ലീഷ് സംസാരിക്കാൻ കഴിയുന്ന അയാൾ താൻ ഒരു റെയിൽവേ മെക്കാനിക്കാണെന്നും ജ്യേഷ്ഠൻ റെയിൽവേയിൽ ഒരുയർന്ന ഉദ്യോഗസ്ഥനാണെന്നും അദ്ദേഹം വിചാരിച്ചാൽ ഒരു ജോലി ലഭിക്കുക എന്നത് പ്രയാസമുള്ള കാര്യമല്ല എന്നും അറിയിച്ചു.

ഇപ്പോൾ താമസിക്കുന്നതിലും കുറഞ്ഞ തുകയ്ക്ക് താമസസൗകര്യവും ഭക്ഷണവും എർപ്പെടുത്തിത്തരാമെന്നും പറഞ്ഞു.

കേട്ടപ്പോൾ എസ്.കെ.യ്ക്ക് വിശ്വാസമായി. മലബാർ ഹോട്ടലിൽ പോയി അതുവരെയുള്ള ചെലവുകൾ കഴിച്ച് ബാക്കി സംഖ്യ തിരികെ വാങ്ങി. ഹോട്ടൽ മാനേജർക്ക് അതത്ര ഇഷ്ടമായില്ല എന്ന് മുഖ ഭാവം വ്യക്തമാക്കി.

കൈയിലുള്ള ഇരുമ്പുപെട്ടി യാത്രയ്ക്ക് തടസ്സമായതിനാൽ തൽ ക്കാലം റെയിൽവേ സ്റ്റേഷനിലെ ക്ലോക്ക്റൂമിൽ ഏൽപിക്കാമെന്ന സുഹൃത്തിന്റെ നിർദേശം സ്വീകാര്യമായി. ബോംബെ നഗരത്തിലെ പല കൗതുകങ്ങളെക്കുറിച്ചും അയാൾ പറഞ്ഞ കഥകൾ അറബി കഥകളേക്കാൾ അത്ഭുതകരമായിരുന്നു. മറാഠി സുഹൃത്ത് ബോംബെ നഗരത്തിലെ വിചിത്രമായ പല കാഴ്ചകളും എസ്.കെ.യ്ക്ക് കാട്ടി ക്കൊടുത്തു. ക്രാഫോർഡ് മാർക്കറ്റടക്കമുള്ള പല തെരുവുകളിലൂ ടെയും അവർ നടന്നു. നടന്നുനടന്ന് നേരം ഇരുട്ടി. ഒടുവിൽ എത്തി ച്ചേർന്നത് ഒരു ഇരുണ്ട ഗലിയിലായിരുന്നു. അതൊരു വേശ്യത്തെരു വായിരുന്നു. മദ്യപന്മാരുടെ കൂത്താട്ടം. പരിഭ്രമിച്ചുപോയ പൊറ്റെ ക്കാട്ടിനോട് അതുവരെ കാണിക്കാതിരുന്ന പരുഷസ്വരത്തിൽ ആ മറാഠി സുഹൃത്ത് അജ്ഞാപിച്ചു.

"ആ പേഴ്സിങ്ങെടുക്ക്..."

വിശ്വസിക്കാൻ പ്രയാസം തോന്നി. പേഴ്സ് നൽകുകയോ? സംശ യിച്ചുനിൽക്കുന്നതിനിടയിൽ ആ മനുഷ്യൻ പേഴ്സ് തട്ടിയെടുത്ത് ഇരുണ്ട ഗലിയിലേക്ക് മറഞ്ഞു. ഇടിവെട്ടേറ്റവനെപ്പോലെ എത്ര നേരം അവിടെ നിന്നു എന്നോർമ്മയില്ല. അൽപമൊരു പരിസരബോധം കൈവന്നപ്പോൾ തെരുവുമൂലയിൽ ബോർഡിൽ രേഖപ്പെടുത്തിയത് ശ്രദ്ധയിൽപ്പെട്ടു.

"കാമാത്തിപുരം. സ്ട്രീറ്റ് നമ്പർ 13."

സർട്ടിഫിക്കറ്റുകൾ കോട്ടിന്റെ കീശയിലായിരുന്നതുകൊണ്ട് നഷ്ടമായില്ല. എന്നാൽ ക്ലോക്ക്റൂമിൽനിന്ന് ലഭിച്ച രശീതി പേഴ്സി ലായിരുന്നു. പേഴ്സ് നഷ്ടമായതിനാൽ ക്ലോക്ക് റൂമിൽനിന്ന് പെട്ടി തിരിച്ചുവാങ്ങാൻ കഴിഞ്ഞില്ല. അപ്രകാശിതമായ 'ഇടിമുഴക്കം' എന്ന നോവലിന്റെ കൈയെഴുത്തു പ്രതിയും നഷ്ടപ്പെട്ട കൂട്ടത്തിലുണ്ടാ യിരുന്നു.

"എന്താണ് ഇവിടെ നിൽക്കുന്നത്? ഒരു മലയാളിയുടെ ചോദ്യം എസ്.കെ.യെ ഉണർത്തി. തനിക്കുപറ്റിയ ആപത്തിനെക്കുറിച്ച് പൊറ്റെക്കാട്ട് ആ സഹൃദയനോട് വിശദീകരിച്ചു. എല്ലാം ശ്രദ്ധിച്ചു കേട്ടശേഷം അയാൾ പറഞ്ഞു

"ഇപ്പോൾ ഒന്നും ചെയ്യാൻ കഴിയില്ല, നാളെ രാവിലെ എന്റെ ലോഡ് ജിൽ വരൂ. പൊലീസ്സ്റ്റേഷനിൽ നമുക്ക് ആക്ഷേപം ബോധിപ്പിക്കാം."

ഫോർട്ടിലെ പോറൺസി റോഡിൽ താമസിക്കുന്ന തോമസ് ആയിരുന്നു ആ അപരിചിതൻ. കൂടുതൽ സഹായമൊന്നും ചെയ്തു കൊടുക്കാൻ തയ്യാറാകാതെ അയാൾ സ്ഥലം വിട്ടു.

ബീറ്റ് പൊലീസുകാരന്റെ മുമ്പിൽ ചെന്നുപെട്ടാൽ നിരവധി ചോദ്യങ്ങളുയരും. ജോലി, താമസസ്ഥലം ഇതെല്ലാം പറഞ്ഞു പോയാൽ പുലിവാലാകും. മലബാർ ഹോട്ടലിലേക്ക് പോകാനും പ്രയാസമുണ്ട്. എല്ലാ കണക്കും തീർത്ത് ബാക്കി പണവും വാങ്ങി പ്പോന്നതാണ്. ഇപ്പോൾ പേഴ്സും നഷ്ടപ്പെട്ടു എന്ന വിവരം എങ്ങനെ അവിടെ പറയും? അത്തരമൊരു ഗതികേടിൽ എസ്.കെ. പോർബന്ദർ പാർക്കിലെ ഒരു പൊന്തയിൽ രാത്രി മുഴുവൻ ശ്വാസമടക്കി ഒളിച്ചി രുന്നു. റെയിൽവേ സ്റ്റേഷനിലെ ടവർ ക്ലോക്കിൽ മണിയടിക്കുന്നതും എണ്ണിക്കൊണ്ട് എങ്ങനെയോ നേരം വെളുപ്പിച്ചു. പുലർന്നതോടെ തലേന്നു കണ്ടുമുട്ടിയ തോമസിന്റെ നിർദ്ദേശപ്രകാരം ലോഡ്ജിലെ സ്വാമിയോട് ഒരു രൂപ കടം വാങ്ങി. ഭിക്ഷ നൽകുമ്പോലെയായി രുന്നു സ്വാമിയുടെ ദാനം. പണത്തിനു വേണ്ടി അച്ഛന് കമ്പിയടിച്ചു.

എസ്.കെ. നേരെ മലബാർ ഹോട്ടലിൽ പോയി മാനേജരോട് തന്റെ കദനകഥ പറഞ്ഞു. ഇവിടത്തെ ഒരു സാധാരണ സംഭവമെന്ന നിലയിൽ അയാൾ പുച്ഛിച്ചുതള്ളി. എന്നാൽ ഒരുപകാരം ചെയ്തു. ഹോട്ടൽ വരാന്തയിൽ ഇരിക്കാൻ അനുവദിച്ചു. രാത്രിയിൽ ഒഴിഞ്ഞു കിടന്ന ഒരു കട്ടിലിൽ കിടന്നെങ്കിലും ഒരു പോള കണ്ണടയ്ക്കാനായില്ല. പിറ്റേന്നു രാവിലെ മുതൽ ഹോട്ടൽ വരാന്തയിലെ ഇരിപ്പു തുടർന്നു. എപ്പോഴോ ഒന്നു മയങ്ങി. ഹോട്ടൽ മാനേജരാണ് വിളിച്ചുണർത്തി യത്.

''നാട്ടിൽനിന്ന് കമ്പി മണിയോർഡർ വന്നിരിക്കുന്നു.'' അച്ഛൻ നൂറു രൂപ അയച്ചിരിക്കുന്നു. അച്ഛന്റെ മുഖം മനസ്സിൽ പൊന്തിവന്ന തോടെ വികാരം നിയന്ത്രിക്കാനാവാതെ എസ്.കെ. പൊട്ടിക്കരഞ്ഞു.

അന്നുതന്നെ കപ്പൽക്കമ്പനിയിലേക്ക് പോയി അടുത്ത കപ്പലിൽ മംഗലാപുരത്തേക്ക് ഒരു ടിക്കറ്റു വാങ്ങി. മൂന്നാം ദിവസമായിരുന്നു അടുത്ത സ്റ്റീമർ. മൂന്നു ദിവസം ബോംബെ നഗരത്തിലെ കാഴ്ചകൾ കണ്ടു നടന്നു. കമ്പിയടിക്കാൻ പരിഹാസപൂർവം ഒരു രൂപ നൽകിയ സ്വാമിക്ക് അത് തിരിച്ചുനൽകാൻ മറന്നില്ല. പൊറ്റെക്കാട്ടിന്റെ ജീവിത ത്തിലെ ആദ്യത്തെ ബോംബെ യാത്ര അങ്ങനെ അവസാനിച്ചു.

ദേശീയസമരത്തിന്റെ അലയൊലികൾ

പൊറ്റെക്കാട്ടിന്റെ പിതാവായ കുഞ്ഞിരാമൻ മാസ്റ്ററുടെ അന്ത്യം തീർത്തും അപ്രതീക്ഷിതമായിരുന്നു. തൊടിയിൽ നട്ടുവളർത്തിയിരുന്ന ഒരാട്ടുമാവിൻതൈയ്ക്ക് നനച്ചുകൊണ്ടിരിക്കെ, നെഞ്ചിൽ ചെറിയ വേദന തോന്നി. തുടർന്ന് ഒന്നു ചുമച്ചു. ആ ചുമ അൽപം വർദ്ധിച്ചു. അദ്ദേഹം കൈ അമർത്തിപ്പിടിച്ചുകൊണ്ട് പതുക്കെ കിടപ്പുമുറിയിലെത്തി. കട്ടിലിൽ കിടന്നതേ ഓർമ്മയുള്ളൂ. പെട്ടെന്ന് മരണം സംഭവിക്കുകയായിരുന്നു.

ആദ്യഭാര്യയിലെ മക്കൾ ഒരു അടഞ്ഞ അധ്യായമായിക്കഴിഞ്ഞിരുന്നു. മൂത്തമകനായ ബാപ്പുട്ടി വിദേശത്തുനിന്ന് വന്നതിനുശേഷം ഒരു തമിഴത്തിയെ വിവാഹം കഴിച്ചു. മാസ്റ്റർ മരിക്കുമ്പോൾ അയാൾ തമിഴ്നാട്ടിലെ ഭാര്യവീട്ടിലായിരുന്നു. നാലുനാൾ കഴിഞ്ഞാണ് വീട്ടിലെത്തിയത്. രണ്ടാമത്തെ മകനാകട്ടെ അകാലത്തിൽ മരണമടയുകയും ചെയ്തു. പ്രായമായിരുന്നെങ്കിലും പിതാവ് എസ്.കെ.യ്ക്ക് ഒരു താങ്ങും തണലുമായിരുന്നു. ഇളയമകൻ താൻ ഉദ്ദേശിച്ചപോലെ ഒരുദ്യോഗസ്ഥനായി മാറിയില്ല എന്ന ഖേദം അദ്ദേഹത്തിന്റെ മനസ്സിലുണ്ടായിരുന്നു. എന്നാൽ സാഹിത്യരചനയിൽ മകൻ മികവു കാട്ടിത്തുടങ്ങിയതോടെ അദ്ദേഹം രഹസ്യമായി സന്തോഷിച്ചു. അതു തുറന്നു പറഞ്ഞില്ല എങ്കിലും.

പിതാവിന്റെ മരണം പൊറ്റെക്കാട്ടിനെ വല്ലാതെ തളർത്തി. തന്റെ തെറ്റുകുറ്റങ്ങൾ പൊറുക്കുവാനും വീട്ടുകാര്യങ്ങൾ നോക്കുവാനും ഇനി അച്ഛനില്ല. എന്തെങ്കിലും ജോലി ചെയ്തേ പറ്റൂ. അമ്മ അമ്മാവന്റെ വീട്ടിലേക്ക് പോയിരിക്കുന്നു.

പരിശ്രമങ്ങൾക്കൊടുവിൽ, കോഴിക്കോട്ടെ നാഷ്ണൽ ഗുജറാത്തി സ്കൂളിൽ അധ്യാപകന്റെ ജോലി ലഭിച്ചു. അവിടെ ഇംഗ്ലീഷും മലയാളവും പഠിപ്പിക്കണം.

ഇതിനിടയ്ക്ക് സ്വത്ത് ഭാഗം വെക്കുന്നതിനായി ജ്യേഷ്ഠൻ ബാപ്പുട്ടി തിരക്കു കൂട്ടി. വീട് വിലയ്ക്കെടുക്കാനുള്ള പണമൊന്നും എസ്.കെ യുടെ പക്കലുണ്ടായിരുന്നില്ല. ഏതാനും വർഷം മുമ്പ്, കുഞ്ഞിരാമൻ മാസ്റ്റർ പുതുക്കിപ്പണിത ആ വീട് വിൽക്കുകയേ ഗതിയുണ്ടായിരുന്നുള്ളൂ. ഭാഗംവെച്ചു കിട്ടിയ സ്വത്തുമായി ജ്യേഷ്ഠനായ ബാപ്പുട്ടി കുടുംബസമേതം പിനാങ്കിലേക്ക് കപ്പൽ കയറി,

ദേശീയസമരം ശക്തി പ്രാപിച്ചുവരുന്ന കാലമായിരുന്നു അത്. അതിൽ പ്രചോദിതനായി പൊറ്റെക്കാട്ട് ഖദർ വസ്ത്രങ്ങൾ ധരിക്കാൻ തുടങ്ങി. 1930ൽ കോഴിക്കോടു നടന്ന ഉപ്പുസത്യാഗ്രഹത്തിന്റെ അവിസ്മരണീയമായ രംഗങ്ങൾ എസ്.കെയുടെ മനസ്സിൽ മായാതെ കിടന്നിരുന്നു. കോഴിക്കോട് നഗരം കണ്ട ഏറ്റവും വലിയ ജനാവലിയാണ് കടപ്പുറത്ത് തടിച്ചുകൂടിയിരുന്നത്. അന്ന് സത്യാഗ്രഹികൾ അടുപ്പുകൂട്ടി മൺചട്ടിയിൽ കടൽവെള്ളംകൊണ്ട് ഉപ്പു കുറുക്കാൻ തുടങ്ങി. പൊലീസ് മൈക്കിലൂടെ കൽപനകൾ പ്രഖ്യാപിച്ചു.

''ഇതൊരു നിയമവിരുദ്ധ സമരമാണ്. ഉടനെ പിരിഞ്ഞുപോകണം. പ്രകോപനമുണ്ടാക്കരുത്.''

''ഞങ്ങൾ നിയമം ലംഘിക്കാൻ ഒരുങ്ങി വന്നവരാണ്. പിരിഞ്ഞുപോകുന്ന പ്രശ്നമില്ല.'' നേതാവായ മുഹമ്മദ് അബ്ദുറഹിമാന്റെ ഘനഗംഭീരമായ ശബ്ദം ഉയർന്നു.

പിന്നീടവിടെ നടന്നത് മൃഗീയമായ ലാത്തിച്ചാർജായിരുന്നു. തലയ്ക്കുമീതെ ചട്ടിയും പിടിച്ച് നിവർന്നു നിന്ന് മുദ്രവാക്യം വിളിക്കുന്ന മുഹമ്മദ് അബ്ദുറഹ്മാൻ സാഹിബ്.

''ഭാരത് മാതാ കീ ജയ്... മഹാത്മാഗാന്ധി കീ ജയ്. സ്വാതന്ത്ര്യം ഞങ്ങളുടെ ജന്മാവകാശം.''

കടപ്പുറത്ത് സത്യാഗ്രഹികളുടെ മുദ്രാവാക്യം വിളികൾകൊണ്ട് മുഖരിതമായി. അബ്ദുൽ റഹ്മാൻ സാഹിബിന്റെ കഴുത്തിൽ രണ്ട് പൊലീസുകാർ ലാത്തികൊണ്ട് മുറുക്കുന്ന ഭീകരദൃശ്യം.

അന്ന് പൊലീസുകാരുടെ ക്രൂരമായ പരാക്രമങ്ങൾ പരാജയപ്പെട്ടത് പി. കൃഷ്ണപിള്ളയുടെ മുമ്പിലാണ്. പൊലീസ് മർദ്ദനത്തെ കൂസാതെ, കൃഷ്ണപിള്ള ത്രിവർണ്ണപതാക മാറോട് ചേർത്തുപിടിച്ച് വീറോടെ ചെറുത്തുനിന്ന ദൃശ്യം, അന്ന് കോളേജ് വിദ്യാർത്ഥിയായിരുന്ന പൊറ്റെക്കാട്ടിനെ കോരിത്തരിപ്പിച്ചു. ഒടുവിൽ പൊലീസ് ദേശീയപതാകയോടെ കൃഷ്ണപിള്ളയെ പൊക്കിയെടുത്ത് വാനിലേക്കെറിഞ്ഞു. കൃഷ്ണപിള്ളയുടെ ആത്മാർത്ഥത നിറഞ്ഞ പ്രവർത്തനവും ''ത്സണ്ടാ ഊഞ്ചാ രഹേ ഹമാരാ'' എന്ന ശ്രുതിമധുരമായ

പതാകഗാനവും പൊറ്റെക്കാട്ടിനെ ഹഠാതാകർഷിച്ചു. ദേശീയസമരത്തിന്റെ ഉജ്ജ്വലമായ സമരരീതികളിലെ ആവേശം കൈക്കൊണ്ട് എസ്.കെ. നിരവധി കവിതകൾ എഴുതിക്കൂട്ടി. ദേശാഭിമാന പ്രചോദിതമായ ഈ കവിതകളിൽ ഭൂരിഭാഗവും പ്രസിദ്ധീകരിച്ചത് പ്രഭാതം പത്രത്തിലാണ്. ഇ.എം.എസ് ആയിരുന്നു പ്രഭാതത്തിന്റെ പത്രാധിപർ. പ്രഗത്ഭരായ ഈ മൂന്നു ദേശീയ നേതാക്കളുമായുണ്ടായ ബന്ധം എസ്.കെ.യെ ഒരു കോൺഗ്രസ്സ് അനുഭാവിയാക്കി മാറ്റി. ഇക്കാലത്താണ് അദ്ദേഹം ഖദർ വസ്ത്രങ്ങൾ ധരിക്കാൻ തുടങ്ങിയത്.

ഈ കാലഘട്ടത്തിൽതന്നെ എസ്.കെ. മാതൃഭൂമിയിലും തിരുവനന്തപുരത്തെ 'നവജീവൻ' വാരികയിലും കാല്പനികഭാവമുള്ള ഏതാനും കഥകൾ എഴുതി. അക്കാലത്തെ എസ്.കെ.യുടെ സാഹിത്യസുഹൃത്തും കൂട്ടുകാരനുമായിരുന്നു വക്കം അബ്ദുൽ ഖാദർ. അബ്ദുൽ ഖാദറാണ്, ദേശീയ സമരരംഗത്തെ ഉജ്ജ്വലവക്താവായ അബ്ദുൽ റഹ്മാൻ സാഹിബിനെ എസ്.കെയ്ക്ക് പരിചയപ്പെടുത്തിക്കൊടുത്തത്. അൽ-അമീൻ പത്രമാപ്പീസിൽ വെച്ചായിരുന്നു ഈ കൂടിക്കാഴ്ച. അബ്ദുൽറഹ്മാൻ സാഹിബിന്റെ അഭ്യർത്ഥനയെ മാനിച്ചുകൊണ്ട് എസ്.കെ. ഏതാനും ദേശഭക്തിഗാനങ്ങൾ രചിക്കുകയും അവ പത്രമാസികകളിൽ പ്രസിദ്ധീകരിക്കുകയും ചെയ്തു. ഈ ഗാനങ്ങൾ രണാങ്കണങ്ങളിൽ നിന്ന് ഉയർന്നുകേൾക്കാൻ തുടങ്ങിയപ്പോൾ, താനും ഈ സമരഭടന്മാരിലൊരാളായി മാറിയേക്കുമോ എന്ന് എസ്.കെ സംശയിക്കാതിരുന്നില്ല. അത്രമാത്രം ഉജ്ജ്വലമായിരുന്നു ആ സമരഗാനങ്ങൾ.

അക്കാലത്ത് പ്രഭാതത്തിൽ സൈക്കിൾ സവാരി എസ്.കെ.യുടെ പതിവായിരുന്നു. കോഴിക്കോട് പട്ടണത്തിന്റെ പ്രാന്തപ്രദേശങ്ങളിൽ അദ്ദേഹം ചുറ്റിക്കറങ്ങും. ഈ പ്രഭാത സവാരിക്കിടയിൽ അദ്ദേഹത്തിന് പലപ്പോഴും പുതുമയാർന്ന പല തീമുകളും വീണുകിട്ടും. ഇങ്ങനെ യാത്ര ചെയ്തുകൊണ്ടിരിക്കെ അപ്രതീക്ഷിതമായി സൈക്കിൾ ഒരു കല്ലട്ടിയിൽ ചെന്നിടിച്ചു. സൈക്കിൾ തകർന്നുപോയി. എസ്.കെ. തെറിച്ചുവീണു. കൈ എല്ല് പൊട്ടി, മുൻവരിയിലെ ഏതാനും പല്ലുകൾ കൊഴിഞ്ഞുപോവുകയും ചെയ്തു. സ്കൂളിൽ നിന്ന് രണ്ടുമാസത്തെ ലീവെടുത്ത് ചികിത്സയിൽ കഴിയേണ്ടിവന്നു. വലതുകൈയ്ക്ക് അതോടെ ചെറിയ വളവു വന്നു. എങ്കിലും എഴുതാൻ ബുദ്ധിമുട്ടൊന്നും അനുഭവപ്പെട്ടില്ല.

സഞ്ജയനെ കണ്ടുമുട്ടുന്നു

1936–39 കാലത്ത് ഹാസ്യസാഹിത്യകാരൻ എന്ന നിലയിൽ സഞ്ജയൻ (രാമുണ്ണി നായർ) പ്രസിദ്ധനായിത്തീർന്നു. അദ്ദേഹം കോഴിക്കോടു നിന്ന് 'കേരളപത്രിക' എന്ന ദ്വൈവാരിക പ്രസിദ്ധീകരിച്ചുവന്നു. സമൂഹത്തിലെ ഉച്ചനീചത്വങ്ങളെയും സാഹിത്യത്തിലെ കോമാളിത്തരങ്ങളെയും നിഷ്കരുണം വിമർശിച്ചുകൊണ്ടും കളിയാക്കികൊണ്ടുമുള്ള ലേഖനങ്ങളും കവിതകളും നിറഞ്ഞതായിരുന്നു കേരളപത്രിക, അതുകൊണ്ടുതന്നെ അതിവേഗം വായനക്കാർക്ക് സ്വീകാര്യമായി. കൊതുകുകൾ നിറഞ്ഞ കോഴിക്കോട് മുനിസിപ്പാലിറ്റിയും ഡിസ്ട്രിക്റ്റ് (District) ബോർഡിന്റെ മൂഢനായ പ്രസിഡന്റും പാറപ്പുറത്ത് സഞ്ജയന്റെ പരിഹാസങ്ങൾക്ക് പാത്രമായി. തന്റെ മൂർച്ചയേറിയ തൂലികകൊണ്ട് സാഹിത്യകൃതികളെ കർശനമായി ശസ്ത്രക്രിയ ചെയ്യുന്നതിൽ യാതൊരു കരുണയും കാണിക്കാത്ത നിരൂപകൻ കൂടിയായിരുന്നു സഞ്ജയൻ.

ഒരുദിവസം പുറത്തുവന്ന കേരളപത്രികയുടെ എട്ടാംപേജിലെ തലക്കെട്ട് 'കുന്തക്കാരൻ' എന്നായിരുന്നു. ‘‘പുലരിയുടെ പൂങ്കവിൾ പ്രേമ പ്രചോദിതപ്പുളക പരിലാളിതമാകിയും മാഴ്കിലും, പുരുട രുചി വായ്ക്കിലും, മായ്ക്കിലും പാവരാം കുരുടന്നതിലെന്തൊരു കുന്തമാണുള്ളത്.’’

സുന്ദരപദങ്ങൾ നിറഞ്ഞ ഈ കാവ്യവരികളെ അന്ത്യത്തിൽ ഒരു കുന്തംകൊണ്ട് കൊലചെയ്ത ഘാതകകവിയെ സഞ്ജയൻ കെട്ടിയിട്ട് വിചാരണ ചെയ്തു. ഈ കവി മറ്റാരുമല്ല. എസ്.കെ. പൊറ്റെക്കാട്ട് തന്നെ. പലരും പൊറ്റെക്കാട്ടിനോട് ചോദിച്ചു:

‘‘കേരളപത്രിക കണ്ടില്ലേ?‘

പൊറ്റെക്കാട്ട് വെറുപ്പോടെ സഞ്ജയനെ പരിഹസിച്ചു.

‘‘പിന്തരിപ്പൻ മൂരാച്ചി- അയാളെ ആരു വിലവെക്കുന്നു.’’

ഹൈസ്കൂളിലെ മലയാളം അധ്യാപകനായിരുന്ന എം.കെ. പണിക്കർക്ക് യുവഎഴുത്തുകാരനായിരുന്ന പൊറ്റെക്കാട്ടിനെ വലിയ കാര്യമായിരുന്നു. ഒരുദിവസം കോർട്ട് റോഡിൽ വെച്ച് കണ്ടപ്പോൾ പണിക്കർ പറഞ്ഞു:

''എസ്.കെ. വരൂ, നിങ്ങൾക്ക് ഒരാളെ പരിചയപ്പെടുത്തിത്തരാം.''

''ആൾ ആരാണ്?''

''നിങ്ങൾ തീർച്ചയായും പരിചയപ്പെടേണ്ട ഒരു മാന്യസാഹിത്യ കാരനാണ്.''

അവർ കോർട്ട് റോഡിലൂടെ പടിഞ്ഞാറോട്ടു നടന്നു. നേരെ ചെന്നു കയറിയത് 'കേരളപത്രിക'യുടെ ഓഫീസിലേക്ക്.

കേരളപത്രികയിൽ കുന്തക്കാരൻ വന്നിട്ട് രണ്ടാഴ്ച പിന്നിട്ടതേ യുള്ളൂ. പൊറ്റെക്കാട്ട് ഇഷ്ടമില്ലാത്ത മട്ടിൽ പുറത്ത് പരുങ്ങിനിന്നു. പിന്നെ ചിന്തിച്ചു. കാണാതെ ഒഴിഞ്ഞുമാറുന്നത് ഭീരുത്വമാണ്. അതി നാൽ നോർമൻ അച്ചുകൂടത്തിന്റെ ഒരുവശത്തുള്ള വെളിച്ചം കുറഞ്ഞ കേരളപ്രതികയുടെ മുറിയിലേക്ക് പണിക്കരോടൊപ്പം കയറിച്ചെന്നു.

മേശയ്ക്കു പുറകിൽ കുറിയൊരു മനുഷ്യൻ, ബീഡി പുകച്ചു കൊണ്ട് കൂനിക്കൂടിയിരിക്കുന്നു.

''ഇതാ വന്നിരിക്കുന്നു നിങ്ങളുടെ കുന്തക്കാരൻ.''

പണിക്കരുടെ പരിഹാസം ശ്രദ്ധിക്കാതെ സഞ്ജയൻ പറഞ്ഞു:

''ഇരിക്കൂ.''

ഒരിളം ചിരിയോടെ പൊറ്റെക്കാട്ടിനെ നോക്കി. കൃശഗാത്രനും ഖദർധാരിയുമായ ഈ ചെറുപ്പക്കാരന്റെ രൂപമായിരിക്കില്ല. ഒരു പക്ഷേ അദ്ദേഹത്തിന്റെ ഭാവനയിലുണ്ടായിരുന്നത് എന്നുതോന്നി. പൊറ്റെക്കാട്ട് സഞ്ജയനെ ആദ്യമായി കാണുകയായിരുന്നു.

കുറിയ ഈ മനുഷ്യന്റെ ഇടതുഭാഗം അൽപമൊന്നു കോടിയി ട്ടുണ്ട്. ക്ഷയരോഗബാധിതനായി ഇടത്തെ ശ്വാസകോശം ഓപ്പറേറ്റു ചെയ്തു നീക്കിയതിന്റെ ഭാഗമായി സ്ഥിരമായ ഒരു ചെരിവ്. മന സ്സിൽ കണക്കുകൂട്ടിയപോലെ ഒരു ഭീകരജീവിയാണ് ഈ മനുഷ്യൻ എന്നു തോന്നിയില്ല. അദ്ദേഹം എന്താണ് പറയാൻ പോകുന്നത് എന്നു നോക്കാമല്ലോ എന്ന മട്ടിൽ സഞ്ജയനഭിമുഖമായി ഇരുന്നു.

കവികളെക്കുറിച്ചോ മറ്റു സാഹിത്യരചനകളെക്കുറിച്ചോ ഒന്നും ചോദിച്ചില്ല.

''എന്തൊക്കെ പുസ്തകങ്ങളാണ് വായിക്കാറുള്ളത്?'' സഞ്ജ യൻ ചോദിച്ചു.

ടോൾസ്റ്റോയി, മാക്സിം ഗോർക്കി, സെസ്റ്റോയോവ്സ്കി തുടങ്ങിയ റഷ്യൻ എഴുത്തുകാരുടെ പേരാണ് പൊറ്റെക്കാട്ട് പറഞ്ഞത്. പിന്നീട് അദ്ദേഹം ഒന്നും ചോദിച്ചില്ല. ഉപദേശിച്ചതുമില്ല. പുരോഗമന സാഹിത്യകാരന്മാരെ ചാവൽ സാഹിത്യകാരന്മാർ എന്നാണല്ലോ സഞ്ജയൻ വിശേഷിപ്പാക്കാറുള്ളത്. അതേപ്പറ്റി എന്തെങ്കിലും പറയുമെന്നും അപ്പോൾ കുറിക്കുകൊള്ളുന്ന മറുപടി പറയണമെന്നും കരുതി ഇരിക്കുകയായിരുന്നു പൊറ്റെക്കാട്ട്. ഒന്നുമുണ്ടായില്ല.

"ഇടയ്ക്ക് കാണുന്നത് സന്തോഷമായിരിക്കും." സഞ്ജയൻ സ്നേഹഭാവത്തിൽ പറഞ്ഞു.

"വരാം." പൊറ്റെക്കാട്ട് ആദരവോടെ തലകുനിച്ചു.

ആ കൂടിക്കാഴ്ചക്ക് ശേഷം സഞ്ജയനോട് ആദരവോടെയുള്ള ഒരാകർഷണം പൊറ്റെക്കാട്ടിനുണ്ടായി. അഗാധപണ്ഡിതൻ, ചിന്തകൻ, അതിനെല്ലാമുപരി ശാരീരികമായും മാനസികമായും കടുത്ത പീഡകൾ സഹിച്ച് ഇരുത്തം വന്ന ഒരു യതി.

പുരോഗമനപരമായ സാഹിത്യരചനയിൽനിന്ന് തന്നെ പിന്തിരിപ്പിക്കാൻ സഞ്ജയന് ഉദ്ദേശ്യമില്ല എന്നു അതിവേഗം ബോധ്യമായി. മാത്രമല്ല, അളവറ്റ അറിവും ലോകപരിചയവും വിനയവുമുള്ള ആ വ്യക്തിയോട് ആരാധനകലർന്ന ഒരു ഗുരുഭക്തിതന്നെ പൊറ്റെക്കാട്ടിൽ ഉടലെടുത്തു. സഞ്ജയനെക്കാണാനും ആ സംഭാഷണം ശ്രവിക്കാനും നോർമൻ പ്രസ്സിലും അദ്ദേഹത്തിന്റെ താമസസ്ഥലത്തും എസ്.കെ. കൂടെക്കൂടെ പോയിക്കൊണ്ടിരുന്നു.

തുടർന്ന് സഞ്ജയൻ, വിശ്വരൂപം എന്നീ പ്രസിദ്ധീകരണങ്ങളിൽ 'അരുണൻ' എന്ന തൂലികാനാമത്തിൽ എസ്.കെ. കഥകളും കവിതകളും എഴുതാറുണ്ടായിരുന്നു.

സഞ്ജയന്റെ അവസാനത്തെ എഴുത്ത് പൊറ്റെക്കാട്ടിനായിരുന്നു. പുരോഗമനസാഹിത്യത്തെപ്പറ്റിയുള്ള തന്റെ അഭിപ്രായം പലരും തെറ്റിദ്ധരിച്ചരിക്കുകയാണെന്നും താൻ ആ പ്രസ്ഥാനത്തിന്റെ ശത്രുവല്ലെന്നും വ്യക്തമാക്കിക്കൊണ്ടായിരുന്നു ആ എഴുത്ത്.

സഞ്ജയൻ മരിക്കുമ്പോൾ എസ്.കെ. കോഴിക്കോട്ടുണ്ടായിരുന്നില്ല. ഉദ്യോഗസ്ഥനായി ബോംബെയിൽ കഴിയുകയായിരുന്നു.

ചങ്ങമ്പുഴ

1937 മെയ്മാസത്തിലാണ് എസ്.കെയ്ക്ക് ചങ്ങമ്പുഴയെ നേരിട്ട് കാണാനായത്. അതിന് മുമ്പുതന്നെ എഴുത്തുകളിലൂടെ അദ്ദേഹത്തെ പരിചയമുണ്ടായിരുന്നു. പൊറ്റെക്കാട്ടിന്റെ ആദ്യത്തെ ചെറുകഥ - ഹിന്ദു-മുസ്ലിം മൈത്രി പ്രസിദ്ധപ്പെടുത്തിയ 'ദീപം' മാസികയുടെ അതേ ലക്കത്തിൽത്തന്നെ ചങ്ങമ്പുഴയുടെ 'ശ്മശാനത്തിലെ തുളസി' എന്ന കവിതയും പ്രസിദ്ധീകരിച്ചിരുന്നു. പൊറ്റെക്കാട്ടിനെ ഏറെ ആകർഷിച്ച കവിതയായിരുന്നു അത്. എസ്.കെ വായിച്ച ചങ്ങമ്പുഴ യുടെ ആദ്യത്തെ കവിതയും അതായിരുന്നു. അന്നും ഇന്നും സാഹിത്യ കാരന്മാരിൽ പലരും ഉള്ളുകൊണ്ട് അസൂയാലുക്കളായി വർത്തി ക്കുന്നു എന്നതാണ് സത്യം. എന്നാൽ ചങ്ങമ്പുഴ ഇതിന്നൊരപവാദ മായിരുന്നു. ആനുകാലികങ്ങളിൽ പുറത്തുവരുന്ന കവിതകളും ചെറുകഥകളും നല്ലതെന്ന് തോന്നിയാൽ, ആ സാഹിത്യ സുഹൃത്തു ക്കളെ അഭിനന്ദിച്ചുകൊണ്ട് ചങ്ങമ്പുഴ കത്തുകളെഴുതുമായിരുന്നു. അത്തരം മൂന്നുനാലു കത്തുകൾ ചങ്ങമ്പുഴയിൽനിന്ന് എസ്.കെയ്ക്ക് ലഭിച്ചിരുന്നു.

'ശ്മാശനത്തിലെ തുളസി' എന്ന കവിത വായിച്ച് അന്നു മുതലേ ആഗ്രഹിച്ചതാണ് ചങ്ങമ്പുഴയെ നേരിട്ട് കാണണമെന്ന്. അതിനുള്ള വേദി ഒരുക്കിയത് ചങ്ങമ്പുഴയുടെ ആത്മസുഹൃത്തായ വക്കം അബ്ദുൽ ഖാദർ തന്നെയായിരുന്നു. വക്കം അന്ന് കോഴിക്കോട്ടെ അൽ അമീൻ പത്രാധിപസമിതിയിൽ ജോലി ചെയ്തിരുന്ന കാലമാണ്. ചങ്ങമ്പുഴ കോഴിക്കോട്ടു വന്നിട്ടുണ്ടെന്നും തന്റെ കൂടെ ലോഡ്ജിലാണ് താമ സിക്കുന്നതെന്നും ഒരു ദിവസം രാത്രി വക്കം അറിയിച്ചു.

പിറ്റേദിവസം ലോഡ്ജിലെത്തിയ എസ്.കെ.യെ വക്കം അബ്ദുൽ ഖാദർ അന്യോന്യം പരിചയപ്പെടുത്തി. അക്കാലത്തുതന്നെ ചങ്ങമ്പുഴ വായനക്കാരുടെ ആരാധ്യനായ കവിയായി മാറിക്കഴിഞ്ഞിരുന്നു.

ഇരുവരും ധാരാളം കാര്യങ്ങൾ സംസാരിച്ച് കോഴിക്കോട്ടെ പല തെരുവുകളിലും ചുറ്റി നടന്നു. പിന്നീട് അന്നുതന്നെ തലശ്ശേരിക്ക്

പോവുകയും ചെയ്തു. ചങ്ങമ്പുഴയുമായി സംസാരിച്ച് മതിയായില്ല എന്ന് പൊറ്റെക്കാട്ടിന് തോന്നി. അതിനാൽ അധികം വൈകാതെ തന്നെ അദ്ദേഹം ഇടപ്പള്ളിയിലെ ചങ്ങമ്പുഴയുടെ വീട്ടിലെത്തി, ദീർഘ സംഭാഷണത്തിലേർപ്പെട്ടു. എന്തും വെട്ടിത്തുറന്ന് പറയുന്ന പ്രകൃത മായിരുന്നു ചങ്ങമ്പുഴയുടേത്. അദ്ദേഹത്തിന്റെ സംസാരത്തിൽ ആത്മാർത്ഥത സ്ഫുരിക്കുന്നത് എസ്.കെ. പ്രത്യേകം ശ്രദ്ധിച്ചു.

ചങ്ങമ്പുഴ തന്റെ ജീവിതാഭിലാഷങ്ങളെക്കുറിച്ച് എസ്.കെ.യെ പറഞ്ഞുകേൾപ്പിച്ചു. കവിത എഴുതുന്ന സമയത്തു മാത്രമേ ഞാൻ കവി ആകുന്നുള്ളൂ. ഒരു സ്വപ്നാടനക്കാരനായിക്കഴിയാൻ ഞാൻ ആഗ്രഹിക്കുന്നില്ല. സാധാരണ മനുഷ്യരെപ്പോലെ കഴിയാനാണ് താൻ ഇഷ്ടപ്പെടുന്നത്.

സ്ത്രീവിഷയത്തിൽ അമിതമായി മുഴുകുന്നതിൽ അദ്ദേഹത്തിന് കുറ്റബോധമുണ്ടായിരുന്നു. അതിന് കാരണമുണ്ട്. I seldem lead my worshippers empty handed (എന്റെ ആരാധികമാരെ വളരെ ചുരുക്ക മായിട്ടേ വെറുംകൈയോടെ തിരിച്ചയയ്ക്കാറുള്ളൂ) അമിതമായ വിഷയാസക്തി തന്റെ ആരോഗ്യത്തെ നശിപ്പിക്കുന്നുണ്ടെന്ന വസ്തു തയും ചങ്ങമ്പുഴ തുറന്നു പറഞ്ഞു.

കനത്ത മഴ കാരണം പുറത്തിറങ്ങാനാവാതെ പൊറ്റെക്കാട്ട് കുറെ സമയം അവിടെ ചെലവഴിച്ചു. അൽപം കൂടി കഴിഞ്ഞു പോകാമെന്ന് ചങ്ങമ്പുഴയും നിർബന്ധം പിടിച്ചു. മാതൃഭൂമിയുടെ വിശേഷാൽ പ്രതിക്കുവേണ്ടി തയ്യാറാക്കിവെച്ച കവിതയും ഇബ്സന്റെ പാവവീട് (Dolls house) പരിഭാഷപ്പെടുത്തിയതും ചങ്ങമ്പുഴ എസ്.കെ.യെ കാണിച്ചു.

ചങ്ങമ്പുഴയുടെ ഹോം ലൈബ്രറി കനപ്പെട്ട പുസ്തകങ്ങൾ നിറഞ്ഞതായിരുന്നു. അവ കാട്ടികൊടുക്കുന്നതിനിടയിൽ പൊറ്റെ ക്കാട്ടിന്റെ ആദ്യകവിതാസമാഹരമായ പ്രഭാതകാന്തിയുടെ രണ്ട് പ്രതികൾ ബൈന്റു ചെയ്ത് സൂക്ഷിച്ചിരുന്നത് പൊറ്റെക്കാട്ടിനെ അത്ഭുതപ്പെടുത്തി. ചങ്ങമ്പുഴയുടെ പ്രകൃതത്തിൽ ഒരു ദ്വൈതഭാവ മുണ്ടോ എന്നുപോലും എസ്.കെയ്ക്ക് സംശയം തോന്നി. അനു ഗ്രഹീതനായ ഒരു കവിയാണല്ലോ, ഒരു തുറന്ന പുസ്തകംപോലെ എല്ലാം ഈവ്വിധം തുറന്നുപറയുന്നത്.

1945ൽ ഒരു ദിവസം ബോംബെയിൽ നിന്ന് എറണാകുളത്തെ ത്തിയതായിരുന്നു പൊറ്റെക്കാട്ട്. എറണാകുളത്തുവെച്ച് വൈക്കം മുഹമ്മദ് ബഷീറിനെ കണ്ടുമുട്ടി. ബഷീറുമായി രസകരമായി സംസാരിച്ചു കൊണ്ടിരിക്കെ, ചങ്ങമ്പുഴയുടെ കാര്യവും സംസാരവിഷയമായി. ചങ്ങമ്പുഴ ഇപ്പോൾ ഒരു സന്ന്യാസി മട്ടിൽ വീട്ടിൽ കഴിയുന്നതായി

കേട്ടുവെന്ന് ബഷീർ സൂചിപ്പിച്ചു. എങ്കിൽ ഉടനെ ചങ്ങമ്പുഴയെ പോയി കാണാമെന്നായി എസ്.കെ. വഴിക്കുവെച്ച് വൈലോപ്പിള്ളി രാമൻകുട്ടി മേനോനേയും കൂട്ടി. മൂവരും വീട്ടിനടുത്തേക്ക് നടന്നു നീങ്ങവേ, അൽപം ദൂരെ കുളത്തിന്റെ കരയിലൂടെ ഒരു രൂപം നീങ്ങുന്നതായി കണ്ടു.

''അതാ നമ്മുടെ മഹാകവി.'' ബഷീർ പറഞ്ഞു.

ആരെന്ന് മനസ്സിലാക്കി ചങ്ങമ്പുഴ അടുത്തേക്ക് വന്നു. മെലിഞ്ഞ് ശുഷ്കിച്ച്, താടിവളർത്തി, തലയിലൊരു തോർത്തുമുണ്ടു കെട്ടി, സന്ന്യാസി മട്ടിലൊരു പ്രാകൃതരൂപം.

''എന്താണിവിടെ ചുറ്റിനടക്കുന്നത്?''

എഴുതാനുള്ള കാര്യങ്ങളും അതിനുപറ്റിയ ചിലവാക്കുകളും തേടി ആലോചിച്ചു നടക്കുകയായിരുന്നുവെന്ന് കവിയുടെ മറുപടി. പൂർത്തിയാക്കാത്ത വീടിന്റെ ഒരു മുറിയിലേക്ക് കടന്നുചെന്നപ്പോൾ അവിടെ ആകെ അലങ്കോലപ്പെട്ടുകിടക്കുന്നു. പത്രമാസികകൾ... തപാലുരുപ്പിടികൾ...

ചങ്ങമ്പുഴ, മദ്രാസിൽനിന്ന് നിയമപഠനം മതിയാക്കി ഇടപ്പള്ളിയിൽ വന്നു പാർക്കുകയാണ്. ഭാര്യയും കുട്ടികളും അദ്ദേഹത്തെ ഉപേക്ഷിച്ച് പോയിരിക്കുന്നു. കുടുംബവുമായി പിണങ്ങി ഒറ്റയ്ക്കാണ് താമസം. സഹായത്തിനായി ഒരു പയ്യനുണ്ട്. ഒരേ വീട്ടിൽ രണ്ടു കുടുംബം.

ചങ്ങമ്പുഴ പുതിയ രചനകളെക്കുറിച്ച് സംസാരിച്ചു. അവർ മൂവ്വരും അന്നുരാത്രി അവടെത്തങ്ങി. ചങ്ങമ്പുഴ തന്റെ ജീവിതരഹസ്യങ്ങൾ പറയാൻ തുടങ്ങി:

''എന്റെ ജീവിതം നൈരാശ്യത്തിന്റെ നെല്ലിപ്പടി കണ്ടു തുടങ്ങിയിരിക്കുന്നു.'' ഗദ്ഗദം അടക്കി ചങ്ങമ്പുഴ തുടർന്നു.

എന്റെ മനഃക്ലേശങ്ങൾക്ക് ഒരേയൊരു മരുന്നാണ് മദ്യം. ഞാൻ കുടിക്കുന്നുണ്ട്. കണക്കില്ലാതെ കുടിക്കുന്നുണ്ട്. എന്റെ ഭാര്യയും കുട്ടിയും എന്നെ ഉപേക്ഷിച്ചുപോയി. പെറ്റമ്മയും സഹോദരന്മാരും എനിക്കെതിരാണ്. അയൽപക്കക്കാരും പഴയകൂട്ടുകാരും എല്ലാം ശത്രുക്കളായി മാറിയിരിക്കുകയാണ്. ഒരു മാന്യനോട് വാങ്ങിയ കുറച്ചു സംഖ്യ അവധിക്ക് തിരിച്ചുകൊടുക്കാൻ വഴി കാണാതെ ഞാൻ തൂങ്ങിമരിക്കാനൊരുങ്ങി. എന്തോ അന്നതു സംഭവിച്ചില്ല. ആ കാലം മാറി. ഇപ്പോൾ പണത്തിന് ബുദ്ധിമുട്ടില്ല. ബാങ്കിൽ പതിനാലായിരം രൂപയുണ്ട്. പക്ഷേ പണംകൊണ്ട് എന്തു പ്രയോജനം? മനസ്സമാധാനമില്ല. ഞാനിനി അധികകാലം ജീവിച്ചിരിക്കുകയില്ല. മരണം അടുത്തു. അതൊരിക്കലും ആത്മഹത്യ ആയിരിക്കുകയില്ല.''

എന്നാൽ ഈ മാനസികകുഴപ്പങ്ങളിൽനിന്ന് അദ്ദേഹം വിമുക്തി നേടി. നാലു മാസങ്ങൾക്കുശേഷം ചങ്ങമ്പുഴയെ വീണ്ടും കണ്ടപ്പോൾ അദ്ദേഹം മംഗളോദയം മാസികയുടെ പത്രാധിപരായി, തൃശ്ശൂരിൽ സ്വന്തമായി ഒരു വീടുവാങ്ങി താമസിക്കുകയായിരുന്നു. അദ്ദേഹം ഭാര്യയോടൊപ്പം സന്തുഷ്ടജീവിതം നയിക്കുന്നതായാണ് എസ്.കെ.യ്ക്ക് കാണാനായത്. ചിന്തയും പാണ്ഡിത്യവും വർദ്ധിച്ചതോടൊപ്പം ചങ്ങമ്പുഴയുടെ പല അഭിപ്രായങ്ങളും ആദർശങ്ങളും മാറിമറിയുന്നതായി എസ്.കെ.യ്ക്ക് തോന്നി. നൂതനമായ ഒരു പുതുജീവിതം ആശംസിച്ചുകൊണ്ടാണ് അന്ന് എസ്.കെ യാത്ര പറഞ്ഞത്.

എന്നാൽ ഈ പുതുജീവിതം അധികനാൾ നീണ്ടുനിന്നില്ല. ചങ്ങമ്പുഴ തന്റെ പഴയ ദുഃശ്ശീലങ്ങൾ ആവർത്തിക്കാൻ തുടങ്ങി. വർദ്ധിച്ചതോതിൽ മദ്യപാനവും തുടങ്ങി. പ്രവർത്തകരുടെ സ്നേഹപൂർണ്ണമായ നിർബന്ധം മൂലം, ആരോഗ്യം നന്നേ കുറവായിരുന്നിട്ടും, 1946ൽ അദ്ദേഹം കോഴിക്കോട്ടെ യൂത്ത്ലീഗ് യോഗത്തിൽ വന്നു പ്രസംഗിച്ചു.

ക്ഷയരോഗം ബാധിച്ച് ചങ്ങമ്പുഴ അവശനായിരിക്കുന്നുവെന്നറിഞ്ഞ് 1948ൽ എസ്.കെ. ഇടപ്പള്ളിയിലെത്തി. രോഗം അദ്ദേഹത്തിന്റെ ജീവിതത്തെ കാർന്നുതിന്നുകൊണ്ടിരിക്കുകയാണെന്ന് പൊറ്റെക്കാട്ടിന് ബോധ്യമായി. അനുഗ്രഹീതനായ ഈ കവി എന്നെന്നേക്കുമായി പിരിയാൻ പോവുകയാണല്ലോ എന്ന ദുഃഖത്തോടെയാണ് അന്ന് എസ്.കെ. യാത്ര ചോദിച്ചത്. 1948 ജൂൺ 17നായിരുന്നു ചങ്ങമ്പുഴയുടെ മരണം.

ചങ്ങമ്പുഴയുടെ കുറെ എഴുത്തുകൾ പൊറ്റെക്കാട്ട് സൂക്ഷിച്ചുവെച്ചിരുന്നു. ചങ്ങമ്പുഴയുമായി അടുത്ത ബന്ധം പുലർത്തിയിരുന്ന കാലത്ത് എസ്.കെ 'മിഹിരൻ' എന്ന ഒരു പ്രേമകാവ്യം രചിച്ചിരുന്നു. ഇടപ്പിള്ളി രാഘവൻപിള്ളയുടെ ജീവിതകഥയുടെ പശ്ചാത്തലത്തിലായിരുന്നു ഈ രചന. ഇതിനിടെ ചങ്ങമ്പുഴയുടെ രമണൻ പുറത്തുവന്നു. ഒട്ടേറെ സാദൃശ്യമുള്ളതായിരുന്നു ഈ രചന. ഇത്തരമൊരു രചന കാലത്തിന് അനുയോജ്യമല്ല എന്ന് ബോധ്യമായതിനാൽ എസ്.കെ. ഈ പ്രേമകാവ്യം പ്രസിദ്ധീകരണത്തിന് നൽകിയില്ല. 1648 വരികളിൽ നീണ്ടുകിടന്ന ഈ രചന വൃഥാവിലായി.

കോൺഗ്രസ്സ് സമ്മേളനത്തിലേക്ക്

ഗുജറാത്തി സ്കൂളിൽ അധ്യാപകനായി ജോലി ചെയ്തിരുന്ന കാലത്ത് പൊറ്റെക്കാട്ട്, ദേശീയ സ്വാതന്ത്ര്യസമരത്തിനുവേണ്ടി പൊരുതുന്ന കോൺഗ്രസ്സ് സംഘടനയിൽ ആകൃഷ്ടനാവുകയും അതിന്റെ മെമ്പർഷിപ്പ് എടുക്കുകയും ചെയ്തു. രാജ്യത്തിന് മോചനത്തിന് വേണ്ടി പൊരുതുന്ന സമരഭടന്മാർക്കും, ദേശാഭിമാനികൾക്കും പ്രചോദനം നൽകുന്ന നിരവധി കവിതകൾ അദ്ദേഹം രചിച്ചുകൊണ്ടിരുന്നു. ഇത്തരം ഒരു കവിതയെങ്കിലും രചിക്കാത്ത ഒരു ദിവസമുണ്ടായിരുന്നില്ല. കോൺഗ്രസ്സിലെ ഇടതുവിഭാഗത്തിനോടായിരുന്നു എസ്.കെ.യുടെ അനുഭാവം. സുഭാഷ്ചന്ദ്രബോസിന്റെ പ്രസംഗങ്ങളും പ്രവർത്തനരീതിയും അദ്ദേഹത്തെ ആവേശഭരിതനാക്കി. അതുകൊണ്ടുതന്നെ 1939ലെ ത്രിപുര സമ്മേളനത്തിൽ പ്രതിനിധിയായി പങ്കെടുക്കാൻ എസ്.കെ. തീരുമാനിച്ചു.

ഗുജറാത്തി സ്കൂളിലെ മാനേജിംഗ് കമ്മിറ്റി സെക്രട്ടറിയോട് കോൺഗ്രസ് സമ്മേളനത്തിൽ പങ്കെടുക്കുന്നതിനായി എസ്.കെ. പതിനഞ്ചു ദിവസത്തെ ലീവിനപേക്ഷിച്ചിരുന്നു. സെക്രട്ടറി ഈ ലീവപേക്ഷയിൽ തീരുമാനമെടുക്കാതെ നീട്ടിക്കൊണ്ടുപോയി. കേരളത്തിൽനിന്നുള്ള സമ്മേളനപ്രതിനിധികൾ ബാച്ചു ബാച്ചായി ട്രെയിനിൽ യാത്ര തുടങ്ങിയിരുന്നു. എസ്.കെ.യ്ക്ക് ഉത്കണ്ഠയായി. ഒടുവിൽ സ്കൂൾ മാനേജരായ സെക്രട്ടറി എസ്.കെ.യുടെ അപേക്ഷ അനുവദിക്കാൻ തയ്യാറായില്ല. പകരം ആളെ കിട്ടാനില്ല എന്നായിരുന്നു അദ്ദേഹത്തിന്റെ മറുപടി. പിന്നെ ഒട്ടും വൈകിയില്ല; എസ്.കെ. ജോലിയിൽനിന്നുള്ള തന്റെ രാജിക്കത്തു നൽകി. സമ്മേളനത്തിനുള്ള അവസാനത്തെ ബാച്ച് മുഹമ്മദ് അബ്ദുറഹിമാൻ സാഹിബ്ബിന്റെ നേതൃത്വത്തിൽ പുറപ്പെട്ടുപോകുന്നതോടൊപ്പം എസ്.കെ.യും ചേർന്നു.

ചരിത്രപ്രസിദ്ധമായ ത്രിപുര കോൺഗ്രസ് സമ്മേളനത്തിൽ പങ്കെടുക്കാൻ കഴിഞ്ഞത്, എസ്.കെ.യ്ക്ക് ആവേശകരമായ അനുഭവമായി. ത്രിപുര ക്യാമ്പുകളിലെ താമസവും നദിയിലെ കുളിയും കന്യാകുമാരി

മുതൽ കാശ്മീർ വരെയുള്ള ഭാരതീയരെ ഒന്നിച്ചു കാണാൻ കഴിഞ്ഞതും പൊറ്റെക്കാട്ടിന് അവിസ്മരണീയമായ അനുഭവങ്ങൾ കാഴ്ചവെച്ചു. നാടിന്റെ സ്വാതന്ത്ര്യത്തിനുവേണ്ടിയുള്ള ഒരു ജനതയുടെ തീവ്രമായ അഭിലാഷങ്ങളുടെ നേർചിത്രമാണ് അവിടെ ദർശിക്കാനായത്. വിധി നിർണായകമായ ത്രിപുര സമ്മേളനം ഗാന്ധിയും സുഭാഷ് ചന്ദ്രബോസും തമ്മിൽ ആദർശപരമായ ഒരു സംഘട്ടനത്തിന്റെ വേദിയായി മാറി. പട്ടാഭി സീതാരാമയ്യയും സുഭാഷ് ചന്ദ്രബോസും തമ്മിലാണ് മത്സരം നടന്നത്. പട്ടാഭിയുടെ പരാജയം എന്റെ പരാജയം എന്ന് മഹാത്മജി പ്രഖ്യാപിച്ചിരുന്നു.

രോഗം മൂലം അവശനായ സുഭാഷ് ചന്ദ്രബോസിനെ ഒരു സ്ട്രക്ചറിൽ കിടത്തിയാണ് അധ്യക്ഷവേദിയിലേക്ക് കൊണ്ടുവന്നത്. തീവ്രവാദ സ്വഭാവമുള്ള സുഭാഷ് ചന്ദ്രബോസിനെയാണ് പ്രതിനിധികളിൽ ഭൂരിഭാഗം ഇഷ്ടപ്പെട്ടിരുന്നത്. എന്നാൽ ഗാന്ധിജിയെപ്പോലുള്ള ഒരു മഹാത്മാവിന്റെ പ്രഖ്യാപനം തള്ളിക്കളയാനും പ്രയാസമുണ്ട്. പൊതുവെ പ്രതിനിധികൾ ധർമസങ്കടത്തിലായി. എങ്കിലും തെരഞ്ഞെടുപ്പ് നടന്നപ്പോൾ സുഭാഷ് ചന്ദ്രബോസ് നേരിയ ഭൂരിപക്ഷത്തോടെ കോൺഗ്രസ് പ്രസിഡന്റായി തെരഞ്ഞെടുക്കപ്പെട്ടു.

ത്രിപുര സമ്മേളനം എസ്.കെ.യ്ക്ക് വിചാരിക്കാത്ത ചില നേട്ടങ്ങളും അനുഭവങ്ങളും പകർന്നു നൽകി. അവിടത്തെ ഗിരിജനങ്ങളായ ഭീലുകളുടെ കുടിലുകൾ കാണാൻ കുന്നുകൾ കയറി അദ്ദേഹം ചുറ്റിക്കറങ്ങി. നർമദാ നദിയിൽ പൗർണ്ണമി ഘനീഭവിച്ചപോലെ കിടക്കുന്ന വെണ്ണക്കൽ പാറക്കൂട്ടങ്ങൾക്കിടയിലൂടെ തോണിയാത്ര നടത്താൻ കഴിഞ്ഞത് അഭൗമമായ ഒരു അനുഭവമായിരുന്നു. പ്രമുഖ എഴുത്തുകാരനും ജീവൽസാഹിത്യത്തിന്റെ വക്താവുമായ മുൽകരാജ് ആനന്ദിനെ കാണാനും പരിചയപ്പെടാനും കഴിഞ്ഞത് വലിയ നേട്ടമായി.

ത്രിപുര കോൺഗ്രസ്സ് സമ്മേളനം കഴിഞ്ഞ് പ്രതിനിധികൾ മടങ്ങാൻ തുടങ്ങി. കേരളത്തിൽനിന്ന് പൊറ്റെക്കാട്ടിന്റെ ബാച്ചിലുണ്ടായിരുന്ന വി. രാമനുണ്ണി, കുന്നിക്കൽ മാധവൻ തുടങ്ങിയ പ്രതിനിധികൾ നാട്ടിലേക്ക് മടങ്ങി. നാട്ടിലുള്ള ജോലി നഷ്ടമായിരിക്കുന്നു. അതിനാൽ ഉടനെ അവിടെത്തിരിച്ചെത്തിയതുകൊണ്ട് വലിയ പ്രയോജനമില്ല എന്ന് പൊറ്റെക്കാട്ടിന് തോന്നി. ബോംബെയിലേക്ക് പോയാൽ എന്തെങ്കിലും ജോലി ലഭിച്ചേക്കും. അല്ലാത്തപക്ഷം കുറച്ചുനാൾ ബോംബെയിൽ തങ്ങിയശേഷം അവിടെനിന്ന് വിദേശത്തേക്ക് പോകുന്ന ഏതെങ്കിലും കപ്പലിൽ കയറിപ്പറ്റാൻ ശ്രമിച്ചുനോക്കണം - ഈ വിധത്തിലായിരുന്നു പൊറ്റെക്കാട്ടിന്റെ ചിന്ത.

മുടങ്ങിപ്പോയ സിങ്കപ്പൂർ യാത്ര

പൊറ്റെക്കാട്ട് നേരെ ബോംബെയിലെത്തി. ആദ്യമായി താമസിക്കാൻ സൗകര്യപ്രദമായ സ്ഥലം കണ്ടെത്തുവാനാണ് ശ്രമിച്ചത്. തലശ്ശേരിക്കാരനായ ഒരു ഡന്റൽ മെക്കാനിക്കിനെ യാദൃച്ഛികമായി കാണാനിടവന്നതോടെ ആ പ്രശ്നം പരിഹരിക്കാൻ കഴിഞ്ഞു. അദ്ദേഹത്തിന്റെ ദാദറിലെ ഫ്ളാറ്റിൽ എസ്.കെ. താമസം തുടങ്ങി.

വൈകുന്നേരം പൊറ്റെക്കാട്ട് ബോംബെ പോർട്ട് ഭാഗത്തും ബല്ലാർഡ് പിയറിലും പരിസരപ്രദേശങ്ങളിലും ചുറ്റിനടക്കും. ഡോക്കുകളിൽ നങ്കൂരമിട്ട വിദേശക്കപ്പലുകളെ കൗതുകത്തോടെ നോക്കി നിൽക്കും. അങ്ങനെ നോക്കി നിൽക്കുമ്പോൾ പല പകൽക്കിനാവുകളും അദ്ദേഹത്തിന്റെ മനസ്സിൽ വന്നുനിറയും. ആ കപ്പലുകളിൽ ഏതെങ്കിലുമൊന്നിൽ കയറിപ്പറ്റി, വിദേശരാജ്യങ്ങളിലെവിടെയെങ്കിലും എത്തിപ്പെടാൻ കഴിഞ്ഞാൽ എന്തു ഭാഗ്യമായിരിക്കും. കപ്പലിലെ താൽക്കാലിക ഗുമസ്തനായോ എന്തിന് കുക്കായിപ്പോലും കൊണ്ടുപോകാൻ തയ്യാറായാൽ പോകാൻ ഈ ചെറുപ്പക്കാരൻ ഒരുക്കമായിരുന്നു. സിംഗപ്പൂർ, ആസ്ത്രേലിയ, ലാറ്റിൻ അമേരിക്ക എന്നീ രാജ്യങ്ങളിലെവിടെയെങ്കിലും പോകണം എന്നാണ് അദ്ദേഹം ആഗ്രഹിച്ചിരുന്നത്.

തന്റെ ആഗ്രഹങ്ങളൊന്നും സഫലമാകാതെ ദാദറിലെ ഫ്ളാറ്റിൽ കഴിഞ്ഞുകൂടവേ ഒരുദിവസം ഒട്ടും നിനച്ചിരിക്കാതെ, ഒരു ദൈവദൂതനെപ്പോലെ എ.കെ.ജി കടന്നുവന്നു.

അക്കാലത്ത് ഷൊർണൂരിൽനിന്നും പ്രസിദ്ധീകരിച്ചിരുന്ന 'പ്രഭാതം' പത്രത്തിന്റെ ധനശേഖരണാർഥം സിംഗപ്പൂർ, റങ്കൂൺ തുടങ്ങിയ സ്ഥലങ്ങളിൽ പര്യടനം നടത്തി ഇന്ത്യയിൽ മടങ്ങിയെത്തിയതായിരുന്നു എ.കെ. ഗോപാലൻ. തുടർന്ന് എ.ഐ.സി.സി. സമ്മേളനത്തിൽ പങ്കെടുക്കാൻ വാർധയിലെത്തി. അവിടെനിന്ന് അതീവരഹസ്യമായി

ബോംബെയിൽ വന്നതായിരുന്നു അദ്ദേഹം. പൊലീസിന്റെ രഹസ്യാന്വേഷണവിഭാഗം എ.കെ.ജി. ബോംബെയിലെത്തിയതായി എങ്ങനെയോ മണത്തറിഞ്ഞിരുന്നു.

സദാ പ്രസന്നത കളിയാടുന്ന മുഖവുമായിക്കാണുന്ന എ.കെ.ജി, പൊറ്റെക്കാട്ടിന്റെ ചുമലിൽത്തട്ടി തന്റെ സ്നേഹം പ്രകടിപ്പിച്ചുകൊണ്ട് പറഞ്ഞു:

''എന്റെ പൊറ്റെക്കാട്ടെ, കോഴിക്കോട്ടെത്തിയാൽ ഉടനെ നിങ്ങളെ കാണാനിരിക്കുകയായിരുന്നു ഞാൻ. എന്നാൽ നിങ്ങളിതാ എന്നെ അന്വേഷിച്ചുവന്നപോലെ ഇവിടെ ബോംബെയിൽ എത്തിയിരിക്കുന്നു.''

പൊറ്റെക്കാട്ടിന് അത്ഭുതമായി.

''എന്താണ് കാര്യം?'' ജിജ്ഞാസയോടെ അദ്ദേഹം ആരാഞ്ഞു.

''കാര്യം ഞാൻ പറയാം. നിങ്ങൾ മുടക്കമൊന്നും പറയരുത്. സിങ്കപ്പൂരിലെ മലയാളികൾ ഒരു പത്രം തുടങ്ങുന്നു - ഒരു മലയാള പത്രം. അതിന്റെ പത്രാധിപരായി കേരളത്തിൽനിന്ന് ഒരാളെക്കിട്ടണം. എന്നോടാലോചിച്ചപ്പോൾ എനിക്ക് നിങ്ങളുടെ പേരാണ് തോന്നിയത്. അവർക്കും അതിഷ്ടമായി. നാട്ടിലെത്തിയാലുടൻ പൊറ്റെക്കാട്ടിനെക്കണ്ട് കാര്യം ശരിപ്പെടുത്താമെന്ന് ഏറ്റുകൊണ്ടാണ് ഞാൻ സിങ്കപ്പൂർ വിട്ടത്, നിങ്ങളെന്ത് പറയുന്നു?''

തന്റെ മോഹങ്ങളും സ്വപ്നങ്ങളും ഇത്ര പെട്ടെന്ന് സഫലമാകുമെന്ന് പൊറ്റെക്കാട്ട് നിനച്ചിരുന്നില്ല. എങ്കിലും തന്റെ ഉദ്വേഗം പുറത്തുകാട്ടാതെ അദ്ദേഹം ചോദിച്ചു

''ഒന്നു നല്ലപോലെ ആലോചിച്ചിട്ട് മറുപടി തന്നാൽപ്പോരെ?''

''എന്താണിത്ര ആലോചിക്കാൻ?'' എ.കെ.ജി. പ്രലോഭനസ്വരത്തിൽ ആരാഞ്ഞു.

''സിംഗപ്പൂർ മലയാളികൾ പണക്കാരാണെന്നറിയാമല്ലോ. നല്ല ശമ്പളം തരും. സ്വതന്ത്രമായ ജോലി. പിന്നെ സിങ്കപ്പൂരിലെ സുഖജീവിതം. ഇതിൽ ആലോചിക്കാനെന്തുണ്ട്?''

''എ.കെ.ജിയുടെ അഭിപ്രായം അങ്ങനെയാണെങ്കിൽ ഒന്നു പരീക്ഷിച്ചു നോക്കാം. സിങ്കപ്പൂർക്ക് പോകാം.'' പൊറ്റെക്കാട്ട് സമ്മതിച്ചു.

''എന്നാൽ ഇന്നു തന്നെ അവർക്ക് കത്തെഴുതണം. കത്ത് എയർമെയിലിൽതന്നെ അയക്കണം. എന്നെ കണ്ടതും സിങ്കപ്പൂരിൽനിന്ന് തുടങ്ങുന്ന മലയാളപത്രത്തിന്റെ എഡിറ്ററായിരിക്കാൻ സമ്മതമാണെന്ന കാര്യവും കത്തിൽ പ്രത്യേകം എഴുതണം. നിങ്ങളുടെ കത്ത് അവിടെ കിട്ടിയാൽ ഉടനെ യാത്രച്ചെലവിനും മറ്റുമുള്ള പണം അവർ കമ്പി മണിയോർഡറായിത്തന്നെ അയച്ചുതരും.''

എ.കെ.ജി. തന്റെ ഡയറി തുറന്ന് സിങ്കപ്പൂർ മലയാളി സുഹൃത്തിന്റെ വിലാസം കുറിച്ചുകൊടുത്തു. അദ്ദേഹം അന്നുതന്നെ ബോംബെ വിട്ടു. പോകുമ്പോൾ ഇതുകൂടി പറഞ്ഞു:

''സിങ്കപ്പൂർ യാത്രയ്ക്കുള്ള എല്ലാ ഒരുക്കങ്ങളും തുടങ്ങിക്കൊള്ളൂ.''

പൊറ്റെക്കാട്ട് അന്നുതന്നെ എ.കെ.ജി. നിർദ്ദേശിച്ച രൂപത്തിൽ സിങ്കപ്പൂർ യാത്രയ്ക്കുള്ള കത്ത് തയ്യാറാക്കി. പിറ്റേന്നുതന്നെ ബോംബെ ജനറൽ പോസ്റ്റാഫീസിലെത്തി. എയർമെയിലിനുള്ള സ്റ്റാമ്പൊട്ടിച്ച് എഴുത്ത് ഭദ്രമായി പോസ്റ്റു ചെയ്തു. ഇന്നത്തെപ്പോലെ ഫോൺ സൗകര്യമൊന്നും അക്കാലത്തുണ്ടായിരുന്നില്ല.

കത്തുകൾ മറ്റാരെയെങ്കിലും ഏൽപിക്കാതെ പോസ്റ്റാഫീസിൽ പോയി പോസ്റ്റ് ചെയ്യുക എന്നത് എക്കാലത്തും പൊറ്റെക്കാട്ടിന്റെ പ്രത്യേകതയായിരുന്നു.

യാത്രയ്ക്കുള്ള എല്ലാ ഒരുക്കങ്ങളും ചെയ്തു. പുതിയ പെട്ടി വാങ്ങി. സിങ്കപ്പൂർ ജീവിതത്തെക്കുറിച്ചുള്ള സങ്കൽപങ്ങളിൽ മുഴുകി, ദിവസങ്ങൾ തള്ളിനീക്കി.

രണ്ടാഴ്ച കഴിഞ്ഞു. ഒരു വിവരവുമില്ല. മൂന്നാഴ്ചയും പിന്നീട് ഒരു മാസവും പിന്നിട്ടപ്പോൾ എല്ലാ ആശകളും അസ്തമിച്ചു.

പൊറ്റെക്കാട്ട് ആശങ്കാകുലനായി. അവർക്ക് തന്നെ ആവശ്യമില്ലാതിരിക്കാം. അല്ലെങ്കിൽ പറ്റിയ ഒരാളെ അവിടുന്നുതന്നെ കിട്ടിയിട്ടുണ്ടാകാം. ചിലപ്പോൾ പത്രം തുടങ്ങുന്ന കാര്യം നീട്ടിവെച്ചു എന്നും വരാം. താനുമായി നേരിട്ടു ബന്ധമുള്ള കാര്യമല്ലല്ലോ ഇത്. അതിനാൽ വാഗ്ദാനലംഘനത്തിന്റെ പ്രശ്നവും ഉദിക്കുന്നില്ല. എ.കെജി. വ്യക്തിപരമായ സ്നേഹത്തിന്റെ പേരിൽ തന്റെ പേര് ശുപാർശ ചെയ്തു. അവരതു സ്വീകരിച്ചുകൊള്ളണമെന്നില്ലല്ലോയെന്നും അദ്ദേഹം സമാധാനിക്കാൻ ശ്രമിച്ചു. എ.കെ.ജിയുമായി ബന്ധപ്പെടാനാണെങ്കിൽ, അദ്ദേഹം എവിടെയാണെന്ന് അറിയാനും മാർഗ്ഗമില്ല. അക്കാലത്ത് ഒളിവിൽ രഹസ്യജീവിതം നയിക്കുകയായിരുന്നു എ.കെ.ജി.

നിരവധി ദിനരാത്രങ്ങൾ പിന്നിട്ടതോടെ, എസ്.കെ. സിങ്കപ്പൂർ യാത്രയെക്കുറിച്ച് മറക്കാൻ ശ്രമിച്ചു. അങ്ങനെയിരിക്കെ ഒരു ദിവസം 'ടൈംസ് ഓഫ് ഇന്ത്യ' ദിനപത്രത്തിൽ പ്രാധാന്യത്തോടെ പ്രസിദ്ധീകരിച്ച വാർത്ത പൊറ്റെക്കാട്ടിന്റെ ശ്രദ്ധയിൽപ്പെട്ടു.

ബോംബെ ജനറൽ പോസ്റ്റാഫീസിൽനിന്ന് പോസ്റ്റ് ചെയ്ത പല എയർമെയിൽ കവറുകളും സിങ്കപ്പൂർ, റങ്കൂൺ മേൽവിലാസക്കാർക്ക് ലഭിക്കുന്നില്ല എന്ന് പോസ്റ്റൽ അധികൃതർക്ക് പരാതികൾ ലഭിച്ചു

കൊണ്ടിരുന്നു. ബർമാഷെൽ തുടങ്ങിയ യൂറോപ്യൻ കമ്പനികളിൽ നിന്നുപോലും തുടരെത്തുടരെ പരാതി ലഭിച്ചപ്പോൾ പോസ്റ്റൽ മേധാവികൾ ഇതന്വേഷിക്കുവാൻ രഹസ്യമായി ക്രൈംബ്രാഞ്ച് പൊലീസുകാരുടെ സഹായം തേടി. സ്റ്റാമ്പുകൾ റദ്ദ് ചെയ്യാൻ നിയോഗിക്കപ്പെട്ട ഒരു ശിപായി വിലകൂടിയ കവറുകളിൽ പതിച്ച സ്റ്റാമ്പുകൾ മോഷ്ടിക്കുന്നതായി അവർ കണ്ടെത്തി. ഇത്തരം കവറുകൾ പോക്കറ്റിൽ എടുത്തിട്ട് കക്കൂസിൽ പോയി, അവിടെയിരുന്ന് സ്റ്റാമ്പുകൾ നീക്കം ചെയ്ത ശേഷം കത്തും കവറും പിച്ചിച്ചീന്തി ഫ്ളഷൗട്ടിൽ എറിയുന്നതു കൈയോടെ പിടികൂടി. ഇതോടെ പത്താൻകോട്ടുകാരനായ ജീവനക്കാരനെ അറസ്റ്റു ചെയ്തു. ഇതായിരുന്നു വാർത്ത.

താൻ അയച്ച എയർമെയിൽ എഴുത്തിനും ഈ ദുര്യോഗമായിരിക്കും സംഭവിച്ചത് എന്ന് പൊറ്റെക്കാട്ട് മനസ്സിലാക്കി. എസ്.കെ. അയച്ച എഴുത്ത് സിങ്കപ്പൂരിലെത്തിച്ചേർന്നില്ല. അതിനാൽ മേൽവിലാസക്കാരന് ലഭിച്ചതുമില്ല. അങ്ങനെയാണ് സംഭവിച്ചത് എന്ന് പിന്നീട് സിങ്കപ്പൂർ സുഹൃത്തുക്കളിൽനിന്ന് അറിയാനും ഇടയായി.

ഒരുനിലയ്ക്ക് സിങ്കപ്പൂർ യാത്ര സഫലമാവാതെ പോയത് ഏറെ ആശ്വാസമായി എന്ന് പിന്നീട് എസ്.കെ. സമാധാനിച്ചു. കാരണം ആ വർഷം നവംബറിൽ രണ്ടാംലോകമഹായുദ്ധം പൊട്ടിപ്പുറപ്പെട്ടു. സിങ്കപ്പൂരിൽ യഥാസമയം എത്തിച്ചേർന്നിരുന്നെങ്കിൽ ആ യുദ്ധക്കെടുതിയിൽ എന്തെല്ലാം സംഭവിക്കുമായിരുന്നു?

ബോംബെ വിശേഷങ്ങൾ

കുറച്ചുനാൾ പിന്നിട്ടപ്പോൾ പൊറ്റെക്കാട്ട് ദാദറിലെ ഫ്ളാറ്റിൽ നിന്ന്, ഫോർട്ടിൽ ഹോറൻബി റോഡിനടുത്തുള്ള ഒരു പഴയ ലോഡ്ജിലേക്ക് താമസം മാറ്റി. തൊട്ടടുത്ത മുറിയിൽ കുന്നിക്കൽ നാരായണനാ(നക്സൽ നേതാവ് അജിതയുടെ പിതാവ്)യിരുന്നു താമസം. മറ്റൊരു മുറിയിൽ മദ്ധ്യവയസ്കനായ ഒരു പട്ടരും ചെറുപ്പക്കാരിയായ ഭാര്യയും. പട്ടർ ഒരു കമ്പനിയിൽ സ്റ്റെനോഗ്രാഫറാണ്. അയാൾ ജോലിക്കു പോകുന്ന സമയത്ത് ഭാര്യയെ അകത്താക്കി മുറി പുറത്തുനിന്ന് പൂട്ടും. വൈകീട്ട് തിരിച്ചുവരുന്ന സമയത്തേ മുറി തുറക്കുകയുള്ളൂ. വേറൊരു മുറിയിൽ നാട്ടുകാരനും അയൽവാസിയുമായ രാമദാസാണ് താമസിച്ചിരുന്നത്. അതിബുദ്ധിമാനായ രാമദാസ് അരക്കിറുക്കനാണ്. ഇടയ്ക്കിടെ ജോലിയിൽനിന്ന് രാജികൊടുക്കും. തുടർന്ന് സ്വന്തം ബിസിനസിൽ ഏർപ്പെടും. ബിസിനസ് നഷ്ടത്തിലായാൽ വീണ്ടും ഏതെങ്കിലുമൊരു കമ്പനിയിൽ കയറിക്കൂടും.

നിരവധി ജോലികൾക്ക് ശ്രമിച്ചെങ്കിലും ഒന്നും തരപ്പെടാതെ വന്നതിനാൽ പൊറ്റെക്കാട്ട് ഏറെ ദുഃഖിതനായിരുന്നു. രാത്രി ഉറക്കമില്ലാതെ കിടക്കുമ്പോൾ മുകൾത്തട്ടിൽ നിന്ന് പ്രാവുകളുടെ കുറുങ്ങലും അടുത്ത മുറിയിലെ പട്ടരുടെ ഭാര്യയുടെ പൊട്ടിക്കരച്ചിലും അദ്ദേഹത്തെ അലോസരപ്പെടുത്തിക്കൊണ്ടിരുന്നു. ഇതിനകം പട്ടരുടെ ഭാര്യ ഒരു മാനസികരോഗിയായി മാറിക്കഴിഞ്ഞിരുന്നു.

രാവിലെ പ്രാതൽ കഴിച്ച് എസ്.കെ. മുറി പൂട്ടി ഇറങ്ങും. നേരെ ബൈക്കുളയിലേക്ക് ട്രെയിൻ കയറും. കുറച്ചു കടലാസ്സും പേനയും കരുതിയിട്ടുണ്ടാകും. പിന്നെ ബൈക്കുളയിലെ വിക്ടോറിയാ ഗാർഡനിലെത്തും. ഗാർഡനിലെ പൂമരച്ചോട്ടിലോ, പുൽത്തകിടിയിലോ ഇരുന്ന് എഴുത്തു തുടങ്ങും. ഉച്ചയായാൽ പുഴുങ്ങിയ കടല വാങ്ങിത്തിന്ന് പച്ചവെള്ളവും കുടിച്ച് പുൽത്തകിടിയിൽ കിടന്ന് അൽപനേരം ചെറുതായൊന്നുറങ്ങും. ഉറങ്ങിയെണീറ്റാൽ വീണ്ടും എഴുത്തു

തുടരും. ഈ പുൽത്തകിടിയിലിരുന്നാണ് പ്രസിദ്ധ കഥയായ 'പുള്ളിമാൻ' എഴുതിത്തീർത്തത്.

രണ്ടാം ലോകമഹായുദ്ധം പൊട്ടിപ്പുറപ്പെട്ടതോടെ, ജോലിയില്ലാതിരുന്ന നിരവധി ചെറുപ്പക്കാർ പട്ടാളത്തിൽ ചേർന്നു. മിലിറ്ററിയിൽ ച്ചെന്നു പറ്റിയാൽ പല രാജ്യങ്ങളിലും എത്തിപ്പെടാം. പുതിയ പുതിയ അനുഭവങ്ങളും അറിവുകളും നേടാം. എഴുതാൻ ഇത് കൂടുതൽ സഹായകമായേക്കാം. ദേശീയസമരം ശക്തി പ്രാപിച്ചുകൊണ്ടിരിക്കുന്ന സമയത്ത് ബ്രിട്ടീഷുകാരന്റെ പട്ടാളക്കാരനായിച്ചേരുന്നത് അപമാനകരമാണെന്ന് പൊറ്റെക്കാട്ടിന് തോന്നി. എങ്ങോട്ടെങ്കിലും പോവുകയോ, പുതിയ ജോലി തേടിപ്പിടിക്കുകയോ ചെയ്യേണ്ടിയിരിക്കുന്നു.

ഈ സമയത്താണ് നാട്ടുകാരനും അയൽവാസിയുമായ രാമദാസ് നാട്ടിൽ പോകുന്നു എന്ന വിവരമറിയിച്ചത്. ആദ്യകാല രചനകളടക്കമുള്ള നിരവധി കഥകളുടെയും നോവലുകളുടെയും കൈയെഴുത്തു പ്രതികൾ തന്റെ പെട്ടിയിലുണ്ട്. അവ നാട്ടിലെത്തിച്ച് സൂക്ഷിക്കുന്നതാണ് ബുദ്ധി എന്ന് പൊറ്റെക്കാട്ടിന് തോന്നി. അവയെല്ലാം ഒരു പെട്ടിയിലാക്കി അദ്ദേഹം രാമദാസിനെ ഏൽപിച്ചു. വിവരത്തിന് വീട്ടിലേക്ക് എഴുതുകയും ചെയ്തു.

കുറച്ചുനാൾ കഴിഞ്ഞാണ് വീട്ടിൽ നിന്ന് മറുപടി വന്നത്. കൊടുത്തയച്ച പെട്ടി വീട്ടിലെത്തിയില്ല. രാമദാസ് നാട്ടിലേക്ക് വന്നതുമില്ല എന്നതായിരുന്നു വിവരം.

പെട്ടെന്നുദിച്ച ഏതോ ഭൂതോദയത്താൽ രാമദാസ് പട്ടാളത്തിൽ ചേർന്നു. കപ്പൽ കയറി അയാൾ സിങ്കപ്പൂരിലേക്ക് തിരിച്ചു. ബംഗാൾ ഉൾക്കടലിൽവെച്ച് കപ്പൽ മുങ്ങി. ഭൂരിഭാഗം യാത്രക്കാരും മരണപ്പെട്ടു. അപൂർവമായി രക്ഷപ്പെട്ട ചിലരിൽ രാമദാസുമുണ്ടായിരുന്നു. എന്നാൽ എസ്.കെയുടെ പെട്ടിയടക്കമുള്ള എല്ലാ വസ്തുക്കളും നഷ്ടപ്പെട്ടുപോയിരുന്നു. ആദ്യകാല രചനകളായ സബീന, ഇടിമുഴക്കം, കൊടുങ്കാറ്റ് എന്നീ നോവലുകളും നിരവധി കഥകളും കവിതകളുമായിരുന്നു ഈ വിധം നഷ്ടമായത്.

എസ്.കെ. ജോലിയില്ലാതെ അലയുകതന്നെയായിരുന്നു. താമസസ്ഥലം വീണ്ടും മാറ്റി. മലബാർ ഹില്ലിനടുത്ത് ബാണഗംഗാ ക്ഷേത്രത്തിനടുത്ത ഒരു ലോഡ്ജിലേക്കായിരുന്നു താമസം മാറ്റിയത്. ക്ഷേത്രത്തിനടുത്ത സത്രത്തിൽ മലയാളികളായ ഏതാനും സ്വാമിമാർ താമസമുണ്ടെന്ന് എസ്.കെ. മനസ്സിലാക്കി. അവരിലൊരാൾ നാട്ടിലേക്ക് പണമയയ്ക്കാൻ മണിയോർഡർ ഫോം പൂരിപ്പിക്കുന്നതിനായി പൊറ്റെക്കാട്ടിനെ സമീപിക്കാറുണ്ടായിരുന്നു. സ്വാമിക്ക് നാട്ടിൽ

ഭാര്യയും ആറു കുട്ടികളുമുണ്ട്. സാമ്പത്തികമാന്ദ്യം കൊടുമ്പിരി കൊണ്ട ആ കാലത്തുപോലും രാമൻനായർ സ്വാമിക്ക് ഒരല്ലലുമുണ്ടായിരുന്നില്ല. അദ്ദേഹത്തിന്റെ നേതൃത്വത്തിൽ സത്രത്തിനടുത്ത് പഴകിയ ഒരമ്പലം ജീർണ്ണോദ്ധാരണം ചെയ്തു. രാമൻ നായർ സ്വാമിയെ ക്ഷേത്രത്തിന്റെ പൂജാരിയും സർവാധികാരിയുമായി നിശ്ചയിക്കുകയും ചെയ്തു.

ഒരു ഗുജറാത്തി കമ്പനിയിൽ ഇന്റർവ്യൂവിന് പോകാനായി എസ്.കെ. ധൃതിയിൽ നടന്നു പോകുന്നതിനിടയിൽ രാമൻനായർ സ്വാമിയുടെ ക്ഷേത്രത്തിനടുത്ത് ഒരാൾക്കൂട്ടം കണ്ടു. അവിടെ നിന്ന് മലബാർ രീതിയിലുള്ള കർണ്ണാനന്ദകരമായ ഒരു ഗാനം ഒഴുകിയെത്തുന്നുണ്ടായിരുന്നു. അടുത്ത ചെന്ന് ശ്രദ്ധിച്ചപ്പോൾ അദ്ദേഹത്തിന് മനസ്സിലായി അത് കീർത്തനമല്ല, മലബാറിൽ പ്രചാരത്തിലുണ്ടായിരുന്ന ഒരു നാടൻപാട്ടാണെന്ന്. ആൾക്കൂട്ടം സ്വാമിയുടെ ഗാനാലാപനത്തിൽ മതിമറന്നു നിൽക്കുകയാണ്.

“തച്ചോളി ഓമനകുഞ്ഞൊതേനൻ
തച്ചോളി ഓമനകുഞ്ഞൊതേനൻ”

പൊറ്റെക്കാട്ടിന് ചിരിയടക്കാൻ കഴിഞ്ഞില്ല. സ്വാമി തന്റെ ആരാധകരെ വീക്ഷിക്കുന്നതിനിടയിൽ പൊറ്റെക്കാട്ടിനെ കണ്ടു. പെട്ടെന്ന് കീർത്തനം നിലച്ചു. സ്വാമി ദീപം തെളിയിച്ചു. മേലോട്ടു നോക്കി ജഗന്നിയന്താവിനെ വണങ്ങി. പിന്നീട് നീണ്ട ശംഖനാദം മുഴങ്ങി. ഭക്തർക്ക് സന്തോഷമായി.

ഇന്റർവ്യൂ കഴിഞ്ഞ് റൂമിൽ വന്നുകയറിയ പൊറ്റെക്കാട്ടിനു മുന്നിൽ അതാ രാമൻനായർ സ്വാമി.

“ഇതാര് തച്ചോളി സ്വാമിയോ?” എസ്.കെ. പൊട്ടിച്ചിരിച്ചു.

“ചങ്ങാതീ, വയറ്റുപിഴപ്പിന് ചെയ്തുപോകുന്നതാണ്. ഇത് ഇരു ചെവിയറിയരുത്. ആറു പിള്ളേരേം കെട്ടിയോളും പുലർത്തേണ്ടതാണ്.”

“ഞാനാരോടും പറയില്ല. പേടിക്കേണ്ട.”

ഈ പ്രാവശ്യം ഇന്റർവ്യൂവിൽ എസ്.കെ.യ്ക്ക് ടൈപ്പിസ്റ്റിന്റെ ജോലി തരപ്പെട്ടു.

തന്റെ താമസസ്ഥലത്ത് ഇരിക്കുമ്പോൾ, എതിർവശത്തെ അടഞ്ഞുകിടക്കുന്ന കെട്ടിടത്തിന്റെ വരാന്തയിൽ ഒരു യാചകൻ ഇരിക്കുന്നത് എസ്.കെ.യുടെ ദൃഷ്ടിയിൽപെട്ടിരുന്നു. മുൻസിപ്പാലിറ്റിയിലെ കുപ്പത്തൊട്ടിയിൽനിന്ന് എച്ചിലയിലെ അവശിഷ്ടങ്ങൾ നുണയുന്ന

ആ പാവത്തിനെ ഖേദത്തോടെ അദ്ദേഹം നോക്കിയിരിക്കും. നായാടി എന്നു വിളിച്ചുവരുന്ന ആ യാചകൻ, തണുപ്പു സഹിക്കാൻ കഴിയാതെ സീൽക്കാരശബ്ദം പുറപ്പെടുവിച്ചുകൊണ്ട് വിറയ്ക്കുന്നതു കാണാനിടയായപ്പോൾ അദ്ദേഹം തന്റെ ഒരു പഴയ കോട്ട് ആ പാവത്തിന് നൽകി. ഒരാഴ്ച കഴിഞ്ഞപ്പോൾ കെട്ടിയുടമ നായാടിയെ അവിടെനിന്നിറക്കി വിട്ടു. അഴിഞ്ഞുപോയ ഉടുവസ്ത്രം പിടിച്ചുകൊണ്ട് ഭാണ്ഡവും പേറി ഇറങ്ങിപ്പോയ ആ സാധുവിന്റെ ദയനീയമായ നോട്ടം ഹൃദയഭേദകമായി എസ്.കെ.യ്ക്ക് അനുഭവപ്പെട്ടു. കുറച്ചുനാൾ കഴിഞ്ഞ് എസ്.കെ. പത്രത്തിലൂടെ ആ യാചകന്റെ മരണവാർത്തയറിഞ്ഞു. അയാൾ ധരിച്ചിരുന്ന പഴയ കോട്ടിന്റെ പോക്കറ്റിൽ നിന്ന് 5000 രൂപയുടെ നോട്ടുകെട്ടുകൾ പൊലീസ് കണ്ടെടുത്തു എന്നതായിരുന്നു വിചിത്രമായി തോന്നിയത്.

ഈ സംഭവത്തിന്റെ പശ്ചാത്തലത്തിൽ എസ്.കെ. 'പഴയ കോട്ട്' എന്ന കഥ നെയ്തെടുത്തു.

യാത്രകളുടെ തുടക്കം

ഒരുകാലത്ത് കേരള രാഷ്ട്രീയത്തിൽ നിറഞ്ഞുനിന്നിരുന്ന കെ.എസ്.പി നേതാവും പിന്നീട് 1967ലെ ഇ.എം.എസ് മന്ത്രിസഭയിലെ തൊഴിൽമന്ത്രിയുമായിരുന്ന മത്തായി മഞ്ഞൂരാൻ കഥാകാരനായ എസ്.കെ. പൊറ്റെക്കാട്ടിന്റെ ആത്മസുഹൃത്തായിരുന്നു എന്നറിയുന്നവർ ഇന്ന് അപൂർവ്വമായിരിക്കും. ബോംബെയിൽ വെച്ചായിരുന്നു പൊറ്റെക്കാട്ട് മത്തായിയെ പരിചയപ്പെട്ടതും അടുത്തതും.

റാവൽ ടൈൽസ് കമ്പനിയിൽ ഒരു ടൈപ്പിസ്റ്റിന്റെ ജോലി ലഭിച്ചപ്പോൾ പൊറ്റെക്കാട്ട് താമസം വാൾക്കശ്വരത്തേക്ക് മാറ്റി. ബാണഗംഗ തീർത്ഥക്കുളത്തിനടുത്തുള്ള വി.എ. കേശവൻനായരുടെ മാളിക ഫ്ളാറ്റായിരുന്നു ഇത്. ലോഡ്ജിലെ ഒരു അന്തേവാസിയായിരുന്നു 'ബ്ലാക്ക് കാറ്റ്.' ജീവിതത്തെ അഭിമുഖീകരിക്കുന്ന പ്രതിസന്ധികളെ സുധീരം നേരിടുന്നതിന് പൊറ്റെക്കാട്ടിന് ആത്മവിശ്വാസം നൽകിയ അടുത്ത സുഹൃത്തായിരുന്നു ഈ 'ബ്ലാക്ക് കാറ്റ്'. ശരിയായ പേർ മത്തായി മഞ്ഞൂരാൻ. വി.എ. കേശവൻ നായരും മാത്തായി മഞ്ഞൂരാനും ദേശീയസമരത്തിലെ മുന്നണിപ്പോരാളികളായിരുന്നു.

അവിടെ താമസിച്ചുകൊണ്ടിരിക്കെ ക്യാംബെ നവാബിന്റെ പേഴ്സണൽ സെക്രട്ടറിയായി മത്തായിക്ക് നിയമനം ലഭിച്ചു. യൂറോപ്യൻ രീതിയിൽ മാന്യമായി വസ്ത്രധാരണം ചെയ്ത് ഇന്റർവ്യൂവിന് ഹാജരായ മത്തായിയെ നവാബിന് നന്നേ ബോധിച്ചു. സംഭാഷണവും പെരുമാറ്റവും ഹൃദ്യമായി തോന്നിയ നവാബ് ഉടനെ ഉത്തരവ് നൽകുകയായിരുന്നു. ക്യാംബെ നവാബ് പരിവാരങ്ങളോടൊപ്പം ബോംബയിൽ വരുമ്പോൾ താമസിച്ചിരുന്ന രാജ്മഹൽ ഹോട്ടലിൽ നിന്ന്, മത്തായി വാൾക്കേശ്വരത്തെ എസ്.കെ.യുടെ ലോഡ്ജിലേക്ക് വരുമായിരുന്നു.

കുറച്ചുനാൾ കഴിഞ്ഞപ്പോൾ എസ്.കെ.യ്ക്ക് ടൈപ്പിസ്റ്റ് ജോലി മടുത്തു. അദ്ദേഹം ജോലി രാജിവെച്ച് ദീർഘമായ ഒരുത്തരേന്ത്യൻ പര്യടനത്തിന് പുറപ്പെട്ടു. യാത്രയുടെ വിവരങ്ങൾ മത്തായിയെ അറിയിച്ചിരുന്നു.

ക്യാംബെയിലെ റെയിൽവേ സ്റ്റേഷനിലിറങ്ങിയപ്പോൾ മത്തായി ഒരുക്കിയ സ്വീകരണം കണ്ട് എസ്.കെ അതിശയിച്ചുപോയി. ഒരു രാജകീയ വാഹനവുമായാണ് മത്തായി സ്വീകരിക്കാനെത്തിയിരിക്കുന്നത്. മലയാളത്തിലെ മഹാകവിയാണ് എസ്.കെ എന്നാണ് മത്തായി നവാബിനെ ധരിപ്പിച്ചത്. വി.ഐ.പി.യായി പാലസ് ഗസ്റ്റ് ഹൗസിൽ എസ്.കെ.യ്ക്ക് താമസമേർപ്പെടുത്തി. ക്യാംബെയിൽനിന്ന് റെയിൽവേയിൽ സൗജന്യ പര്യടനവും തരപ്പെടുത്തി. 'ട്രാവൽ ഏസ്.യു പ്ലീസ്' എന്ന പദ്ധതിയനുസരിച്ച് റെയിൽവേയുടെ പശ്ചിമ മേഖലകളിൽ എവിടെ വേണമെങ്കിലും മൂന്നാഴ്ച സഞ്ചരിക്കാൻ മൂന്നാംക്ലാസിൽ വെറും ഒമ്പതുരൂപ മാത്രമായിരുന്നു അന്ന് യാത്രാകൂലി.

എസ്.കെയുടെ കൈയിൽ കുറച്ചു പണമുണ്ടായിരുന്നു. അതിനാൽ കൂടുതൽ നാൾ ക്യാംബെയിൽത്തങ്ങാതെ അദ്ദേഹം ഉത്തരേന്ത്യൻ പര്യടനമാരംഭിച്ചു. ഒരുമാസത്തോളം ഡൽഹിയിൽത്തന്നെ ചെലവഴിച്ചു. തുടർന്ന് അലഹബാദ്, അലിഗർ, ബനാറസ്സ്, കൽക്കത്ത, ജാംഷഡ്പൂർ, കട്ടക്ക്, പുരി, തുടങ്ങിയ നിരവധി സ്ഥലങ്ങൾ സന്ദർശിച്ചു. ബംഗാളി എഴുത്തുകാരുടെ ഗ്രന്ഥങ്ങൾ വായിച്ച് കൽക്കത്തയെക്കുറിച്ച് എസ്.കെ. എന്തൊക്കെയോ സങ്കൽപങ്ങൾ മനസ്സിൽ സൂക്ഷിച്ചിരുന്നു. അതിനാൽ ഒരുമാസക്കാലം കൽക്കത്തയിലും ബംഗാളിലെ ഇതരസ്ഥലങ്ങളിലുമായി കഴിച്ചുകൂട്ടി. ഏകദേശം അയ്യായിരം മൈൽ സഞ്ചരിക്കുവാൻ ഇരുനൂറ് രൂപ മാത്രമേ വേണ്ടിവന്നുള്ളൂ എന്നത് ഇന്ന് അത്ഭുതമായി തോന്നിയേക്കാം. ഈ യാത്രയിൽ നിന്നുള്ള ഊർജ്ജം ഉൾക്കൊണ്ട് ഉജ്ജയിൻ പട്ടണം, സാരനാഥം, ശാന്തിനികേതനം, ഫത്തേപ്പൂർ സിക്രി തുടങ്ങിയ ലേഖനങ്ങളും കാളിന്ദി, താജ്മഹൽ, ഹൃദയകുഞ്ജം തുടങ്ങിയ കവിതകളും മാതൃഭൂമി ആഴ്ചപ്പതിപ്പിൽ എഴുതി.

ആദ്യയാത്രകഴിഞ്ഞ് 1941 ജനുവരിയിലാണ് പൊറ്റെക്കാട്ട് കോഴിക്കോട്ട് മടങ്ങിയെത്തിയത്. കേരള കൗമുദിയിയിൽ ഖണ്ഡശഃ പ്രസിദ്ധീകരിച്ചിരുന്ന 'നാടൻപ്രേമം' എന്ന നോവൽ സ്വന്തം ചെലവിൽ പുസ്തകമാക്കി. 500 കോപ്പി വി.പി.പിയായി സിലോണിലേക്കയച്ചു. 300 കോപ്പി കോഴിക്കോട്ട് തന്നെ ചെലവായി. ഈ സമയത്ത് 500 കോപ്പി ആവശ്യപ്പെട്ടുകൊണ്ട് സിങ്കപ്പൂരിൽനിന്നും ഒരു ഓർഡർ വന്നു. അത്രയും കോപ്പി സ്റ്റോക്കില്ലാതിരുന്നതിനാൽ വൈകാതെ രണ്ടാം പതിപ്പിറക്കാനുള്ള തയ്യാറെടുപ്പിലായി എസ്.കെ. ഈ സമയത്തുതന്നെ ഇരുനൂറ് പേജ് വരുന്ന ഒരു ചെറുകഥാസമാഹാരം ഇറക്കാനും അദ്ദേഹം ആലോചിച്ചുകൊണ്ടിരുന്നു.

യുദ്ധം കഴിയുന്നതുവരെ പുറത്തേക്കൊന്നും പോകാതെ നാട്ടിൽ കഴിച്ചുകൂട്ടാനായിരുന്നു എസ്.കെയുടെ പ്ലാൻ. അതിനാൽ അദ്ദേഹം പുതിയ ഒരു നോവലിന്റെ രചനയിലേർപ്പെട്ടു.

ഏകാന്ത ജീവിതം

ഉത്തരേന്ത്യൻ പര്യടനം കഴിഞ്ഞ് കോഴിക്കോട്ട് മടങ്ങിയെത്തിയപ്പോൾ എസ്.കെ. ബിലാത്തിക്കുളത്ത് ഒരു വീട് വാടകയ്ക്കെടുത്ത് താമസമാക്കി. അമ്മ ചെലവൂരിലെ അമ്മാവന്റെ വീട്ടിൽതന്നെയായിരുന്നു. ഇക്കാലത്തുതന്നെ അദ്ദേഹം പുതിയറയിൽ ഒരോലപ്പുരയും ഒൻപതു സെന്റ് സ്ഥലവും വിലയ്ക്കു വാങ്ങിയിരുന്നു. ഈ ഓലപ്പുര പൊളിച്ചുമാറ്റിയാണ് പിൽക്കാലത്ത് 'ചന്ദ്രകാന്തം' എന്ന വീട് പണിതത്.

ബിലാത്തിക്കുളത്തെ വീട് തൽക്കാലത്തെ ഒരു ആസ്ഥാനം എന്ന നിലയ്ക്ക് വാടകയ്ക്കെടുത്തതാണ്. ഇരുന്ന് എഴുതാനുള്ള ശാന്തമായ ഒരന്തരീക്ഷം അവിടെയില്ല എന്നു തോന്നിയതിനാൽ ഒരെഴുത്തുപുര ആവശ്യമാണെന്ന് എസ്.കെയ്ക്ക് തോന്നി. പുതിയറയിലെ കനോലി കനാലിന്റെ കരയിൽ അരയിടത്തു പാലത്തിനടുത്ത്, ഒരു പീടികമാളികകൂടി അദ്ദേഹം വാടകയ്ക്കെടുത്തു. ഒരൊറ്റ മുറി. അതിനദ്ദേഹം 'ബ്രിഡ്ജ് വ്യൂ' എന്ന പേരിട്ടു. 'ബ്രിഡ്ജ് വ്യൂ'വിലെ ജാലകത്തിലൂടെ നോക്കിയാൽ സഹ്യാദ്രിമലകളും, നീണ്ടുകിടക്കുന്ന വിശാലമായ ചക്രവാളവും കണ്ണുകൾക്ക് കുളിർമ പകരും. എഴുതാനുള്ള കരുക്കൾ മനസ്സിൽ ശേഖരിച്ചുകൊണ്ട് വിദൂരതയിലേക്ക് ദൃഷ്ടികൾ പായിച്ച് ഈസിചെയറിൽ വളരെ നേരം കിടക്കും. ചിലപ്പോൾ ചെളിയിൽ പൂഴ്ത്തിയ ചകിരിയുടെ നാറ്റവും അൽപം ദൂരെയുള്ള ശ്മശാനത്തിലെ ദുർഗന്ധവും അലോസരം സൃഷ്ടിക്കാറുണ്ട്. എല്ലാ സൗകര്യങ്ങളുമുള്ള ഒരു മുറി അടുത്ത് പരിസരത്തൊന്നും കിട്ടാനില്ലാത്തതിനാൽ 'ബ്രിഡ്ജ് വ്യൂ' തന്നെ തമ്മിൽ ഭേദം എന്ന് എസ്.കെ. ആശ്വസിച്ചു.

'ബ്രിഡ്ജ് വ്യൂ'വിന്ന് മറ്റു ചില ഗുണങ്ങളുണ്ട്. കനോലിത്തോടിന്റെ മറുകരയിൽ വൃത്തിയുള്ള ഒരു ചായക്കടയുണ്ട്. ഒരോലപ്പുര - അവിടെ പുട്ട്, വെള്ളയപ്പം, കടലക്കറി, കാച്ചിയ പപ്പടം എന്നിങ്ങനെ പൊറ്റെക്കാട്ടിന് ഇഷ്ടമുള്ള വിഭവങ്ങളെല്ലാമുണ്ട്. പൊറ്റെക്കാട്ടിന്റെ തുറന്ന പെരുമാറ്റം കടയുടമ രാരിച്ചനിഷ്ടമായി.

‘‘ഓൻ ഉശിരുള്ള കുട്ടിയാ.’’ രാരിച്ചൻ പറയും. എന്നിട്ട് നല്ല മുഴുപ്പുള്ള മീൻകഷണങ്ങൾ എസ്.കെയുടെ പ്ലേറ്റിൽ വിളമ്പും. രാരിച്ചനും ഭാര്യയും തന്നെയാണ് കടയിലെ ജോലികളെല്ലാം ചെയ്തിരുന്നത്. എസ്.കെ. അവരുടെ വീട്ടുകാര്യങ്ങൾ തിരക്കും. സുന്ദരിയായ ഭാര്യയെ രാരിച്ചൻ പ്രേമിച്ച് വിവാഹം ചെയ്തതാണത്രെ.

ഇന്ന് രാരിച്ചന്റെ കുടുംബത്തിന്റെ ചായക്കട അവിടെ ഇല്ല. ഓലപ്പുരകളെല്ലാം മൺമറഞ്ഞു. മരപ്പാലം കോൺഗ്രീറ്റ് പാലമായി. അരയടത്തുപാലം നഗരത്തിലെ തിരക്കുള്ള ഇടമായി. അവിടെ വലിയ തുണിക്കടകളും കച്ചവടസ്ഥാപനങ്ങളും നിറഞ്ഞു.

തികച്ചും ഏകാന്തമായ ജീവിതമാണ് പൊറ്റെക്കാട്ട് നയിച്ചിരുന്നത്. എഴുത്തും വായനയും തന്നെ ശരണം. ആഴ്ചയിൽ രണ്ടു ദിവസം ചെലവൂരിൽ പോകും. അമ്മ മകന്റെ ഒറ്റപ്പെട്ട ജീവിതത്തിന്റെ ശൂന്യതയെ ഓർമ്മിപ്പിക്കും. അവിടെ വിളക്കുവെക്കാൻ ഒരു പെൺകുട്ടി വേണ്ടേ? പൊറ്റെക്കാട്ട് അതിന് മറുപടിയായി കുറച്ചുനാൾ കൂടി കഴിയട്ടെ എന്നു പറഞ്ഞ് ഒഴിയും.

ചെലവൂരിൽ പോയാൽ ചില ബാല്യകാല സുഹൃത്തുക്കളെ കണ്ടെത്തിയെന്നുവരും. അവരുമൊത്ത് ചിലപ്പോൾ ഉച്ചഭക്ഷണം പോലും കഴിക്കാതെ പുഴക്കരയിലിരുന്ന് ചീട്ടുകളിക്കും. സുഹൃത്തുക്കളുമൊത്ത് പൊൻപറക്കുന്നിൽ കയറും. മറ്റു ചിലപ്പോൾ മായാപ്പറമ്പിലേ(ഇപ്പോൾ മെഡിക്കൽ കോളേജ് നിൽക്കുന്ന സ്ഥലം)ക്കായിരിക്കും. അവിടുത്തെ വിചിത്ര പുഷ്പങ്ങൾ ശേഖരിക്കുക എന്നത് പൊറ്റെക്കാട്ടിന്റെ ഹോബിയായിരുന്നു.

ബ്രിഡ്ജ് വ്യൂവിൽ നിന്നും മിക്കപ്പോഴും വൈകുന്നേരം ബീച്ചിൽ പോകും. കടലിലെ മുങ്ങിക്കുളി അദ്ദേഹത്തിന് ഇഷ്ടമുള്ള കാര്യമാണ്. പൂനിലാവിൽ കടൽതീരത്തെ മണലിലിരുന്ന് കൂട്ടുകാരുമായി നാട്ടുവർത്തമാനങ്ങൾ പറയുക, വായിച്ചുതീർന്ന പുസ്തകങ്ങളെക്കുറിച്ച് ചർച്ച ചെയ്യുക എന്നതെല്ലാം പതിവായിരുന്നു. എഴുതാൻ പോകുന്ന കഥകളെക്കുറിച്ചുമാത്രം എസ്.കെ. ഒന്നും പറയുകയില്ല. മിക്കപ്പോഴും പി.സി. കുട്ടികൃഷ്ണൻ (ഉറൂബ്), തിക്കോടിയൻ എന്നിവർ കാണും.

ചിലപ്പോൾ മാതൃഭൂമി ആപ്പീസിൽ പോകാറുണ്ട്. അവിടെ കുട്ടികൃഷ്ണമാരാരുണ്ട്. മാരാരുമായി എസ്.കെ. അടുപ്പത്തിലായിരുന്നു. അക്കാലത്തുതന്നെ, മാതൃഭൂമി മുതിർന്ന എഴുത്തുകാർക്ക് നൽകിയിരുന്ന അതേ രീതിയിൽ പൊറ്റെക്കാട്ടിനും പ്രതിഫലം നൽകിയിരുന്നു.

രാവിലെയുള്ള നടപ്പും കുളിയും കഴിഞ്ഞ്, ഇഷ്ടപ്പെട്ട രീതിയിലുള്ള പ്രാതൽ കഴിച്ചതിനുശേഷമേ അദ്ദേഹം പണിപ്പുരയിൽ കയറുകയുള്ളൂ. പ്രഭാതസവാരിയിൽ നിന്ന് വീണുകിട്ടുന്ന സംഭവങ്ങൾ, ദിന

പത്രത്തിൽ കാണുന്ന വിചിത്രവാർത്തകൾ ഇവയെല്ലാം ഡയറിയിൽ കുറിച്ചിടും. കാലാന്തരത്തിൽ മനസ്സിൽക്കിടന്ന് പാകപ്പെടുമ്പോൾ അവ കഥകളായി രൂപം പ്രാപിക്കും.

1942 സെപ്തംബറിലെ ഒരു പ്രഭാതത്തിലാണ് കവിയും എഴുത്തുകാരനും സ്വാതന്ത്ര്യസമരത്തിലെ മുന്നണി പ്രവർത്തകനുമായ എൻ.വി. കൃഷ്ണവാരിയരുമായി എസ്.കെ. പരിചയപ്പെട്ടത്. വി.എ. കേശവൻനായർ നടത്തിവന്നിരുന്ന 'സ്വതന്ത്രഭാരതം' എന്ന വാരികയുടെ പ്രസിദ്ധീകരണസഹായിയായി എൻ.വി. കൃഷ്ണവാരിയരെ നിയോഗിച്ചിരുന്നു. പ്രവർത്തനകേന്ദ്രമായ തലശ്ശേരിക്ക് പോകുന്ന വഴി അവർ കോഴിക്കോട്ടെത്തിയതാണ്. സമയം ഏറെ വൈകിയതിനാൽ അവർ കോമളവിലാസം ഹോട്ടലിന്റെ ലോഡ്ജിൽ ഒരു മുറിയെടുത്തു. രാവിലെ പ്രാതൽ കഴിക്കാനായി താഴെ ഹോട്ടലിൽ വന്നപ്പോൾ തൊട്ടടുത്ത മേശയിലിരുന്ന് ഒരാൾ വെള്ളപ്പവും മട്ടൺ കറിയും തട്ടിവിടുന്നു. കേശവൻനായർക്ക് പൊറ്റെക്കാട്ടിനെ മുൻപു തന്നെ പരിചയമുണ്ടായിരുന്നു. ബോംബെയിൽ അവർ ഒരേ ലോഡ്ജിൽ ഒന്നിച്ചുകഴിഞ്ഞതുമാണ്. കേശവൻ നായർ എസ്.കെ.യെ ഇങ്ങനെ പരിചയപ്പെടുത്തി - മലയാളത്തിലെ ഏറ്റവും വലിയ എഴുത്തുകാരൻ, എസ്.കെ. പൊറ്റെക്കാട്ട്.

കൃഷ്ണവാരിയർക്ക് സന്തോഷമായി. പിന്നെയും കുറേ വർഷങ്ങൾ കഴിഞ്ഞാണ് വാരിയർ മാതൃഭൂമി ആഴ്ചപ്പതിപ്പിന്റെ പത്രാധിപരായി കോഴിക്കോട്ടു വന്നത്. ദീർഘകാലം നിലനിന്ന ഒരു സൗഹൃദബന്ധത്തിന്റെ ആരംഭമായിരുന്നു അത്.

പി.സി. കുട്ടികൃഷ്ണൻ

പഴയ മലബാറിലെ യുവസാഹിത്യകാരന്മാർ തമ്മിൽ കളങ്കരഹിതമായ ഒരു ആത്മബന്ധം പുലർത്തിവന്നിരുന്നു. വാരികയിലോ മാസികയിലോ കൊള്ളാവുന്ന ഒരു രചന പ്രസിദ്ധപ്പെടുത്തിക്കണ്ടാൽ ആ കവിയേയോ, ആ എഴുത്തുകാരനേയോ തങ്ങളുടെ അഭിനന്ദനം അറിയിക്കാൻ യുവാക്കളായ എഴുത്തുകാരിൽ ഭൂരിഭാഗവും താൽപര്യം കാണിച്ചിരുന്നു. അങ്ങനെയാണ് പി.സി. കുട്ടികൃഷ്ണനും (ഉറൂബ്) പൊറ്റെക്കാട്ടും തമ്മിൽ പരിചയപ്പെട്ടത്.

പി.സി.യുടെ അതിഥിയായിട്ടാണ് പൊറ്റെക്കാട്ട് ആദ്യമായി പൊന്നാനി സന്ദർശിച്ചത്. പൊന്നാനി സാഹിത്യക്കളരിയിലെ പ്രമുഖാംഗമായിരുന്ന ഇടശ്ശേരി ഗോവിന്ദൻനായരും അവിടെ ഉണ്ടായിരുന്നു. പിറ്റേന്ന് രാവിലെ എസ്.കെയും പി.സിയും കാൽനടയായി പുന്നയൂർക്കുളത്തേക്ക് പുറപ്പെട്ടു. തെങ്ങിൻതോപ്പും പൂഴിനിറഞ്ഞ പറമ്പുകളും പിന്നിട്ട് ടിപ്പുസുൽത്താൻ റോഡ് വഴി ഉച്ചയോടെ നാലപ്പാട്ടു ചെന്നു. കണ്ണുനീർത്തുള്ളിയുടെ കർത്താവായ നാലപ്പാട്ടു നാരായണൻ മേനോനുമായി നടത്തിയ സാഹിത്യസംബന്ധമായ ചർച്ചകൾ എസ്.കെ.യ്ക്ക് ഉന്മേഷം പകർന്നു. വഴിമുട്ടി നിന്നിരുന്ന ഗദ്യസാഹിത്യത്തിന് 'പാവങ്ങൾ' പകർന്നു നൽകിയ പുതുമയാർന്ന സന്ദേശം എന്നിവയെല്ലാം ചർച്ചയായത് പൊറ്റെക്കാട്ടിന്റെ പച്ചപിടിച്ച ഓർമ്മകളാണ്.

1942-44 കാലത്ത് പി.സി നീലഗിരിയിലെ ഒരു ടീ എസ്റ്റേറ്റിൽ ക്ലർക്കായി ജോലി ചെയ്തിരുന്നപ്പോൾ എസ്.കെ. കൂടെക്കൂടെ അദ്ദേഹത്തിനെഴുമായിരുന്നു. സാഹിത്യം കലർന്ന കത്തുകൾ എഴുതുന്നതിൽ പ്രത്യേക ചാതുര്യമായിരുന്നു പി.സി.ക്ക്. നീലഗിരി അനുഭവങ്ങളുടെ പശ്ചാത്തലത്തിൽ പി.സി എഴുതിയ കഥകളാണ് 'നീലമല' എന്ന കഥാ സമാഹാരത്തിലെ കഥകൾ. പൊറ്റെക്കാട്ടിന് ഇഷ്ടപ്പെട്ട കഥകളായിരുന്നു അവ.

1945-47 കാലത്ത് ഒന്നുരണ്ടു സ്വകാര്യസ്ഥാപനങ്ങളിൽ ജോലി ചെയ്തിരുന്ന പി.സിയുമായി പൊറ്റെക്കാട്ട് സാധാരണ കണ്ടുമുട്ടുകയും സൗഹൃദം പങ്കുവെക്കുകയും ചെയ്തു. 1947ൽ കോഴിക്കോട്ടു നടന്ന സമസ്തകേരള സാഹിത്യപരിഷത്തിന്റെ സമ്മേളനം വിജയിപ്പിക്കുന്നതിൽ പി.സിയും പൊറ്റെക്കാട്ടും തിക്കോടിയനും ഒത്തുചേർന്നു പ്രവർത്തിച്ചതിന്റെ ചാരിതാർത്ഥ്യം എസ്.കെ.യുടെ ഡയറിക്കുറിപ്പുകളിൽ രേഖപ്പെടുത്തിയിട്ടുണ്ട്. പരിഷത്ത് സമ്മേളനം കഴിഞ്ഞ് അധികം വൈകാതെ പി.സി. മംഗളോദയം മാസികയുടെ സഹപത്രാധിപരായി തൃശ്ശൂർക്ക് പോയി. തൃശൂരിലായിരുന്നപ്പോഴും പി.സി. ഇടയ്ക്കിടെ എസ്.കെ.യ്ക്കെഴുതിയിരുന്നു.

1951ൽ കോഴിക്കോട് ആകാശവാണി നിലയം സ്ഥാപിതമായതോടെ പി.സി. അവിടെ സ്ക്രിപ്റ്റ് റൈറ്ററായി ചേർന്നു. പിന്നീടു രണ്ടു വ്യാഴവട്ടക്കാലം പി.സി. കോഴിക്കോട്ടുതന്നെ ഉണ്ടായിരുന്നു. ഇക്കാലത്താണ് അദ്ദേഹത്തിന്റെ പ്രസിദ്ധ രചനകളായ ഉമ്മാച്ചു, സുന്ദരിയും സുന്ദരന്മാരും എന്നീ നോവലുകൾ പുറത്തുവന്നത്. തന്റെ പല കഥകളെയും, കഥാപാത്രങ്ങളേയുംകുറിച്ച് പി.സി പൊറ്റെക്കാട്ടിനെഴുതുമായിരുന്നു.

മദ്ധ്യമലബാറിലെ മുസ്ലീം ജീവചരിത്രത്തിന്റെ വികാരപരമായ വശത്തെ വ്യാഖ്യാനിച്ചുകൊണ്ട് പി.സി. എഴുതിയ നോവലാണ് ഉമ്മാച്ചു. ഇക്കാലത്താണ് പി.സി. ഉറൂബ് എന്ന തൂലികാനാമം സ്വീകരിച്ചത്. ഉറൂബ് എന്നാൽ അസ്തമയം എന്നാണർത്ഥം. ഉമ്മാച്ചു, സുന്ദരിമാരും സുന്ദരന്മാരും എന്നീ നോവലുകളുടെ ചരിത്രപശ്ചാത്തലവും അവ എഴുതാനിടയായ സാഹചര്യവും പി.സി. കോഴിക്കോട്ടു കടപ്പുറത്തെ സായാഹ്നചർച്ചകളിൽ പൊറ്റെക്കട്ടുമായും തിക്കോടിയനുമായും പങ്കുവെക്കുമായിരുന്നു.

ഏറ്റവുമൊടുവിൽ പൊറ്റെക്കാട്ട്, പി.സി.യെക്കണ്ടത് എൻ.പി. മുഹമ്മദിന്റെ മകന്റെ വിവാഹവേളയിലായിരുന്നു. 1975ൽ ആകാശവാണിയിൽനിന്ന് പിരിഞ്ഞശേഷം പി.സിയുടെ പ്രവർത്തനരംഗം പത്രാധിപരെന്ന നിലയിൽ തിരുവനന്തപുരത്തും കോട്ടയത്തുമായിരുന്നു. അതിനാൽ കൂടെക്കൂടെ കാണാറുണ്ടായിരുന്നില്ല. എങ്കിലും ഇടയ്ക്ക് അവിടെനിന്നും പി.സി വിളിക്കുമായിരുന്നു.

വിവാഹവീട്ടിൽ വെച്ച് കണ്ടപ്പോൾ പി.സി.ക്ക് ആകെ ഒരു മാറ്റം വന്നതായി പൊറ്റെക്കാട്ടിന് തോന്നി. ആൾ തടിച്ചു ചീർത്തിട്ടുണ്ടായിരുന്നു. പകുതി കാര്യമായും പകുതി തമാശയായും എസ്.കെ. പറഞ്ഞു:

"പി.സി. തടി വല്ലാതെ കൂടി വരുന്നുണ്ട്. ഇത് നന്നല്ല കേട്ടോ."

ഇങ്ങനെ എന്തെങ്കിലും കേട്ടാൽ നർമ്മം കലർന്ന ശൈലിയിൽ അദ്ദേഹം എന്തെങ്കിലും പ്രതികരിക്കാതിരിക്കില്ല. പക്ഷേ, പി.സി. അന്ന് ഒന്നുംതന്നെ പറഞ്ഞില്ല. വെറുതെ ഒന്നു ചിരിച്ചതേയുള്ളൂ. അപരാധബോധത്തോടെയുള്ള ഒരു മങ്ങിയ ചിരി.

പിന്നീട് കേൾക്കാൻ കഴിഞ്ഞത് പി.സിയുടെ ആകസ്മികമായ നിര്യാണത്തെക്കുറിച്ചാണ്. ഒന്നോ രണ്ടോ മികച്ച നേവലുകൾ രചിക്കാനുള്ള സമയം ബാക്കിയിരിക്കേ പി.സി. കഥാവശേഷനായി. (1915-1979). പ്രിയസുഹൃത്തിന്റെ വേർപാടിൽ അതീവദുഃഖിതനായിരുന്നു എസ്.കെ.

വീണ്ടും ബോംബെയിൽ

1942 ആഗസ്റ്റ് ഒമ്പതിന് ആരംഭിച്ച ക്വിറ്റ് ഇന്ത്യാ സമരം ഇന്ത്യയിലാകമാനം ശക്തിപ്രാപിച്ചുകൊണ്ടിരുന്നു. സമരത്തിന് ഉത്തേജനം നൽകുന്ന 'സ്വതന്ത്രഭാരതം' എന്ന രഹസ്യപത്രത്തിന്റെ പ്രസിദ്ധീകരണത്തിൽ പൊറ്റെക്കാട്ടിന് പങ്കുണ്ടോ എന്ന് പൊലീസ് സംശയിക്കുന്ന വിവരം എങ്ങനെയോ അദ്ദേഹത്തിന്റെ ചെവിയിലെത്തി. മാത്രമല്ല കീഴരിയൂർ ബോംബുകേസ്സിലും പൊലീസ് എസ്.കെ.യെ സംശയിച്ചിരുന്നു. പൊലീസ് തന്നെ പിടികൂടി ജയിലിൽ പാർപ്പിച്ചേക്കുമോ എന്നും എസ്.കെ. സംശയിക്കാതിരുന്നില്ല. അതിനാൽ തൽക്കാലം നാട്ടിൽനിന്ന് മാറി നിൽക്കുന്നതാണ് നല്ലതെന്ന് അദ്ദേഹത്തിന് തോന്നി. ഈ സന്ദർഭത്തിലാണ് ബോംബെയിൽ നടക്കുന്ന പുരോഗമനസാഹിത്യ സമ്മേളനത്തിൽ പങ്കെടുക്കാൻ പി. കൃഷ്ണപിള്ള അദ്ദേഹത്തെ പ്രേരിപ്പിച്ചത്.

കമ്മ്യൂണിസ്റ്റ് പാർട്ടിപ്രവർത്തനങ്ങളെകുറിച്ച് എസ്.കെ. താൽപര്യപൂർവം കൃഷ്ണപിള്ളയോട് അന്വേഷിക്കുമായിരുന്നു. തന്റെ കഴിവിനനുസരിച്ച് അദ്ദേഹം അവർക്ക് സാമ്പത്തികസഹായം ചെയ്തുപോന്നു. പാർട്ടിയുടെ പ്രധാന രേഖകളിൽ പലതും ഇംഗ്ലീഷിൽനിന്ന് മലയാളത്തിലേക്ക് പരിഭാഷപ്പെടുത്തിയിരുന്നത് എസ്.കെ. ആയിരുന്നു. സൗമ്യമായ പെരുമാറ്റവും ആരേയും വശീകരിക്കാൻ കഴിയുന്ന വാചാലതയുമുള്ള കൃഷ്ണപിള്ളയെ എസ്.കെ. ഇഷ്ടപ്പെട്ടു. 1943 മെയ് 19നായിരുന്നു ബോംബെയിൽ വെച്ച് പുരോഗമനസാഹിത്യ സംഘടനയുടെ സമ്മേളനം നടന്നത്. പൊറ്റെക്കാട്ടിനെ കൂടാതെ, സി. അച്ചുതക്കുറുപ്പ് (വള്ളത്തോളിന്റെ മകൻ), കെ.പി.ജി. നമ്പൂതിരി തുടങ്ങിയവരായിരുന്നു കേരളത്തിൽ നിന്ന് പങ്കെടുത്തിരുന്നത്.

സമ്മേളനം കഴിഞ്ഞശേഷം പൊറ്റെക്കാട്ട് ബോംബെയിൽത്തന്നെ തങ്ങി. ഈ പ്രാവശ്യം വളരെനാൾ ജോലിയില്ലാതെ അലയേണ്ടിവന്നില്ല. ഒരുമാസം പിന്നിടുന്നതിന് മുമ്പുതന്നെ അദ്ദേഹത്തിന് ടെക്സ്റ്റയിൽ കമ്മീഷണറുടെ ഓഫീസിൽ ഉദ്യോഗം ലഭിച്ചു.

രണ്ടുമാസം പിന്നിട്ടതേയുള്ളൂ. ജോൺ മാസ്റ്റർ എസ്.കെ.യെ തേടിയെത്തി. ഈ ജോൺ മാസ്റ്റർ മറ്റാരുമല്ല, നമ്മുടെ മത്തായി മഞ്ഞൂരാൻതന്നെ. കീഴരിയൂർ ബോംബുകേസ്സിലെ പ്രതിയെന്നതു കൂടാതെ, മറ്റൊരു കേസിലും മത്തായിക്കെതിരെ അറസ്റ്റ് വാറന്റുണ്ട്. കൊച്ചിരാജാവിന് പാട്ടവുമായിപ്പോയ നെല്ലുവണ്ടി തടഞ്ഞ് പാവപ്പെട്ട വർക്ക് വിതരണം ചെയ്ത മത്തായി മഞ്ഞൂരാണ് ഇപ്പോൾ ജോൺ മാസ്റ്ററായി എസ്.കെയുടെ ലോഡ്ജിൽ പ്രത്യക്ഷപ്പെട്ടിരിക്കുന്നത്. മത്തായിയെ പിടികൂടാൻ പൊലീസ് പലയിടത്തും വലവീശിയിരുന്നു.

പൊലീസിനെ കബളിപ്പിച്ച് ആഗാഖാൻ കൊട്ടാരത്തിൽ ഗാന്ധിജി യുടെ തടവുസ്ഥലത്തെത്തിയ മത്തായി വല്ലാത്തൊരു സാഹസിക നാണ്. ഒളിവുജീവിതം അദ്ദേഹത്തിനൊരു പ്രശ്നമല്ല. പൊലീസ് തന്റെ നേരെ വലവീശിയെന്നറിഞ്ഞാൽ ഉടനെ അവിടെ നിന്ന് മുങ്ങും. സുരക്ഷിതമായി മറ്റൊരിടത്താണ് പിന്നീട് പൊങ്ങുക. യുവാക്കൾ അദ്ദേഹത്തിന്റെ സാഹസികതയേയും ആദർശധീരതയേയും ഇഷ്ട പ്പെട്ടു. എവിടെപ്പോയാലും മത്തായി എസ്.കെ.യുമായി ബന്ധപ്പെടും. അവർ തമ്മിൽ അത്രമാത്രം സുദൃഢമായ ബന്ധമാണുണ്ടായിരു ന്നത്.

ആഴ്ചയിൽ മൂന്നോ നാലോ തവണയെങ്കിലും മത്തായി എസ്. കെ.യുടെ ലോഡ്ജിലെത്തും. ചിലപ്പോൾ ബോംബെയിൽത്തന്നെ യുള്ള സഹോദരിയുടെ വീട്ടിലായിരിക്കും ഷെൽട്ടർ. ചിലപ്പോൾ ഇവർ രണ്ടുപേരും ചേർന്ന് ഉൾനാടുകളിലൂടെ സഞ്ചരിക്കും. പുതിയ സ്ഥലങ്ങൾ കാണുക എന്നത് എസ്.കെ.യുടെ ജീവിതലക്ഷ്യം തന്നെ യാണല്ലോ. ഒരുദിവസം രാവിലെ ഇവർ രണ്ടുപേരും ജോഗേശ്വരി റെയിൽവേസ്റ്റേഷനിൽ ഇറങ്ങി ഒരു കിലോമീറ്റർ ദൂരെയുള്ള ക്ഷേത്ര ഗുഹകളിലേക്ക് നടന്നു. നടന്നു ക്ഷീണിച്ച് അവർ വിശാലമായ ഒരു മാന്തോപ്പിൽ കിടന്ന് അൽപം വിശ്രമിച്ചു. തിരിച്ചുവരുമ്പോൾ മത്തായി പുതുമയുള്ള ഒരു പ്ലാനാണ് എസ്.കെ.യുടെ മുമ്പിൽ അവതരിപ്പി ച്ചത്.

അഖിലബോംബെ
മലയാളി സമ്മേളനം

മത്തായി പറഞ്ഞു: ''നമുക്ക് ഒരു അഖിലബോംബെ മലയാളി സമ്മേളനം നടത്തണം.''

തുടർന്ന് അദ്ദേഹംതന്നെ അതിന്റെ രൂപരേഖ അവതരിപ്പിച്ചു. ബോംബെ മലയാളികൾക്ക് ഒരുപാട് അവശതകളുണ്ട്. അവ പരിഹരിക്കാനുള്ള തീവ്രയത്നത്തിന്റെ ഭാഗമാണ് ഈ സമ്മേളനം. കേരളീയ കലകളേയും മലയാളഭാഷയേയും മലയാളസാഹിത്യത്തേയും അഭിവൃദ്ധപ്പെടുത്തുക എന്നതും സമ്മേളനത്തിന്റെ ലക്ഷ്യങ്ങളിൽപ്പെടുന്നു. അതോടൊപ്പം ഐക്യകേരളം എന്ന ആശയത്തിന്റെ സാക്ഷാൽക്കാരത്തിനായി ബോംബെമലയാളികൾ മുൻപന്തിയിലുണ്ടാവണം എന്നതും പ്രധാന ലക്ഷ്യമാണ്.

സമ്മേളനനടത്തിപ്പിനായി ഒരു സ്വാഗതസംഘം രൂപവൽക്കരിച്ചു. പൊറ്റെക്കാട്ടും മത്തായിയും അതിന്റെ പ്രധാന ഭാരവാഹികളിൽ ഉൾപ്പെട്ടിരുന്നു.

ബോംബെമലയാളി സമ്മേളനം എന്ന ആശയത്തിനും അത് നടപ്പിലാക്കാനുള്ള പ്രായോഗിക പരിപാടികൾക്കും മലയാളികൾക്കിടയിൽനിന്ന് വലിയ പ്രോത്സാഹനം ലഭിച്ചു. സമ്മേളനത്തോടനുബന്ധിച്ച് ഇറക്കുന്ന ബോംബൈ മലയാളി സോവനീയറിലേക്ക് മഹാകവി വള്ളത്തോൾ, ഉള്ളൂർ, സർദാർ കെ.എം. പണിക്കർ തുടങ്ങി മലയാളത്തിലെ പ്രഗൽഭരായ പല എഴുത്തുകാരുകളുടെയും രചനകൾ ലഭിച്ചു.

സമ്മേളനത്തിന്റെയും സോവിനീയറിന്റെയും നടത്തിപ്പിന്റെ ഭാഗമായി പൊറ്റെക്കാട്ട് രണ്ടാഴ്ച ലീവെടുത്ത് കേരളത്തിൽ വന്നു. തൃശ്ശൂർ മംഗളോദയത്തിൽ വന്ന് പ്രൊഫസർ മുണ്ടശ്ശേരിയെ നേരിട്ട് സമ്മേളനത്തിലേക്ക് ക്ഷണിച്ചു. മുണ്ടശ്ശേരി മാസ്റ്റർ സ്നേഹപൂർവം ആ

ക്ഷണം സ്വീകരിച്ചു. സോവിനീയർ അച്ചടിക്കാനുള്ള മാറ്ററും പണവും മറ്റും മംഗളോദയം പ്രസ്സിൽ ഏൽപിച്ചാണ് പൊറ്റെക്കാട്ട് മടങ്ങിയത്.

ബോംബെ മലയാളി സമ്മേളനത്തിന്റെ പ്രവർത്തനം ഊർജ്ജസ്വലമായി നടക്കുന്നതിനിടയിൽ തൃശൂർക്കാരനായ ഒരു മേനോനുമായി മത്തായി ഉടക്കി. സമ്പന്നനായ മേനോൻ സമ്മേളനത്തിന്റെ മുഴുവൻ ചെലവും വഹിക്കാമെന്നു പറഞ്ഞത് മത്തായിക്ക് പിടിച്ചില്ല. ഇതിനെതിരെ മത്തായി ഒട്ടും മയമില്ലാതെ പ്രതികരിച്ചു:

''മിസ്റ്റർ മേനോൻ, നിങ്ങൾ ഒന്നു മനസ്സിലാക്കണം. ബോംബെയിൽ ഒരു മേനോൻ സമ്മേളനം നടത്താനല്ല ഞങ്ങൾ ഇറങ്ങിത്തിരിച്ചിരിക്കുന്നത്. ബോംബെയിലെ ഓരോ മലയാളിയിൽനിന്നും നാലണ വീതം പിരിച്ച് ഞങ്ങൾ സമ്മേളനം നടത്തും. നിങ്ങളുടെ കരിഞ്ചന്തപ്പണം അവിടെ ഇരിക്കട്ടെ.''

സമ്മേളനം തകർക്കാനായി പിന്നീട് മേനോന്റെ ശ്രമം. മുണ്ടശ്ശേരിയെ സമ്മേളനത്തിൽ പങ്കെടുപ്പിക്കാതിരിക്കാനും സോവനീയർ സമയത്തിന് പ്രസിദ്ധീകരിക്കാതിരിക്കാനും മേനോനു കഴിഞ്ഞു. പിന്നെയും ഒരുപാട് പ്രതിബന്ധങ്ങൾ. എല്ലാം തരണം ചെയ്തുകൊണ്ട് 1944 നവംബർ 19ന് സമ്മേളനം ഗംഭീരമായി നടന്നു. പട്ടംതാണുപിള്ളയാണ് സമ്മേളനം ഉദ്ഘാടനം ചെയ്തത്. ഈ സമ്മേളനം മലയാളികളുടെ ആത്മവിശ്വാസത്തിന്റെ വിളംബരമാവുകതന്നെ ചെയ്തു. സമ്മേളനത്ത തകർക്കാൻ പതിനെട്ടടവും പയറ്റിയ മേനോൻ, സമ്മേളനഹാളിന്റെ മുൻനിരയിൽതന്നെ ഇരിപ്പുറപ്പിച്ചത് പൊറ്റെക്കാട്ടിന് കൗതുകം പകർന്ന ഒരു കാഴ്ചയായി.

സമ്മേളനം കഴിഞ്ഞതോടെ പൊറ്റെക്കാട്ടിന് വല്ലാത്തൊരു നിരാശയും ആത്മസംഘർഷവും അനുഭവപ്പെട്ടു. അത് സമ്മേളനത്തോടനുബന്ധിച്ചുണ്ടായ അഭിപ്രായവ്യത്യാസത്തെ ഓർത്തല്ല. ബോംബെ മലയാളി സമ്മേളന സെക്രട്ടറി എന്ന നിലയിൽ പ്രമാണികളായ ചില മലയാളികളുമായി സമരം നടത്തി വിരോധം ഏറ്റുവാങ്ങേണ്ടി വന്നു. സോവനീയർ യഥാസമയം പ്രസിദ്ധീകരിക്കാൻ കഴിയാതെ വന്നതും പൊറ്റെക്കാട്ടിനെ നിരാശപ്പെടുത്തി. മാത്രമല്ല, തന്റെ രണ്ടാമത്തെ ബോംബെ ജീവിതത്തിനിടയിൽ കാര്യമായി ഒന്നും എഴുതാൻ കഴിഞ്ഞില്ല. കേവലം മൂന്നു ചെറുകഥകൾ മാത്രമാണെഴുതിയത്. ഡി.എച്ച്. ലോറൻസിന്റെ 'ലേഡീചാറ്റർ ലീസ് ലവർ' പോലെ ഒരു നോവൽ എഴുതണമെന്ന ആഗ്രഹം മനസ്സിലുണ്ടായിരുന്നു. അതിന്റെ ഒരു രൂപരേഖയും മനസ്സിൽ പ്ലാൻ ചെയ്തിരുന്നു. ഒന്നും നടന്നില്ല. എല്ലാറ്റിനുമുപരി ഈ മഹാനഗരത്തിലെ ജനജീവിതത്തിന്റെ ഗതിവിഗതികളും ഗദ്ഗദങ്ങളും അദ്ദേഹത്തിന്റെ വിശുദ്ധ മനസ്സിനെ

മുറിവേൽപ്പിച്ചുകൊണ്ടിരുന്നു. ഈ സാഹചര്യത്തിൽ ടെക്സ്റ്റയിൽ കമ്മീഷണർ ഓഫീസിലെ ജോലി രാജിവെക്കാൻ അദ്ദേഹം തീരുമാനമെടുത്തു. അതിന്റെ പ്രാരംഭമായി ഒരു മാസത്തെ നോട്ടീസ് കൊടുത്തു.

ഇതിനിടയിൽ ജുഹുവിലെ ഗാന്ധിഗ്രാമത്തിലേക്ക് പോയി ഗാന്ധിജിയെ സന്ദർശിച്ചു. ഈ സമയത്ത് ഗാന്ധിജി മൗനവ്രതത്തിലായിരുന്നു. ഗാന്ധിജിയെ കുറിച്ചെഴുതിയ ഒരു കവിത അദ്ദേഹം അവിടെ വായിച്ചു കേൾപ്പിച്ചു. മഹാത്മജി അത് ശ്രദ്ധിച്ചുവെന്ന് തോന്നി. കൂടെ ഉണ്ടായിരുന്ന സുഹൃത്തുക്കളോടൊപ്പം 501 രൂപ ഹരിജൻ ഫണ്ടിലേക്കുള്ള സംഭാവനയായി നൽകിയപ്പോഴേ പൊറ്റെക്കാട്ട് സംതൃപ്തനായുള്ളൂ.

1945ൽ ബോംബെ വിട്ടുപോകുമ്പോൾ കുറെ പുസ്തകങ്ങളൊഴികെ യാതൊരു സമ്പാദ്യവും അദ്ദേഹത്തിന്റെ പക്കലുണ്ടായിരുന്നില്ല. തന്റെ ഡയറിയിൽ എസ്.കെ. ഇങ്ങനെ കുറിച്ചിട്ടു.

-ഒരൊറ്റക്കാശു സമ്പാദ്യമില്ലാതെയാണ് ഞാൻ ബോംബെ വിട്ടുപോകുന്നത്. യാത്ര അയയ്ക്കാൻ മത്തായി മാഞ്ഞൂരാൻ റെയിൽവേ സ്റ്റേഷനിൽ എത്തിയിരുന്നു. പിരിയുമ്പോൾ മത്തായി പറഞ്ഞു:

''ഇനി ഇവിടെ ഏറെ നാൾ പൊറുക്കാൻ എനിക്ക് കഴിയുമെന്ന് തോന്നുന്നില്ല. പൊലീസ് ജാഗ്രതയോടെ എന്നെ തെരഞ്ഞു നടക്കുന്നുണ്ട്.''

താൻ നൂൽപാലത്തിലൂടെയാണ് നടക്കുന്നതെന്ന് മത്തായിക്കറിയാമായിരുന്നു. കീഴരിയൂർ ബോംബുകേസിലെ മറ്റു പ്രതികളുടെ അറസ്റ്റും വിചാരണയും കഴിഞ്ഞ് അവർ ജയിലിലെത്തിക്കഴിഞ്ഞു. കൂട്ടുകാരനായ വി.എ. കേശവൻനായർക്ക് പത്തു വർഷത്തെ കഠിന തടവാണ് കിട്ടിയിരിക്കുന്നത്. നാലാംപ്രതിയായ മത്തായി മഞ്ഞൂരാനെ ഇതുവരെ കണ്ടെത്താൻപോലും പൊലീസിന് കഴിഞ്ഞിട്ടില്ല. അതിന്റെ ഗൗരവം മത്തായിയുടെ ഓരോ ചലനത്തിലും പ്രതിഫലിക്കുന്നുണ്ടായിരുന്നു.

ഉത്തരേന്ത്യയിലൂടെ

യാത്രകളെക്കുറിച്ചുള്ള സങ്കൽപങ്ങൾ നിറഞ്ഞതായിരുന്നു എക്കാലത്തെയും പൊറ്റെക്കാട്ടിന്റെ ജീവിതം. പ്രകൃതിയേയും മനുഷ്യരേയും ഇത്രയേറെ സ്നേഹിച്ച ഒരെഴുത്തുകാരനെ ലോകചരിത്രത്തിലെവിടെയും കണ്ടെത്താൻ കഴിഞ്ഞെന്നുവരില്ല. ശൂന്യമായ പണസഞ്ചിയുമായാണ് അദ്ദേഹം ബോംബെയിൽനിന്ന് തിരിച്ചെത്തിയത്. സഞ്ചാരം ധാരാളം പണച്ചെലവുള്ളതാണെന്ന് മറ്റാരേക്കാളും നന്നായി അറിയാവുന്ന വ്യക്തിയാണ് എസ്.കെ. എന്നിട്ടും അടുത്ത യാത്രയെക്കുറിച്ചുള്ള മനക്കോട്ടകൾ നെയ്തുകൊണ്ട് അദ്ദേഹം ആറുമാസം നാട്ടിൽ കഴിച്ചുകൂട്ടി. സാഹിത്യപ്രവർത്തനങ്ങളിൽ നിന്നുള്ളതല്ലാതെ മറ്റു വരുമാനമാർഗങ്ങളൊന്നും അദ്ദേഹത്തിനില്ലായിരുന്നു. പത്രമാസികകളിൽ നിന്നുള്ള പ്രതിഫലങ്ങളിൽ നിന്ന് ചെറിയ ചെറിയ സംഖ്യകൾ അദ്ദേഹം യാത്രയ്ക്കായി കരുതിവെച്ചു. അടുത്തയാത്ര ഉത്തരേന്ത്യയും കാശ്മീരുമായിരിക്കുമെന്ന് അദ്ദേഹം ആലോചിച്ചുറപ്പിച്ചിരുന്നു.

തൃശൂരിലെ മംഗളോദയം പ്രസ്സിൽ അച്ചടിക്കാനേല്പിച്ചിരുന്ന ബോംബെ മലയാളി സോവനീയർ ചില സാങ്കേതികകാരണങ്ങളാൽ യഥാസമയം പ്രസിദ്ധീകരിക്കാൻ കഴിയാതെവന്ന സാഹചര്യം ഇതിന് മുമ്പ് സൂചിപ്പിച്ചുവല്ലോ. അതിന്റെ പ്രസിദ്ധീകരണം സംബന്ധിച്ച കാര്യങ്ങൾ സുഗമമായതോടെ എസ്.കെ. വീണ്ടും ബോംബെയിലെത്തി. അവിടെ നിന്ന് നേരെ കാശ്മീരിലേക്ക് യാത്ര തിരിക്കാനായിരുന്ന പ്ലാൻ. കാശ്മീർ യാത്രയ്ക്കുമുമ്പ് കുറച്ചുനാൾ ലക്നോവിൽ വന്ന് താമസിക്കണമെന്ന് മത്തായി ഒരെഴുത്തുമുഖേനെ പൊറ്റെക്കാട്ടിനെ അറിയിച്ചു. അക്കാലത്ത് മാത്യൂസെന്ന പേരിൽ ലക്നോവിൽ ഇറ്റലിക്കാരനായ ഒരു ഹോട്ടലുടമയുടെ കീഴിൽ അസിസ്റ്റന്റ് മാനേജരായി ജോലിയിൽ കഴിയുകയായിരുന്നു മത്തായി.

എസ്.കെ. ലക്നൗവിൽ വണ്ടിയിറങ്ങിയപ്പോൾ കൂട്ടിക്കൊണ്ടുപോകാനായി മത്തായി ഒരു കൂട്ടുകാരനോടൊപ്പം എത്തിയിരുന്നു.

ലക്നൗ നഗരത്തിലും പരിസരഗ്രാമപ്രദേശങ്ങളിലും മത്തായിയോടൊപ്പം എസ്.കെ. ചുറ്റിനടന്നു. അവിടുത്തെ പുതിയ പുതിയ കാഴ്ചകളും മനുഷ്യരുടെ ജീവിതരീതികളും അദ്ദേഹം തിരിച്ചറിഞ്ഞു. അവയെല്ലാം അതാതു ദിവസം തന്നെ ഡയറിക്കുറിപ്പുകളിൽ ഉൾപ്പെടുത്തി. യാത്രകളിലെ കാഴ്ചകളും അനുഭവങ്ങളും അതാതു ദിവസം രാത്രിതന്നെ എഴുതിവെക്കുക എന്നത് എസ്.കെയുടെ ഒരു പ്രത്യേകതയായിരുന്നു. എത്രതന്നെ ക്ഷീണിതനാണെങ്കിലും ഡയറിയിൽ അവ രേഖപ്പെടുത്തിയിരിക്കും. പിന്നീടാണ് അവ യാത്രാവിവരണങ്ങളായി മാറുന്നത്. യാത്രയ്ക്കിടയിൽ ഒഴിവു ലഭിച്ചാൽ അവയിൽ ചിലതെല്ലാം ലേഖനങ്ങളാക്കി മാതൃഭൂമി ആഴ്ചപ്പതിപ്പിനയയ്ക്കും.

പാട്ടുപാടുന്ന കുതിരവണ്ടിക്കാരൻ, സൈക്കിൾ റിക്ഷകളും ടോംഗകളും നിറഞ്ഞൊഴുകുന്ന തെരുവുകൾ. വിചിത്രമായ കാഴ്ചബംഗ്ലാവ്, പട്ടം പറപ്പിക്കുന്ന ചെറുപ്പക്കാർ എന്നിവ ലക്നൗ നഗരത്തിന്റെ പ്രത്യേകതകളാണെന്ന് എസ്.കെ. മനസ്സിലാക്കി. പകൽ പന്ത്രണ്ട് മണിമുതൽ വൈകീട്ട് നാലുമണി വരെ തെരുവുകൾ വിജനമായിരിക്കും. രാത്രിയിലാണ് വ്യാപാരങ്ങൾ നടക്കുന്നത്. ജനങ്ങളിൽ ഭൂരിഭാഗവും പട്ടിണിപാവങ്ങളാണ്. പിന്നെ ഒരുപിടി സമ്പന്നരും. ഇടത്തരക്കാർ നന്നേചുരുക്കമാണ്.

എസ്.കെ.യുടെ സാമ്പത്തികസ്ഥിതിയെക്കുറിച്ച് അറിയാവുന്ന മത്തായി, ഹോട്ടലിൽ എസ്.കെ.ക്കും ഒരു ജോലി തരപ്പെടുത്തി. അക്കൗണ്ട്സ് അസിസ്റ്റന്റ് ആയാണ് നിയമനം. ജോലി വിരസമാണെങ്കിലും ആ ഹോട്ടലിൽ അനുഭവിക്കാനിടയായ സുഖസൗകര്യങ്ങൾ ജീവിതത്തിൽ പിന്നീടൊരിക്കലും തനിക്കനുഭവിക്കാൻ കഴിഞ്ഞിട്ടില്ലെന്ന് പൊറ്റെക്കാട്ട് രേഖപ്പെടുത്തിയിട്ടുണ്ട്. ഒരിടത്തും ഉറച്ചു നിന്ന് ജോലി ചെയ്യുന്ന പ്രകൃതമായിരുന്നില്ല എസ്.കെ.യുടേത്. സാമാന്യം ഭേദപ്പെട്ട ശമ്പളവും സുഖസൗകര്യങ്ങളും ലഭ്യമായിരുന്നിട്ടും എസ്.കെ. ലക്നൗവിൽ കൂടുതൽ കാലം തങ്ങിയില്ല. കേവലം ഒന്നരമാസത്തോളമാണ് അവിടെ കഴിച്ചുകൂട്ടിയത്. സഞ്ചരിക്കുവാൻ ഉദ്ദേശിക്കുന്ന സ്ഥലങ്ങളുടെ പ്രത്യേകതകളും അവിടുത്തെ പ്രധാനപ്പെട്ട കാഴ്ചകളും എന്തെല്ലാമാണെന്ന് റഫറൻസ് പുസ്തകങ്ങൾ വാങ്ങി മുൻകൂർ പഠനം നടത്തിയാണ് യാത്ര ആരംഭിക്കുന്നത്. അതിനാൽ പഞ്ചാബിൽ പോയാൽ എവിടെയെല്ലാം സഞ്ചരിക്കണം എന്ന് അദ്ദേഹത്തിന് ആരും പറഞ്ഞു കൊടുക്കേണ്ടതില്ല.

പൊറ്റെക്കാട്ട് നേരെ ലാഹോറിലേക്കാണ് പോയത്. അവിടുത്തെ അനാർക്കലി, ഹീരമണ്ഡി എന്നീ തെരുവുകളിൽ നാലുമണിക്കൂറോളം

ചുറ്റിനടന്നു. ‘‘കുർത്തയും ചുണിയും പൈജാമയും ധരിച്ച പഞ്ചാബി ത്തരുണികൾ കൂസലില്ലാതെ പൊട്ടിച്ചിരിച്ച് പരിമളം പരത്തിക്കൊണ്ട് സഞ്ചരിക്കുന്ന’’ ആ തെരുവുകൾ പൊറ്റെക്കാട്ടിനെ പ്രത്യേകം ആകർ ഷിക്കുകയുണ്ടായി.

1945 സെപ്തംബർ മാസത്തിലാണ് പൊറ്റെക്കാട്ട് ലാഹോറിൽ പോയത്. അന്ന് പഞ്ചാബ് വിഭജിച്ചിരുന്നില്ല. 47ൽ വിഭജനം നടന്ന പ്പോൾ ലാഹോർ, റാവൽപിണ്ടി, ചരിത്രപ്രസിദ്ധമായ തക്ഷശില എന്നീ ഭൂവിഭാഗങ്ങൾ പാക്കിസ്ഥാനിൽ ഉൾപ്പെട്ടു. ലാഹോറിലെ ഷാലമർ തോട്ടങ്ങളാണ് പൊറ്റെക്കാട്ടിനെ ആകർഷിച്ച മറ്റൊരു മനോഹരമായ കാഴ്ച.

ലാഹോറിൽനിന്ന് നേരെ കാശ്മീരിലേക്കായിരുന്നു പൊറ്റെ ക്കാട്ടിന്റെ സഞ്ചാരം. പ്രകൃതി അതിന്റെ എല്ലാ സൗഭാഗ്യങ്ങളും കനിഞ്ഞു നൽകിയ നാടാണ് കാശ്മീർ. പ്രത്യേകിച്ചും അതിന്റെ തലസ്ഥാനമായ ശ്രീനഗർ ‘പൗരസ്ത്യ ലോകത്തെ വെനീസ്സ്’ എന്നാണ് ശ്രീനഗറിനെ വിശേഷിപ്പിക്കുന്നത്. സമുദ്രനിരപ്പിൽനിന്ന് ഏകദേശം ഒമ്പതിനായിരം അടി ഉയരത്തിൽ സ്ഥിതിചെയ്യുന്ന അതിമനോഹര മായ ഈ ഭൂപ്രദേശം സന്ദർശിക്കാൻ കഴിഞ്ഞത് ജീവിതത്തിലെ ഒരിക്കലും മറക്കാൻ കഴിയാത്ത അനുഭവമാണെന്ന് പൊറ്റെക്കാട്ട് രേഖപ്പെടുത്തിയിട്ടുണ്ട്. മഞ്ഞണിഞ്ഞ് തിളങ്ങുന്ന ഹിമഗിരി ശൃംഗ ങ്ങൾ, കുന്നുകളിൽ നിന്നുള്ള വിസ്മയകരമായ ദൂരക്കാഴ്ചകൾ ഇവയെല്ലാം ഈ സഞ്ചാരിക്ക് മാസ്മരികലോകത്തെത്തിയ പ്രതീതി യാണുളവാക്കിയത്. ആയിരം അടി ഉയരത്തിൽ, കുന്നിന്റെ നെറുക യിൽ, സ്ഥിതിചെയ്യുന്ന ശ്രീശങ്കര ക്ഷേത്രം, ഡാൽ തടാകത്തിലൂ ടെയുള്ള സഞ്ചാരം, മുകിലോദ്യാനങ്ങൾ, സുഖവാസകേന്ദ്രമായ ഗൻഡർബാൾ, മാനസ്ബാൾ തടാകങ്ങൾ എന്നിങ്ങനെ അതിമനോ ഹരവും വിസ്മയകരവുമായ കാഴ്ചകൾ കവിയും കഥാകാരനുമായ പൊറ്റെക്കാട്ടിനെ അഭൗമമായ ഒരു ലോകത്തിലേക്കാനയിച്ചു. ഈ യാത്രയിലെ ഊർജ്ജം ഉൾക്കൊണ്ട് രചിച്ചവയാണ് അസീസിന്റെ കുതിര, മാതൃഹൃദയം, ഡാൾ തടാകത്തിൽ എന്നീ കഥകൾ. വിസ്മ യകരമായ ഈ യാത്രയ്ക്കിടയിൽ പൊറ്റെക്കാട്ട് കൈയിൽ കരുതി വെച്ചിരുന്ന പണം മുഴുവൻ തീർന്നു. പൊറ്റെക്കാട്ടിന്റെ ആവശ്യാർത്ഥം പ്രസാധകരായ പി.കെ. ബ്രദേഴ്സ് അയച്ച ഒരു ടി.എം.ഓ യഥാ സമയം കൈപ്പറ്റാനാവാതെ അദ്ദേഹം നന്നേ ക്ലേശിക്കേണ്ടിവന്നു.

പുണ്യനഗരമെന്ന് ഹിന്ദുക്കൾ വിശ്വസിച്ചുവരുന്ന ബനാറസ്സ് ഒരുപാടനുഭവങ്ങൾ ഈ സഞ്ചാരിക്ക് കാഴ്ചവെച്ചു. ഗംഗയുടെ താഴ്വ രകളിൽ നടന്നുവരുന്ന അന്ധവിശ്വാസങ്ങളും അനാചാരങ്ങളും

ഹിന്ദുക്ഷേത്രങ്ങളിലെ പണ്ടകൾ എന്നറിയപ്പെടുന്ന ഗുണ്ടകളുടെ തനിനിറവും പൊറ്റെക്കാട്ട് തന്റെ രചനകളിലൂടെ തുറന്നുകാണിക്കുന്നുണ്ട്. (മുതല എന്ന കഥ). ബനാറസ്സിലെ ഹരിശ്ചന്ദ്രഘട്ടിൽ ഒരു ശ്മാശനത്തിൽ ശവക്കുഴികൾക്കിടയിൽ കിടന്നുറങ്ങേണ്ടിവന്ന അനുഭവവും പൊറ്റെക്കാട്ട് തന്റെ യാത്രാനുഭവങ്ങളിൽ ചൂണ്ടിക്കാണിക്കുന്നുണ്ട്.

കൗതുകമുണർത്തുന്ന സ്ഥലങ്ങൾ സന്ദർശിക്കുന്നതിനായി അവിടവിടെ ഇറങ്ങിയും തങ്ങിയുമാണ് പൊറ്റെക്കാട്ട് യാത്ര തുടർന്നത്. യാത്ര കൂടുതലും ട്രെയിനിൽതന്നെയായിരുന്നു. കാശിയിൽ നിന്നുള്ള യാത്രയ്ക്കിടയിൽ പല സ്ഥലങ്ങളിലേയും കാഴ്ചകൾ കണ്ട്, ഗ്രാമീണജീവിതം ആസ്വദിച്ച് അദ്ദേഹം യാത്ര തുടർന്നു. കൽക്കത്തയിലെത്തിച്ചേരുക എന്നതായിരുന്നു ഉദ്ദേശം. എന്നാൽ ഇതിന് ചില പ്രതിബന്ധങ്ങൾ നേരിട്ടു. ബർദ്വാനിലെത്തിയപ്പോൾ കൈയിലുള്ള പണം തീർന്നു. പ്രസിദ്ധീകരിച്ച ചില കഥകളുടെയും ലേഖനങ്ങളുടെയും പ്രതിഫലം വന്നുചേരാനുണ്ട്. അത് അയയ്ക്കാനുള്ള വിലാസം നൽകിയിട്ടുള്ളത് കൽക്കത്തയിലേക്കാണ്. അതിന് കൽക്കത്തയിലെത്തിച്ചേരേണ്ടേ? ബർദ്വാനിൽനിന്ന് കൽക്കത്തയിലേക്ക് അറുപത് മൈൽ ദൂരമുണ്ട്. മറ്റൊരു വഴിയും കാണാതെ അദ്ദേഹം കാൽനടയായി സഞ്ചരിക്കാൻ തീരുമാനിച്ചു. പച്ചവെള്ളവും കുടിച്ച്, വൃക്ഷത്തണലിൽ ഇടയ്ക്കിടെ വിശ്രമിച്ച് സാമാന്യം വലിപ്പമുള്ള പെട്ടിയും തൂക്കി അദ്ദേഹം നടപ്പുതുടർന്നു. രാത്രി എവിടെ തങ്ങും? രാത്രി തങ്ങാൻ പറ്റാവുന്ന ധർമ്മസ്ഥാപനങ്ങളൊന്നും അവിടങ്ങളിലില്ലെന്ന് അന്വേഷണത്തിൽ നിന്നറിവായി. ഏകാന്തപഥികനായ ഈ സഞ്ചാരിയുടെ സഹായത്തിനെത്തിയ ഒരു ബംഗാളിയുവാവ് ടി.ബി.യിൽ താമസിക്കുന്ന ഒരു സർവ്വേയറുടെ താമസസ്ഥലത്തേക്ക് എസ്.കെ.യെ കൂട്ടിക്കൊണ്ടുപോയി. അയാൾക്ക് സർവ്വേ നടത്താൻ സഹായിയായി ഒരാളെ ആവശ്യമുണ്ടായിരുന്നു. ചങ്ങല ചിടിച്ചുകൊടുക്കുക, മാർക്ക് ചെയ്യുന്ന സ്ഥലങ്ങളിൽ കുറ്റി അടിച്ചുതാഴ്ത്തുക ഇതായിരുന്നു ജോലി. കൂലി പറഞ്ഞുറപ്പിച്ചു, ഒരു ദിവസത്തേക്ക് രണ്ടു രൂപ. രാത്രി അയാളോടൊപ്പം താമസിക്കാൻ അനുവദിച്ചത് അനുഗ്രഹമായി. ബാബുഘോഷ് എന്ന സർവ്വേയർ ഒരു സാഹിത്യരസികനായിരുന്നു. അയാൾ ടാഗോർകവിതകൾ ബംഗാളിയിൽ ശ്രുതിമധുരമായി ചൊല്ലിക്കേൾപ്പിച്ചത് എസ്.കെയ്ക്ക് മറക്കാനാവാത്ത ഒരനുഭവമായിരുന്നു.

സർവ്വേയറുടെ കൂടെയുള്ള ജോലി ക്ലേശമായിരുന്നു. വിയർപ്പിൽ കുളിച്ചു. കല്ലുകളും മുള്ളുകളും കുറ്റിക്കാടുകൾക്കിടയിലൂടെയുള്ള

ചങ്ങല പിടിച്ചുള്ള നടത്തവും എസ്.കെ.യെ ക്ഷീണിതനാക്കി. പരാതിയോ പരിഭവമോ ഒന്നും തോന്നിയില്ല. ആത്മാർത്ഥമായി ജോലി ചെയ്ത ഈ മലയാളിയെ സർവ്വേയർക്കിഷ്ടമായി. അയാൾ പറഞ്ഞുറപ്പിച്ചതിലും കൂടുതൽ കൂലി നൽകി. അഞ്ചുരൂപ. പിന്നെ വൈകിയില്ല, പിറ്റേന്നുതന്നെ അടുത്ത സ്റ്റേഷനിൽനിന്ന് കൽക്കത്തയിലേക്ക് ട്രെയിൻ കയറി.

ഉത്തരേന്ത്യൻ പര്യടനം കഴിഞ്ഞ് കോഴിക്കോട്ട് തിരിച്ചെത്തിയത് 1945 ഡിസംബർ 25നായിരുന്നു. അവിടെ രണ്ട് എഴുത്തുകൾ വന്നു കിടപ്പുണ്ടായിരുന്നു. ഒന്നു നാലു മാസം മുമ്പ് വന്നുകിടപ്പുണ്ടായിരുന്ന ബാപ്പുട്ടി ഏട്ടന്റെ എഴുത്ത്. രണ്ടാമത്തേത് ചരമക്കുറിപ്പായിരുന്നു - ഒരു മലയാളി ഒരുമാസം മുമ്പ് എഴുതിയത് - ഫിറ്റർ ബാപ്പുട്ടി ഇന്നലെ രാത്രി അന്തരിച്ച വിവരം വ്യസനസമേതം അറിയിച്ചുകൊള്ളുന്നു എന്ന്.

പൊറ്റെക്കാട്ട് ഓർത്തുനോക്കി - ബാപ്പുട്ടി ഏട്ടൻ മരിച്ച ദിവസം താൻ കാശിയിലെ ഹരിശ്ചന്ദ്രഘട്ടിലായിരുന്നു. ശവശരീരങ്ങൾക്കടുത്ത് കിടന്നുറങ്ങിപ്പോയ ആ ഭീകരരാത്രി ഓർമ്മയിൽ വന്നു. തന്റെ ഒരു ബന്ധു മരിച്ചതായി സ്വപ്നം കണ്ട് ഞെട്ടിയുണർന്നത് കേവലം യാദൃച്ഛികമാവാം.

വളർച്ചയുടെ പടവുകൾ

ഒരു കഥാകാരൻ എന്ന നിലയിൽ പൊറ്റെക്കാട്ട് അനുദിനം മുന്നേറുകയായിരുന്നു. പുള്ളിമാൻ, സ്ത്രീ തുടങ്ങിയ കാൽപനിക കഥകൾ പുറത്തുവന്നതോടെ ചെറുപ്പക്കാരോടൊപ്പം മുതിർന്നവരും അദ്ദേഹത്തിന്റെ ആരാധകരായി മാറി. മാതൃഭൂമി തുടർച്ചയായി അദ്ദേഹത്തിന്റെ കഥകൾ പ്രസിദ്ധീകരിക്കാൻ തുടങ്ങിയതോടെ ആഴ്ചപ്പതിപ്പിന്റെ പ്രചാരം നന്നേ വർധിച്ചു. അദ്ദേഹത്തിന്റെ കഥകളെ പ്രശംസിച്ചുകൊണ്ട്, ചെറുപ്പക്കാരായ നിരവധി വായനക്കാർ കത്തുകൾ എഴുതിക്കൊണ്ടിരുന്നു. സാഹിത്യകുശലൻ പ്രൊഫസ്സർ പി. ശങ്കരൻ നമ്പ്യാർ 1943 ജനുവരി 3ന്റെ ലക്കത്തിലെഴുതിയ ഒരു കൊച്ചുകവിത ഇതിന്റെ ഒരു ചെറിയ സാക്ഷ്യപത്രമാണ്.

> ''പൊറ്റെക്കാട്ടെഴുതും പ്രശസ്ത കഥകൾ-
> ക്കൊപ്പം കലർപ്പെന്നിയേ
> മറ്റെന്തുണ്ട് മനസ്സിനിത്ര മിഴിവൊ-
> ത്താനന്ദ മേകിടുവാൻ?''

ചെറുപ്പം മുതല പൊറ്റെക്കാട്ടിന് മാതൃഭൂമിയുമായി അഭേദ്യമായ വൈകാരികമായ ബന്ധമുണ്ടായിരുന്നു. മാതൃഭൂമി പ്രസിദ്ധീകരിക്കുന്ന എസ്.കെ.യുടെ ആദ്യകഥ 'വൈദ്യുതശക്തി'യാണ്. 1943ലാണ്. അദ്ദേഹത്തിന്റെ ആദ്യത്തെ കഥ പൊറ്റെക്കാട്ടിന്റെ മികച്ച കഥകളെല്ലാം പ്രസിദ്ധീകരിച്ചത് മാതൃഭൂമിയിലാണ്. പൊറ്റെക്കാട്ട് ഏറ്റവും കൂടുതൽ എഴുതിയതും മാതൃഭൂമിയിൽ തന്നെ. ഏറ്റവും അവസാനം എഴുതിയ '2050' എന്ന കഥയും എഴുതിയത് മാതൃഭൂമിയിലാണ്.

കോളേജ് വിദ്യാഭ്യാസം കഴിഞ്ഞ് വെറുതെ ഇരിക്കുന്ന സമയത്ത്, ഒരു ദിവസം പൊറ്റെക്കാട്ട് മാതൃഭൂമി ആപ്പീസിലേക്ക് കയറിച്ചെന്ന് പത്രാധിപരോട് ഇങ്ങനെ അഭ്യർത്ഥിച്ചു.

''എനിക്ക് ഇവിടെ ജോലി ചെയ്യണമെന്നുണ്ട്. ശമ്പളമൊന്നും

തരേണ്ടതില്ല. വേതനമില്ലാതെ ജോലി ചെയ്യാൻ എന്നെ അനുവദിക്കുമോ?''

പത്രാധിപരായ കെ. കേളപ്പൻ സുസ്മേരവദനനായ ആ ചെറുപ്പക്കാരനെ നോക്കി മന്ദസ്മിതം തൂകി. ചെറുപ്പത്തിന്റെ ആവേശം എന്നു മനസ്സിൽ കരുതിയിരിക്കണം. അദ്ദേഹം പറഞ്ഞു-

''ഇവിടെ ആളെ ആവശ്യമില്ല, മാത്രമല്ല, ശമ്പളം നൽകാതെ ഇവിടെ ആളെ നിർത്താറുമില്ല.''

എസ്.കെ. നിരാശനായി മാതൃഭൂമിയിൽ നിന്നും ഇറങ്ങി. കുറച്ചു കാലം പിന്നിട്ട ശേഷം, പൊറ്റെക്കാട്ട് കുറേകൂടി പ്രശസ്തനായ ഘട്ടത്തിൽ മാതൃഭൂമി ആഴ്ചപ്പതിപ്പിന്റെ പത്രാധിപസ്ഥാനം ഏറ്റെടുക്കാൻ മാനേജിംഗ് ഡയറക്ടറായ വി.എം. നായർ പൊറ്റെക്കാട്ടിനോട് അഭ്യർത്ഥിക്കുകയുണ്ടായി. എന്നാൽ ഇനി ആരുടെ കീഴിലും ജോലി ചെയ്യുകയില്ല എന്ന് പ്രതിജ്ഞയെടുത്ത എസ്.കെ., ആ അഭ്യർത്ഥന ആദരപൂർവം നിരസിച്ചു.

റൊമാൻസിന്റെ പിന്നാലെ, കുടുംബത്തിന്റെ മാനം, ധർമ്മശാലയിൽ, പ്രേമത്തിന്റെ മറുപുറം, പുള്ളിമാൻ, സ്ത്രീ എന്നിങ്ങനെ നിരവധി കഥകൾ മാതൃഭൂമി ആഴ്ചപ്പതിപ്പിൽ തുടർച്ചയായി പ്രസിദ്ധീകരിച്ചുകൊണ്ടിരുന്നു. ഇതോടൊപ്പം മറ്റു പ്രസിദ്ധീകരണങ്ങളും പൊറ്റെക്കാട്ടിന്റെ കഥകൾ ആവശ്യപ്പെട്ടു. അവർക്കെല്ലാം അദ്ദേഹം കഥകൾ എഴുതിക്കൊടുത്തു. കഥകളോടൊപ്പം തന്നെ അപൂർവ്വം ചില യാത്രാവിവരണങ്ങളും എഴുതിത്തുടങ്ങിയിയിരുന്നു. 'അരുണൻ' എന്ന തൂലികാനാമത്തിൽ കേരളപത്രികയിലും പിന്നീട് മാതൃഭൂമിയിലും അദ്ദേഹം ചില ഹാസ്യകവിതകളും ലേഖനങ്ങളുമെഴുതി.

'എന്റെ കഥ' എന്ന തന്റെ അനുഭവക്കുറിപ്പിൽ പ്രസിദ്ധകഥാകാരിയായ മാധവിക്കുട്ടി ഇങ്ങനെ എഴുതി-

''അന്നൊക്കെ ഞങ്ങൾക്ക് രണ്ട് ആരാധനാമൂർത്തികളുണ്ടായിരുന്നു. രമണനിൽകൂടി പ്രേമത്തെപ്പറ്റി പറഞ്ഞു തുടങ്ങിയ ചങ്ങമ്പുഴയും നാടൻപ്രേമം എഴുതിയ പൊറ്റെക്കാട്ടും. പൊറ്റെക്കാട്ടിന്റെ 'സ്ത്രീ'യുടെ ആദ്യഭാഗം മാതൃഭൂമിയിൽ വന്നപ്പോൾ നാലാപ്പാട്ടെ സ്ത്രീകൾക്കിടയിൽ അതൊരു കോളിളക്കം ഉണ്ടാക്കി. ഭാർഗ്ഗവിയുടെ അന്ത്യം അവരെ വളരെ വിസ്മയിപ്പിച്ചു.''

തന്നെ ഒരെഴുത്തുകാരനായി മാറ്റിയതിൽ പരോക്ഷമായ സ്വാധീനം ചെലുത്തിയ കഥാകാരനായിരുന്നു പൊറ്റെക്കാട്ട് എന്ന് എം.ടി. വാസുദേവൻ നായർ അനുസ്മരിക്കുന്നുണ്ട്. പൊറ്റെക്കാട്ടിന്റെ 'നാടൻ പ്രേമവും' 'മൂടുപടവും' വായിക്കാൻ കഴിഞ്ഞതോടെയാണ് ഇനി

കഥ മാത്രമെഴുതിയാൽ മതി എന്ന തോന്നൽ എം.ടിക്കുണ്ടായത്രേ. എസ്.കെ. പൊറ്റെക്കാട്ട് എന്ന പേരിനോട് തോന്നിയ ആകർഷണം കൊണ്ടാണ് എം.ടി ആദ്യകാലത്ത് വി.എം. തെക്കേപ്പാട്ട് എന്ന തൂലികാനാമം സ്വീകരിച്ചത്. എം.ടിയുടെ ജ്യേഷ്ഠന്മാരെല്ലാം പൊറ്റെക്കാട്ടിന്റെ ആരാധകരായിരുന്നു. അങ്ങനെയാണ് വാസു എന്ന കുട്ടിയും അദ്ദേഹത്തിന്റെ കൃതികൾ വായിക്കുവാനും ആ കഥാകാരനെ ഇഷ്ടപ്പെടുവാനും തുടങ്ങിയത്. 'വൈജയന്തി'യും 'ഇന്ദ്രനീല'വും 'മണിമാളിക'യും 'ചന്ദ്രകാന്ത'വും (എല്ലാം പൊറ്റെക്കാട്ടിന്റെ കഥാസമാഹാരങ്ങൾ) വാസു എന്ന കുട്ടിക്ക് കോരിത്തരിപ്പിക്കുന്ന അനുഭവമായിമാറി. സഞ്ചാരം മുഖ്യഹോബിയായ എഴുത്തുകാരൻ, അദ്ദേഹത്തിന്റെ രചനാതന്ത്രങ്ങൾ, പാത്രസൃഷ്ടിയുടെ പ്രത്യേകതകൾ, അദ്ദേഹം നയിക്കുന്ന എഴുത്തുജീവിതം, വലിക്കുന്ന വിലകൂടിയ സിഗരറ്റ് ഇവയെല്ലാം എഴുത്തുകാരനാകാൻ നോമ്പുനോറ്റിരിക്കുന്ന വാസു എന്ന കുട്ടിയിൽ ആദരവ് വളർത്തി. പിന്നീട് പൊറ്റെക്കാട്ട് എന്ന എഴുത്തുകാരനോടുള്ള ആരാധനയായി മനസ്സിൽ നിറഞ്ഞു നിന്നു.

മനസ്സിൽ മിന്നിമറയുന്ന കഥാബീജങ്ങളും യാത്രയ്ക്കിടയിലെ അനുഭവങ്ങളും ചിന്തകളുമെല്ലാം പൊറ്റെക്കാട്ട് 'റൈറ്റേഴ്സ് നോട്ട്ബുക്ക്' (Writer's Notebook) എന്ന പുസ്തകത്തിൽ കുറിച്ചുവെക്കും. കൃത്യമായി ഡയറി എഴുതുകയും ചെയ്യും. അതിൽ നിന്നാണ് കഥകൾ രൂപം കൊള്ളുക. അദ്ദേഹം കഥയെഴുത്തിന്റെ ക്രാഫ്റ്റ് മനസ്സിലാക്കിയത് മോപ്പസങ്ങ്, ചെക്കോവ്, മാക്സിംഗോർക്കി എന്നീ എഴുത്തുകാരിൽ നിന്നാണ്. ഡോസ്റ്റോയെവ്സ്കി, ഒ. ഹെൻറി എന്നിവരുടെ രചനകളും പൊറ്റെക്കാട്ടിൽ സ്വാധീനം ചെലുത്തിയിട്ടുണ്ട്. എന്നാൽ അദ്ദേഹം ആരെയും അനുകരിച്ചില്ല. സ്വന്തമായ ഒരു പാത സ്വയം വെട്ടിത്തുറക്കുകയായിരുന്നു.

പൊറ്റെക്കാട്ടിന്റെ ആദ്യകാല കഥകളിൽ കഥാസാഹിത്യത്തിലെ ഒന്നാം തലമുറക്കാരായ മൂർക്കോത്ത് കുമാരൻ, കെ.സുകുമാരൻ, തുടങ്ങിയവരുടെ രചനാശൈലിയോട് സാമ്യമുള്ളതായി തോന്നിയേക്കാം. എന്നാൽ അതിവേഗം അദ്ദേഹം അതിൽ നിന്ന് മോചനം നേടി, തനതായ ഒരു ശൈലിയും ആഖ്യാനപാടവവും നേടിയെടുത്തു.

കുടുംബം

എഴുത്തും സഞ്ചാരവുമാണ് തന്റെ മാർഗ്ഗം. എഴുത്തിൽ മുഴുകിയ തോടൊപ്പം സഞ്ചാരത്തിനുള്ള പണം സംഭരിക്കാനും പൊറ്റെക്കാട്ട് ഊർജ്ജശ്രമം തുടർന്നു. ഉത്തരേന്ത്യൻ പര്യടനത്തിനുശേഷം, അദ്ദേഹം കുറെകൂടി വിപുലമായ യാത്രാപരിപാടികൾ തയ്യാറാക്കി. അതിന്റെ പരിണിതഫലമായിരുന്നു പതിനഞ്ചുമാസം നീണ്ടുനിന്ന ആഫ്രിക്ക-യൂറോപ്പ് പര്യടനം. ഈ പര്യടനം വിജയകരമായി പൂർത്തിയാക്കി 1950 ജൂലായ് മാസം ആദ്യത്തെ ആഴ്ചയിൽ അദ്ദേഹം കോഴിക്കോട്ട് മടങ്ങിയെത്തി.

എങ്ങുനിന്നോ കൈവന്ന ഒരു ഭൂതോദയം പോലെ അദ്ദേഹം സ്വന്തം ജീവിതത്തിലേക്ക് ഒന്നു തിരിഞ്ഞുനോക്കി. പ്രായം മുപ്പത് പിന്നിട്ടിരിക്കുന്നു. ജീവിതത്തിന്റെ മദ്ധ്യാഹ്നം, ഇനി സൂര്യൻ പടിഞ്ഞാറോട്ട് ചാഞ്ഞുകൊണ്ടിരിക്കും എന്നോർത്തപ്പോൾ അജ്ഞാതമായ ഒരു ഭീതി ഉളവായോ എന്നു സംശയം. പക്ഷേ, ആത്മവിശ്വാസം കൈവിടാൻ പൊറ്റെക്കാട്ട് ഒരുക്കമായിരുന്നില്ല.

നാട്ടിൽ തന്നെ ബന്ധനസ്ഥനാക്കുന്ന ചരടുകളൊന്നുമില്ല. അമ്മ ചെലവൂരിൽ അമ്മാവന്റെ കൂടെ സുഖമായി കഴിഞ്ഞുകൂടുന്നു. വിവാഹത്തിന്റെ കാലമൊക്കെ കഴിഞ്ഞു. ഇനി തനിക്കെന്തിനൊരു വിവാഹം. എന്നായിരുന്നു എസ്.കെ.യുടെ അപ്പോഴത്തെ ചിന്ത. വിവാഹം വേണ്ട എന്നും ചിന്തിക്കാതിരുന്നില്ല. എന്നാൽ ആ തീരുമാനം മറ്റാരോടും വെളിപ്പെടുത്തിയിരുന്നില്ല. ഒരുദിവസം ആരോരുമറിയാതെ നാടുവിടണം. അതിനുള്ള സാദ്ധ്യതകളും മനസ്സിൽ ഒരുക്കിവെച്ചു. ആദ്യം സിലോണിൽപ്പോവുക. അവിടെ നിന്ന് ഒരു യാത്രാകപ്പലിൽ താൽക്കാലിക ക്ലാർക്കായോ മറ്റോ കടന്നുകൂടി കപ്പൽ ദക്ഷിണ അമേരിക്കയിൽ എത്തുമ്പോൾ ഇറങ്ങുക. അവിടെ തങ്ങുകയായിരിക്കും നല്ലത്. അങ്ങനെ ഒരു മെക്സിക്കൻ സ്വപ്നത്തിൽ മുഴുകിക്കഴിയവേയാണ്, അമ്മ മകന്റെ മേൽ പിടിമുറുക്കിയത്.

പെണ്ണുകാണാൻ പലയിടത്തും കയറി ഇറങ്ങിയെങ്കിലും പരമാവധി ഒഴിഞ്ഞുമാറാനുള്ള ശ്രമമാണ് നടത്തിയത്.

മെക്സിക്കൻ സ്വപ്നത്തിന്റെ ചിറകുകളിൽ സഞ്ചരിച്ചുകൊണ്ടിരുന്ന ദിവസങ്ങളിലൊന്നിൽ, തലശ്ശേരിയിലെ കോൺഗ്രസ്സ് നേതാവായ കിനാത്തി നാരായണൻ, ഒരു വിവാഹാലോചനയുമായി പൊറ്റെക്കാട്ടിന്റെ വീട്ടിലെത്തി. തന്റെ സുഹൃത്തായ ഒരു വക്കീലിന് എഴുത്തുകാരനായ പൊറ്റെക്കാട്ടിനെ ജാമാതാവായിക്കിട്ടാൻ താൽപര്യമുണ്ടെന്ന വാർത്തയുമായാണ് വരവ്. വക്കീൽ ഒരു മലായ് പണക്കാരന്റെ അടുത്ത ബന്ധുവാണ്. അദ്ദേഹത്തിന്റെ മകളാണെങ്കിൽ സുന്ദരിയായ ഒരു കോളേജുകുമാരി. തലശ്ശേരി ജഗന്നാഥ ക്ഷേത്രത്തിലെ ഉത്സവത്തോടനുബന്ധിച്ച്, ക്ഷേത്രത്തിന് തൊട്ടടുത്ത ഒരു ബന്ധുവീട്ടിൽ വെച്ചാണ് എസ്.കെ. ജയവല്ലിയെക്കണ്ടത്.

മഞ്ഞസാരിയുടുത്ത ഒരു സുന്ദരി. കഥകളിലൂടെ നിരവധി സുന്ദരിമാരെ സൃഷ്ടിച്ച കഥാകാരൻ, ഈ യുവതിയുമായി പൂർവ്വജന്മബന്ധമുണ്ടായിരുന്നോ എന്നു പോലും തോന്നിപ്പോയി. ഇവളെ സഹധർമ്മിണിയായിക്കിട്ടിയിരുന്നെങ്കിൽ, തന്റെ ജീവിതം ധന്യമായി എന്ന് എസ്.കെ. മനക്കോട്ട കെട്ടി.

അന്വേഷണം മാഹിയിലെ ജയവല്ലിയുടെ 'എടവന' എന്ന വീട്ടിലേക്ക് നീണ്ടു. എഴുത്തുകാരനായ പൊറ്റെക്കാട്ടാണ് പ്രതിശ്രുതവരൻ എന്നറിഞ്ഞപ്പോൾ ജയയുടെ അമ്മയ്ക്ക് സന്തോഷമായി. എങ്കിലും പൊറ്റെക്കാട്ടിന്റെ മറ്റു സ്ഥിതിവിവരങ്ങളറിയാൻ സഹോദരനെ ചില ബന്ധുക്കളോടൊപ്പം കോഴിക്കോട്ടേക്കയച്ചു.

ആരൊക്കെയോ നൽകിയ ശരിയല്ലാത്ത വിവരങ്ങൾ മൂലം ഈ അന്വേഷണസംഘം മാതൃഭൂമിയിലെ ഒരു പത്രപ്രവർത്തകന്റെ വീട്ടിലാണ് ചെന്നുപെട്ടത്. അയാൾ ഉള്ളാലെ പൊറ്റെക്കാട്ടിനോട് ശത്രുത പുലർത്തുന്ന വ്യക്തിയായിരുന്നു. ഈ പത്രപ്രവർത്തകൻ ഒട്ടും മയമില്ലാത്ത, ധിക്കാരം കലർന്ന, രീതിയിലാണ് ഈ അന്വേഷണസംഘത്തോട് പെരുമാറിയത്. അതോടെ മാഹിക്കാരുമായുള്ള വിവാഹം മുടങ്ങുമെന്ന ഘട്ടത്തിലെത്തി.

പൊറ്റെക്കാട്ടിന് വീണ്ടും വിവാഹാലോചനകൾ വന്നുകൊണ്ടിരുന്നെങ്കിലും, അതിലൊന്നിലും അദ്ദേഹത്തിന് താൽപര്യം തോന്നിയില്ല. അദ്ദേഹത്തിന്റെ മനസ്സിൽ ജയ എന്ന മഞ്ഞക്കിളി കൂടു കെട്ടിക്കഴിഞ്ഞിരുന്നു.

ജയയുടെ വീട്ടുകാരുടെ തെറ്റിദ്ധാരണ മാറിക്കിട്ടാൻ പിന്നെയും മാസങ്ങളെടുത്തു. മാതൃഭൂമി ആഴ്ചപ്പതിപ്പിൽ അക്കാലത്ത് പൊറ്റെക്കാട്ടിന്റെ ഫോട്ടോ സഹിതമുള്ള യാത്രാവിവരണം വന്നുകൊണ്ടിരുന്നു.

ആ ഫോട്ടോ കാണാനിടവന്നപ്പോൾ ജയയുടെ അമ്മാവന് മനസ്സിലായി, തങ്ങൾ കണ്ടു സംസാരിച്ച വ്യക്തി മറ്റാരോ ആണെന്ന്. പിന്നെ വൈകിയില്ല. അവർ പുതിയറയിലെ പൊറ്റെക്കാട്ടിന്റെ വീടായ 'ചന്ദ്രകാന്ത'ത്തിലെത്തി. ഉണ്ടായ തെറ്റിദ്ധാരണകൾ പറഞ്ഞു തീർത്തു.

തെറ്റിദ്ധാരണകൾ മൂലം വിവാഹം വെറുതെ നീണ്ടുപോയി. ഇനിയും വൈകിക്കാതെ വേഗം വിവാഹം നടത്തണം എന്ന് തീരുമാനിച്ചത് വധുവിന്റെ വീട്ടുകാരായിരുന്നു. 1952 മെയ് 12നായിരുന്നു പൊറ്റെക്കാട്ടും ജയവല്ലിയും തമ്മിലുള്ള വിവാഹം നടന്നത്. പ്രസിദ്ധ എഴുത്തുകാരനായ പൊറ്റെക്കാട്ടിന്റെ വിവാഹം മുടക്കാൻ ദ്രോഹിയായ ഒരു പത്രപവർത്തകൻ നടത്തിയ കുത്സിത ശ്രമത്തിന്റെ കഥ പൊടിപ്പും തൊങ്ങലും വെച്ച് പത്രങ്ങൾ വിശേഷവാർത്തയായി പ്രസിദ്ധീകരിച്ചു.

വിവാഹാനന്തരം പൊറ്റെക്കാട്ടും ജയയും മധുവിധു ആഘോഷിക്കാൻ പോയത് സിലോണിലേക്കാണ്. സിലോൺ പര്യടനം പൊറ്റെക്കാട്ട് എന്നോ നിശ്ചയിച്ചതായിരുന്നു. ധാരാളം മലയാളികളുള്ള സിലോണിൽ അവർ ഒരു മാസക്കാലം കഴിച്ചുകൂട്ടി. ഒരേ സമയം കേരളത്തിലും സിലോണിലും ഭാര്യമാരുള്ള നിരവധി മലയാളികളെ പൊറ്റെക്കാട്ട് കണ്ടെത്തിയിരുന്നു. അവരിൽ പലരുടെയും വിചിത്രമായ കുടുംബവിശേഷങ്ങൾ പൊറ്റെക്കാട്ട് കുറിച്ചെടുക്കുകയും ചെയ്തിരുന്നു. സിംഹളയുവതികൾക്ക് മലയാളി ചെറുപ്പക്കാരെയാണത്രേ ഏറെ ഇഷ്ടം. നാട്ടിൽ ഭാര്യയും കുടുംബവുമുണ്ട് എന്നുള്ളത് അവർക്കൊരു പ്രശ്നമല്ല.

മാതൃഭൂമിയുടെ പത്രാധിപരായിരുന്ന കെ.പി. കേശവമേനോനായിരുന്നു അന്ന് സിലോണിലെ ഹൈക്കമ്മീഷണർ. അദ്ദേഹം മലയയിൽ ഹൈകമ്മീഷണർ ആയിരുന്ന കാലത്തുതന്നെ ജയയേയും അവർ താമസിച്ചിരുന്ന കുടുംബത്തേയും അറിയുമായിരുന്നു. ഇന്ത്യയിൽ നിന്നുള്ള ഒരെഴുത്തുകാരൻ എന്ന നിലയ്ക്ക് പൊറ്റെക്കാട്ടിനും പത്നിക്കും ഇന്ത്യൻ ഹൈക്കമ്മീഷണർ ഒരു ഔദ്യോഗിക വിരുന്നു സൽക്കാരം നൽകി.

സിലോണിൽ പര്യടനം നടത്തിക്കൊണ്ടിരിക്കുന്ന വേളയിൽ കവിയും സിനിമാസംവിധായകനുമായിരുന്ന പി. ഭാസ്ക്കരന്റെ ഒരു ടെലഗ്രാം വന്നു. 'പുള്ളിമാൻ' സിനിമയാക്കാൻ ഉദ്ദേശിക്കുന്നുവെന്നും അതിന്റെ തിരക്കഥയെഴുതാൻ മദ്രാസ്സിലെത്തണമെന്നുമായിരുന്നു അതിലെ സന്ദേശം. പൊറ്റെക്കാട്ടും ജയയും ഒട്ടും വൈകാതെ മദ്രാസ്സിലെത്തി. പുള്ളിമാന്റെ തിരക്കഥയെഴുതിക്കൊണ്ട് കുറേ ദിവസം മദ്രാസ്സിൽ കഴിച്ചുകൂട്ടി. ഇതിനിടയിൽ എസ്.കെ.യുടെ സാഹിത്യ

സുഹൃത്തായ എം.ഗോവിന്ദന്റെ വീട്ടിൽ വെച്ച് നവദമ്പതികൾക്ക് ഒരു സ്വീകരണം നൽകി. സ്വീകരണത്തിലെ ബിരിയാണി സദ്യ ഒരുക്കിയത് പാചകവിദഗ്ധനായ വൈക്കം മുഹമ്മദ് ബഷീറായിരുന്നു!

കുറച്ചുദിവസം കഴിഞ്ഞപ്പോൾ തിരക്കഥയെഴുത്ത് തിരുവനന്തപുരത്തേക്ക് മാറ്റി. അവിടെ വീട് വാടകയ്ക്കെടുത്ത്, പി. ഭാസ്കരൻ, പ്രൊഡ്യൂസർ വാസു, സംഗീത സംവിധായകൻ ബാബുരാജ്, അടൂർ ഭാസി തുടങ്ങിയ സുഹൃത്തുക്കളുമായിച്ചേർന്ന് ഒന്നിച്ചായിരുന്നു താമസം. അടൂർഭാസി അന്ന് അഭിനയലോകത്തിലേക്ക് കടന്നിരുന്നില്ല. ആഹ്ലാദകരമായ ദിവസങ്ങളായിരുന്നു അതെന്ന് പൊറ്റെക്കാട്ട് രേഖപ്പെടുത്തിയിട്ടുണ്ട്.

തിരക്കഥ പൂർത്തിയാക്കി പി. ഭാസ്കരനെ ഏൽപിച്ച് എസ്.കെ.യും പത്നിയും വീണ്ടും മദ്രാസ്സിലേക്ക് പോയി. അവിടെനിന്ന് അവർ കപ്പലിൽ സിങ്കപ്പൂർക്കാണ് പോയത്. ഒരു വർഷത്തോളം സിങ്കപ്പൂരിലും മലയയിലെ മറ്റു ഭാഗങ്ങളിലും പര്യടനം നടത്തിയാണ് അവർ മടങ്ങിയെത്തിയത്. മൂത്ത മകൻ ജ്യോതീന്ദ്രൻ പിറന്നത് മലയയിൽ വെച്ചായിരുന്നു.

സന്തോഷകരമായ കുടുംബജീവിതമായിരുന്നു എസ്.കെ.യുടേത്. അദ്ദേഹം മിക്കപ്പോഴും സഞ്ചാരത്തിലായിരിക്കും. അപൂർവ്വമായേ വീട്ടിൽ കാണുകയുള്ളൂ. ജീവിതകാലമത്രയും പൊറ്റെക്കാട്ടിന് താങ്ങും തണലുമായിരുന്നു ജയവല്ലി. പാചകകലയിൽ അവർ വിദഗ്ധയാണ്.

അതിഥികളെ സൽക്കരിക്കുക എന്നത് അവർക്ക് ആഹ്ലാദം നൽകിയിരുന്നു. സാമ്പത്തിക പ്രയാസങ്ങളുള്ള കാലത്തുപോലും അവർ അതിഥിസൽക്കാരം മുടക്കിയിരുന്നില്ല.

എസ്.കെ.-ജയ ദമ്പതികൾക്ക് നാലു മക്കളാണുള്ളത്. ജ്യോതീന്ദ്രൻ, സുമംഗലി, ജയദേവൻ, സുമിത്ര. ഇതിൽ ജയദേവനൊഴികെയുള്ളവർ നല്ല നിലയിൽ കഴിഞ്ഞുപോരുന്നു. ഇളയമകൻ ജയദേവൻ ഈയ്യിടെ ആത്മഹത്യ ചെയ്തതായി പത്രവാർത്ത കാണുകയുണ്ടായി.

അച്ഛൻ മക്കൾക്ക് കൊടുത്ത ഉപദേശം ഇളയമകൻ ജയദേവൻ ഇങ്ങനെ അനുസ്മരിക്കുന്നു-

"അവനവന്റെ വഴികൾ സ്വയം കണ്ടെത്തണം. അച്ഛൻ വേണ്ടതായ നിർദ്ദേശങ്ങൾ തരും. കാട്ടിലാണ് പെട്ടുപോകുന്നതെങ്കിൽ നമ്മുടെ നേരെ വരുന്ന കാട്ടുമൃഗങ്ങളുടെ രീതി മനസ്സിലാക്കി പെരുമാറാൻ കഴിയണം. സിംഹമാണെങ്കിൽ അതിന്റെ ദൃഷ്ടിയിൽ നിന്നും

ഒഴിഞ്ഞുമാറാം. മാനാണെങ്കിൽ അതിനെ ഓമനിക്കാം. എന്നാൽ നാട്ടിലെ മൃഗങ്ങളെ സൂക്ഷിക്കണം. അവർ എങ്ങനെ പ്രതികരിക്കുമെന്ന് തീർത്തു പറയാൻ സാധ്യമല്ല.''

ചെറുപ്പകാലത്തെ ചില കാര്യങ്ങളോർത്ത് ഇളയമകൻ വീണ്ടും പറഞ്ഞു-

ഞാൻ ചിലപ്പോൾ വികൃതികളൊക്കെക്കാട്ടുമ്പോൾ, അപൂർവ്വം അവസരങ്ങളിൽ അച്ഛന് ദേഷ്യം വരും. ചിലപ്പോൾ തലയിൽ ഒരു മേട്ടു തന്നെന്നു വരും. ക്രോധം പെട്ടെന്ന് ശമിക്കും. പിന്നെ പശ്ചാത്തപിക്കും. അരികെ വിളിച്ചിരുത്തിപ്പറയും, മോനേ, മോനുവേദനിച്ചോ, പോട്ടെ ഇനി കുരുത്തക്കേട് കാണിക്കരുത്, കേട്ടോ. പിന്നീട് മിഠായിയും കടലക്കയും വാങ്ങാൻ പൈസ തരും.''

എ.കെ.ജിയോടൊപ്പം

1957-ലാണ് ആദ്യമായി പൊറ്റെക്കാട്ട് തെരഞ്ഞെടുപ്പിൽ മത്സരിച്ചത്. തലശ്ശേരി പാർലിമെന്റ് നിയോജകമണ്ഡലത്തിൽ നിന്ന് കമ്മ്യൂണിസ്റ്റ് പിന്തുണയുള്ള സ്വതന്ത്രസ്ഥാനാർത്ഥിയായിട്ടായിരുന്നു മത്സരം. എതിരാളികൾ സഹോദരന്മാരായ ജിനചന്ദ്ര ഗൗണ്ടരും പത്മപ്രഭാ ഗൗണ്ടരും. ഒരെഴുത്തുകാരൻ ആദ്യമായി തെരഞ്ഞെടുപ്പിൽ മത്സരിക്കുന്നതിനാൽ പ്രഗത്ഭരായ പല എഴുത്തുകാരും അദ്ദേഹത്തെ വിജയിപ്പിക്കാൻ മുന്നിട്ടിറങ്ങി. എന്നാൽ ആ തെരഞ്ഞെടുപ്പിൽ എസ്.കെ, ആയിരത്തിൽപരം വോട്ടുകൾക്ക് കോൺഗ്രസ്സ് സ്ഥാനാർത്ഥി ജിനചന്ദ്രനോട് പരാജയപ്പെടുകയാണുണ്ടായത്.

അഞ്ചുവർഷത്തിനുശേഷം 1962-ൽ പൊറ്റെക്കാട്ട് വീണ്ടും ഇതേ നിയോജകമണ്ഡലത്തിൽ നിന്ന് 66,526 വോട്ടുകളുടെ ഭൂരിപക്ഷത്തോടെ വിജയിച്ചു. കമ്മ്യൂണിസ്റ്റ് പാർട്ടിയും, മുസ്ലീംലീഗും സ്വതന്ത്ര സ്ഥാനാർത്ഥിയായ പൊറ്റെക്കാട്ടിന് പിന്തുണ നൽകിയിരുന്നു. ഇപ്രാവശ്യം അദ്ദേഹത്തിന്റെ എതിരാളി നിരൂപകനും മികച്ച പ്രസംഗകനുമായ സുകുമാർ അഴീക്കോട് ആയിരുന്നു. കോൺഗ്രസ്സ് സ്ഥാനാർത്ഥിയായി മത്സരിച്ച അഴീക്കോടിന് പി.എസ്സ്.പി.യുടെ പിന്തുണയുണ്ടായിരുന്നു. ഒരു പാർലമെന്റ് മെമ്പറെന്ന നിലയിൽ പലവിധ നേട്ടങ്ങളുണ്ടായെങ്കിലും, ഒരെഴുത്തുകാരനെന്ന നിലയിൽ അതൊരു നഷ്ടക്കച്ചവടമായിരുന്നു എന്നാണ് പൊറ്റെക്കാട്ട് വിലയിരുത്തുന്നത്. അതിനാൽ 1967, 1972 കാലങ്ങളിലെ തെരഞ്ഞെടുപ്പുകളിൽ മത്സരിക്കാൻ അദ്ദേഹം ഇഷ്ടപ്പെട്ടില്ല.

1962 ഏപ്രിൽ 16ന് എസ്.കെ. ലോക്സഭാ മെമ്പറായി സത്യപ്രതിജ്ഞ ചെയ്തു. ഹിന്ദി എഴുത്തുകാരൻ കൂടിയായ താൽക്കാലിക സ്പീക്കർ സേഠ് ഗോവിന്ദദാസ്സും, മന്ത്രിയായ ബംഗാളി എഴുത്തുകാരൻ ഹുമയൂൺ കബീറും പൊറ്റെക്കാട്ടിനെ ഹാർദ്ദമായി അഭിനന്ദിച്ചു. എ.കെ.ജിയായിരുന്നു പാർലിമെന്റ് പ്രതിപക്ഷ ഗ്രൂപ്പിന്റെ

നേതാവ്. ഒരു കമ്മ്യൂണിസ്റ്റ് സഹയാത്രികൻ എന്ന നിലയിൽ എ.കെ.ജി ഒരിക്കലും പൊറ്റെക്കാട്ടിനെ നോക്കിക്കണ്ടില്ല. പ്രസിദ്ധനായ ഒരെഴുത്തുകാരൻ എന്ന നിലയിലുള്ള പരിഗണനയും സ്നേഹവും അടുപ്പവുമാണ് അദ്ദേഹം പൊറ്റെക്കാട്ടിനോട് പ്രകടിപ്പിച്ചിരുന്നത്. തെരഞ്ഞെടുപ്പിൽ വിജയിച്ച പൊറ്റെക്കാട്ടിനെ ആദ്യമായി ക്കണ്ടപ്പോൾ എ.കെ.ജി. പറഞ്ഞു-

"വേഗം എം.പി. ഫ്ളാറ്റിന് അപേക്ഷ അയയ്ക്കുക. നോർത്ത് അവന്യൂവിലാണ് നല്ലത്. അവിടെ സുഖമായി താമസിച്ച് ധാരാളം കഥകളെഴുതിക്കോളൂ."

പാർലിമെന്റ് ഗ്രൂപ്പിലെ പാർട്ടി പ്രവർത്തനങ്ങൾക്കോ അതുമായി ബന്ധപ്പെട്ട കാര്യങ്ങൾക്കോ പൊറ്റെക്കാട്ടിന്റെ സേവനം പാർട്ടി നേതാവായ എ.കെ.ജി. ആവശ്യപ്പെട്ടിരുന്നില്ല. ലോക്സഭയിൽ സാഹിത്യസാംസ്കാരിക കാര്യങ്ങളുമായി ബന്ധപ്പെട്ട ചോദ്യങ്ങൾ ചോദിക്കുവാനും ഇതിനോടു ബന്ധമായുള്ള ബജറ്റ് ചർച്ചയിൽ പ്രതിപക്ഷത്തിന്റെ വാദമാരംഭിക്കുവാനും എ.കെ.ജി. പൊറ്റെക്കാട്ടിനെയാണ് ചുമതലപ്പെടുത്തിയിരുന്നത്. ഇപ്രകാരം അഞ്ചുവർഷക്കാലം വാർത്താവിതരണമന്ത്രി കാര്യാലയത്തിന്റെയും മൂന്നുവർഷം വിദ്യാഭ്യാസമന്ത്രി കാര്യാലയത്തിന്റെയും ബജറ്റ് ചർച്ച ആരംഭിച്ചത് പൊറ്റെക്കാട്ടായിരുന്നു. ചർച്ചകളിലൊന്നും പങ്കെടുക്കാത്ത അവസരങ്ങളിൽപ്പോലും എസ്.കെ. പാർലിമെന്റ് നടപടികൾ ആദ്യവസാനം വരെ ശ്രദ്ധിച്ചുകൊണ്ടിരിക്കും.

നോർത്ത് അവന്യൂവിലെ 85-ാം നമ്പർ ഫ്ളാറ്റിലായിരുന്നു എസ്.കെ.യുടെ താമസം. കേരളത്തിൽ നിന്ന് വരുന്ന സാഹിത്യകാരന്മാരും നിരവധി രാഷ്ട്രീയപ്രവർത്തകരും സുഹൃത്തുക്കളുമായ എ.കെ.ജി.യടക്കമുള്ള എം.പിമാരും എസ്.കെയുടെ ഫ്ളാറ്റിൽ വരും. മറ്റു ആവശ്യങ്ങൾ നിർവ്വഹിക്കാനെത്തുന്ന അവർക്കെല്ലാം ഭക്ഷണം നൽകിയേ പൊറ്റെക്കാട്ട് വിടുകയുള്ളൂ. പൊറ്റെക്കാട്ടിനെപ്പോലെ ജയയ്ക്കും ഇത് നിർബന്ധമായിരുന്നു.

എസ്.കെ.യുടെ ലോക്സഭാ കാലയളവ് (1962-1967) എല്ലാം കൊണ്ടും ചരിത്രപ്രാധാന്യമുള്ളതായിരുന്നു. പാക്കിസ്ഥാൻ യുദ്ധവും ചൈനീസ് ആക്രമണവും നടന്നത് അക്കാലത്താണ്. പ്രധാനമന്ത്രി നെഹ്റു അന്തരിച്ചതും ഈ കാലഘട്ടത്തിൽ തന്നെ.

ആർജ്ജവവും ആത്മാർത്ഥതയും നിറഞ്ഞുനിന്ന എ.കെ.ജിയുടെ ലോക്സഭാ പ്രവർത്തനത്തെ തികഞ്ഞ ആദരവോടെയാണ് പൊറ്റെക്കാട്ട് സ്മരിക്കുന്നത്. അവ ഒരിക്കലും തീപ്പൊരി പ്രസംഗങ്ങളായിരുന്നില്ല. നാടിന്റെയും പാവപ്പെട്ടവരുടെയും ഹൃദയത്തിൽ തൊട്ടു

കൊണ്ടുള്ള പ്രസംഗങ്ങൾ. അതുകൊണ്ട് എ.കെ.ജി പ്രസംഗിക്കുമ്പോൾ സഭയിൽ മെമ്പർമാരെല്ലാം ഒരപശബ്ദവും പുറപ്പെടുവിക്കാതെ ശ്രദ്ധിച്ചു കേൾക്കും. പ്രധാനമന്ത്രി നെഹ്റുപോലും എ.കെ.ജിയുടെ പ്രസംഗങ്ങൾ ശ്രദ്ധിച്ചു കേൾക്കുമായിരുന്നു. എ.കെ.ജി.യുടെ കത്തുകൾക്ക് മറുപടി അയക്കുവാനും നെഹ്റു പ്രത്യേകം ശ്രദ്ധിക്കുമായിരുന്നു എന്ന് പൊറ്റെക്കാട്ട് ഓർക്കുന്നു.

അക്കാലത്ത് ഒരു ഉത്തർപ്രദേശ് എം.പിയുടെ (ഇടതുപക്ഷക്കാരനല്ല) ഒരഭിപ്രായം പൊറ്റെക്കാട്ട് ഇങ്ങനെ രേഖപ്പെടുത്തിയിരിക്കുന്നു.

‘‘ലോക്സഭയിലെ ഏറ്റവും ജനപ്രീതി നേടിയ അംഗമേതാണെന്നതിൽ ഒരു വോട്ടെടുപ്പ് നടത്തിയാൽ ഒന്നാം സ്ഥാനം എ.കെ. ഗോപാലനു ലഭിക്കും. രണ്ടാം സ്ഥാനം പണ്ഡിറ്റ്ജിക്കും. പണ്ഡിറ്റ് ജിയെ ഇഷ്ടപ്പെടാത്ത ചിലരെങ്കിലും ഈ സഭയിലുണ്ടാകും. എന്നാൽ ഗോപാലനെ ഇഷ്ടപ്പെടാത്ത ഒരാൾപോലും ഇവിടെ കാണുകയില്ല.’’

1964 നവംബറിലാണല്ലോ കമ്മ്യൂണിസ്റ്റ് പാർട്ടിയിലെ ഏറ്റവും നിർഭാഗ്യകരമായ പിളർപ്പ് സംഭവിച്ചത്. ആദർശപരമായി പിളർപ്പിനേക്കാൾ, വ്യക്തി വിദ്വേഷങ്ങളായിരുന്നു ഈ പിളർപ്പിന്റെ പിന്നിൽ പ്രവർത്തിച്ചിരുന്നത് എന്ന്, പലകാര്യങ്ങളിലും ദൃക്സാക്ഷിയായ പൊറ്റെക്കാട്ട് രേഖപ്പെടുത്തിയിട്ടുണ്ട്. പാർലിമെന്റിലെ കമ്മ്യൂണിസ്റ്റ് ഗ്രൂപ്പ് പിളർന്നതിന്റെ തൊട്ടുമുമ്പ് അവിടെ നടന്ന ചില അന്തർനാടകങ്ങളുടെ കഥ തന്റെ ‘നോർത്ത് അവന്യു’ എന്ന നോവലിൽ അദ്ദേഹം തുറന്നുകാട്ടുന്നുണ്ട്. ആ നോവൽ എഴുതിപ്പൂർത്തിയാക്കുന്നതിന് മുമ്പ് അദ്ദേഹത്തിന്റെ അന്ത്യം സംഭവിക്കുകയാണുണ്ടായത്.

എ.കെ.ജി.യുടെ പെരുമാറ്റത്തിലുള്ള അടുപ്പവും ആത്മാർത്ഥതയും പൊറ്റെക്കാട്ടിനെ വല്ലാതെ വശീകരിച്ചിരുന്നു. പാർലിമെന്ററി പാർട്ടിയിലെ മറ്റംഗങ്ങൾക്കും ഇതു തന്നെയായിരുന്നു അനുഭവം. അതുകൊണ്ടുതന്നെ പാർട്ടി പിളർന്നപ്പോൾ പൊറ്റെക്കാട്ടും വടകര എം.പി. എ.വി. രാഘവനും എ.കെ.ജിയോടൊപ്പമുള്ള ഇടതുപക്ഷ ഗ്രൂപ്പിൽ ഉറച്ചുനിന്നു. തന്റെ രാഷ്ട്രീയനുഭവത്തിന്റെ വെളിച്ചത്തിൽ പൊറ്റെക്കാട്ട് ഇങ്ങനെ രേഖപ്പെടുത്തി-

‘‘ഉന്നതാദർശങ്ങളുടെയോ നീതി ദർശനങ്ങളുടേയോ ധാർമ്മിക വിശ്വാസങ്ങളുടേയോ ഫലമായിട്ടല്ല, അധികാരക്കൊതിയുടെയും അവസരവാദത്തിന്റെയും വിളികേട്ടാണ് നേതാക്കളിൽ പലരും അവരുടെ ശിങ്കിടികളും ഇന്നു തുള്ളുന്നത്. എന്നാൽ ഞാൻ ആദരവോടെ തെല്ലൊരാരാധനാഭാവത്തോടെ എന്നു തന്നെ പറയട്ടെ, അനുസ്മരിക്കുകയാണ്, അധികാരമോഹം അശേഷം തീണ്ടാത്ത ഒരാദർശ

പുരുഷനായിരുന്നു എ.കെ.ജി. സാധാരണ ജനങ്ങളിൽനിന്ന് ശക്തിയാർജ്ജിച്ച്, അത് ജനങ്ങളിലേക്കുതന്നെ പകർന്നുകൊടുക്കുന്ന ഒരത്ഭുത സിദ്ധിയുടെ ഉടമയായിരുന്നു എ.കെ.ജി. ഏതു കാര്യവും പാർട്ടിയുടെ താത്പര്യത്തിന്റെ ഭൂതക്കണ്ണാടിയിലൂടെ മാത്രം നോക്കിക്കാണാൻ ശ്രമിക്കാതെ സാധാരണക്കാരന്റെ ശുദ്ധമിഴിയിലൂടെയും വീക്ഷിക്കാൻ കഴിയുന്ന ഒരു വലിയ മനുഷ്യനായിരുന്നു എ.കെ.ജി. എ.കെ.ജിയുടെ മഹത്തായ ജീവിത വിജയത്തിന്റെ രഹസ്യവും അതായിരുന്നു.''

പല രോഗങ്ങളുടെയും ആക്രമണം കൊണ്ട് എ.കെ.ജിക്ക് ആഹാര കാര്യങ്ങളിൽ നിയന്ത്രണം ആവശ്യമായിരുന്നു. പഞ്ചസാരയും എണ്ണയും കൊഴുപ്പും മറ്റും വർജ്ജ്യമായിരുന്നു. എന്നാൽ ഇഷ്ടപ്പെട്ട ആരുടെയെങ്കിലും ക്ഷണം ലഭിച്ചാൽ എ.കെ.ജി അതൊഴിവാക്കുകയില്ല.

ഒരിക്കൽ ഊണിനു വിളമ്പിയ, മാഹിയിൽ നിന്ന് കൊണ്ടുവന്ന ചെമ്മീൻ അച്ചാർ എ.കെ.ജിക്ക് വലിയ ഇഷ്ടമായി. ഊണുകഴിഞ്ഞ് പുറപ്പെടാറായപ്പോൾ അദ്ദേഹം അടുക്കളയിലേക്ക് ഒരു നടത്തം. ചെമ്മീൻഅച്ചാർ ഭരണി വെച്ച സ്ഥലം അദ്ദേഹം നേരത്തെ നോക്കിവെച്ചിരിക്കണം. അച്ചാർ ഭരണി എടുത്ത് ഭദ്രമായി കക്ഷത്തിലടുക്കിപ്പിടിച്ച്, കാറിന്നടുത്തേക്ക് ഓടിയ ആ ജനനേതാവിനെ ഓർത്ത് പൊറ്റെക്കാട്ട് ഇടയ്ക്കിടെ ചിരിക്കാറുണ്ടായിരുന്നു.

പെരളശ്ശേരിയിലെ ഹൈസ്കൂൾ പടിക്കൽ കെട്ടിയുണ്ടാക്കിയ പന്തലിൽ എ.കെ.ജിയുടെ ഭൗതിക ശരീരം അവസാനമായി ദർശിക്കാൻ ഒത്തുകൂടിയ ജനലക്ഷങ്ങൾക്കിടയിൽ നിൽക്കുമ്പോൾ 'ഇപ്പോൾ അതോർത്ത് എന്റെ മിഴികൾ നനയുന്നു' എന്ന് പൊറ്റെക്കാട്ടെഴുതി–

''ഇന്ന് 1977 മാർച്ച് 23–ാം തിയ്യതി പെരളശ്ശേരിയിലെ ഈ ചരലുപറമ്പിൽ പടർന്നു കത്തുന്ന പട്ടടയും ഒരു യുഗത്തിന്റെ അന്ത്യം കുറിക്കുന്നു, എ.കെ.ജിയുടെ യുഗം.''

എഴുത്തിന്റെ നാൾവഴികൾ

പല എഴുത്തുകാരും പുലർകാലവേളയിൽ എഴുന്നേറ്റിരുന്ന് എഴുതാറുണ്ട് എന്ന് വായിച്ചതായി ഓർക്കുന്നു. എന്നാൽ പൊറ്റെക്കാട്ട് സ്വീകരിച്ചത് മറ്റൊരുവഴിയായിരുന്നു. പ്രഭാതത്തിൽ നടത്തത്തിനാണ് അദ്ദേഹം പ്രാധാന്യം നൽകിയിരുന്നത്. നടത്തം കഴിഞ്ഞ് കുളിയും പ്രാതലും കഴിച്ച് അദ്ദേഹം എഴുത്തുമുറിയിൽ കയറും. പ്രഭാതസഞ്ചാരത്തിനിടയിൽ അദ്ദേഹം കഥാപാത്രങ്ങളെ രൂപപ്പെടുത്തുകയും അവരുടെ സംഭാഷണംവരെ ഓർത്തുവെക്കുകയും ചെയ്യും.

കടലാസ്സും പേനയും എല്ലാം തയ്യാറാക്കി വെച്ച ശേഷം, മറ്റൊരു കടലാസ്സിൽ അദ്ദേഹം 'ഹരിശ്രീ ഗണപതയേ നമഃ അവിഘ്നമസ്തു' എന്ന് ഒരു പത്തു പ്രാവശ്യമെങ്കിലും എഴുതും. വിഘ്നം കൂടാതെ തന്റെ കർമ്മം തുടരാൻ അനുഗ്രഹിക്കേണമേ എന്ന ഒരു പ്രാർത്ഥനയാണത്. അതിനുശേഷം ആലോചിച്ചുറപ്പിച്ച കാര്യങ്ങൾ എഴുതാൻ ആരംഭിക്കും.

വളരെ സാവധാനത്തിലെ പൊറ്റെക്കാട്ട് എഴുതുകയുള്ളൂ. ധൃതിയിൽ എഴുതാൻ അദ്ദേഹത്തിന് സാധിച്ചിരുന്നില്ല. ഒരു കഥ എഴുതാൻ ഏതാണ്ട് പതിനഞ്ചു ദിവസമെങ്കിലും എടുത്തേക്കും. മൂന്നു പ്രാവശ്യമെങ്കിലും അത് പകർത്തി എഴുതാറുണ്ട്. ഈ വിധം തേച്ചു മിനുക്കിയാലേ അത് തിളക്കമുള്ള ഒരു കലാസൃഷ്ടിയായി രൂപപ്പെടുകയുള്ളൂ എന്നാണദ്ദേഹത്തിന്റെ വിശ്വാസം.

നോവലാണ് എഴുതുന്നതെങ്കിൽ, അതിന്റെ വിശദവിവരങ്ങൾ ക്രമാനുഗതമായി കുറിച്ചുവെക്കും. മുഴുവൻ കഥാപാത്രങ്ങളും, സംഭവങ്ങളും സ്ഥലങ്ങളും, കഥയിലെ വഴിത്തിരിവുകളും പരിണാമങ്ങളുമെല്ലാം അതിൽ രേഖപ്പെടുത്തിയിരിക്കും. ഈ കുറിപ്പുകൾ തയാറാക്കുന്നതു മൂലം എഴുത്ത് കൂടുതൽ സുഖമായിത്തീരും എന്നാണദ്ദേഹത്തിന്റെ നിഗമനം. 'ഒരു തെരുവിന്റെ കഥ'യും, 'ഒരു

ദേശത്തിന്റെ കഥ'യും ഈ വിധം ചാർട്ടുകൾ തയാറാക്കിയാണ് അദ്ദേഹം എഴുതിത്തീർത്തത്. ഈ രചനകൾ ഇത്രനാൾക്കുള്ളിൽ തീർക്കാൻ കഴിയും എന്ന ആത്മവിശ്വാസം എസ്.കെക്കുണ്ടായിരുന്നു. സമയബന്ധിതമായി എഴുതിത്തീർക്കാൻ അദ്ദേഹം ഉദ്ദേശിച്ച നോവലായിരുന്നു 'ഭാരതപ്പുഴയുടെ മക്കൾ.'

ആദ്യമായി എസ്.കെ.യുടെ ജീവിതകഥയെഴുതിയ പ്രൊഫസ്സർ പി. കൃഷ്ണൻ, ഒരു തെരുവിന്റെ കഥയുടെയും 'ഒരു ദേശത്തിന്റെ കഥ'യുടെയും വിശദമായ ചാർട്ട് ചിതൽ തിന്നുപോയതിന്റെ അവശിഷ്ടങ്ങൾ കണ്ടതായി രേഖപ്പെടുത്തിയിട്ടുണ്ട്. കുറേ ഭാഗങ്ങൾ എഴുതിത്തീർത്ത 'ഭാരതപ്പുഴയുടെ മക്കളു'ടെ ചാർട്ട് ഈവിധമായിരുന്നു.

ഭാരതപ്പുഴയുടെ മക്കൾ

ചാർട്ട്

നോവൽ (ഭാഗങ്ങൾ)

ഓരോ ഭാഗം 1000 പേജ്

1965 ആഗസ്തിൽ പ്രസിദ്ധപ്പെടുത്താനുള്ളത്. എഴുതാൻ തുടങ്ങിയ തിയ്യതി 1960 സെപ്തംബർ 5.

1960ൽ ഈ നോവൽ രചനയ്ക്കുവേണ്ടിയുള്ള കരുക്കൾ ശേഖരിക്കാൻ കേരളത്തിന്റെ പല ഭാഗങ്ങളിലും എസ്.കെ. ചുറ്റി സഞ്ചരിച്ചു. ചില ചരിത്ര ഗവേഷകരുമായി ചർച്ചകൾ നടത്തി. ഒട്ടേറെ നാടൻ പാട്ടുകളും പഴഞ്ചൊല്ലുകളും ശേഖരിച്ചുവെച്ചു. കേരള ചരിത്രത്തെപ്പറ്റി ലഭ്യമായ പുസ്തകങ്ങൾ വാങ്ങിച്ച്, അവയിൽ നിന്ന് പ്രസക്തമായ ഭാഗങ്ങൾ കുറിച്ചുവെച്ചു.

ഇക്കാലയളവിലാണ് തലശ്ശേരിയിൽ നിന്ന് പാർലിമെന്റിലേക്ക് മത്സരിക്കാൻ തീരുമാനിച്ചത്. വിജയിച്ച് പാർലിമെന്റിലെത്തിയതോടെ അതേവരെ ചെയ്തു തീർത്ത 'ഭാരതപ്പുഴയുടെ മക്കൾ' എന്ന ബൃഹത് നോവലിന്റെ രചന അവതാളത്തിലായി. തന്റെ മാസ്റ്റർപീസായിരിക്കും ഈ നോവലെന്ന് അദ്ദേഹം അടുത്ത സുഹൃത്തുക്കളോട് പറഞ്ഞിരുന്നു.

പാർലിമെന്റ് മെമ്പറായതോടെ മറ്റൊരു ലോകം കണ്ടെത്തിയ പ്രതീതിയായി എസ്.കെ.യ്ക്ക്. അധികാരം ജനസേവകരായിരുന്ന നേതാക്കളെ ഏതുവിധം ദുഷിപ്പിക്കുന്നു എന്നദ്ദേഹം നേരിൽക്കണ്ടു. വിപ്ലവസ്വപ്നങ്ങൾ നെയ്തെടുത്തിരുന്ന കമ്മ്യൂണിസ്റ്റ് പാർട്ടികളിലും നേതാക്കളിലും അധികാരത്തോടുള്ള അത്യാർത്തി പടർന്നുകയറുന്നത് ദർശിക്കാൻ കഴിഞ്ഞത് കടുത്ത നിരാശയോടെ അദ്ദേഹം നോക്കിനിന്നു.

പാർലിമെന്ററി വ്യാമോഹത്തിന്റെ ചളിക്കുണ്ടിലേക്ക് ഇനി ഒരിക്കലും താനില്ല എന്നദ്ദേഹം പ്രതിജ്ഞയെടുത്തു. പക്ഷേ, ഒന്നദ്ദേഹം ഉറപ്പിച്ചിരുന്നു. ഇതെല്ലാം പുറംലോകത്തെ അറിയിക്കണം. അതിന് സാഹിത്യരചനയിലൂടെ മാത്രമേ കഴിയുകയുള്ളൂ. അങ്ങനെയാണ് 'നോർത്ത് അവന്യൂ' എന്ന നോവൽ എഴുതാൻ തുടങ്ങിയത്. അതിന്റെ രചന പൂർത്തിയാക്കാൻ അദ്ദേഹം മുക്കത്ത് ഒരു വാടക വീട് കണ്ടുവെച്ചു. അതിനു മുമ്പ് എസ്.കെ.യുടെ സുഹൃത്ത് പ്രൊഫസർ എ.പി.പി. നമ്പൂതിരി തൃശ്ശൂർ ജില്ലയിലെ പാഞ്ഞാളിൽ ശാന്തമായ ഒരു ഇല്ലം ഏർപ്പെടുത്തിക്കൊടുത്തു. അവിടെവെച്ച് 'നോർത്ത് അവന്യൂ'വിന്റെ ആറ് അദ്ധ്യായങ്ങൾ എഴുതിത്തീർത്തു. ഈ സമയത്താണ് ജ്ഞാനപീഠ പുരസ്കാരം സംബന്ധിച്ച വാർത്ത വന്നത്. ഒരു വിവാഹത്തിൽ സംബന്ധിക്കാൻ കോഴിക്കോട്ടെ വീട്ടിലെത്തിയ പൊറ്റെക്കാട്ടിനെ പത്രപ്രതിനിധികളാണ് ഈ സന്തോഷവാർത്ത അറിയിച്ചത്.

'ഒരു ദേശത്തിന്റെ കഥ'യ്ക്ക് ഭാരതത്തിലെ അത്യുന്നത ബഹുമതിയായ ജ്ഞാനപീഠ പുരസ്കാരം ലഭിച്ചു എന്ന വിവരം റേഡിയോവിലൂടെയും പത്രങ്ങളിലൂടെയും ഇന്ത്യ മുഴുവനുമറിഞ്ഞു. അതോടെ കേരളത്തിന്റെ വടക്കേ അറ്റം മുതൽ തെക്കേ അറ്റം വരെ ജ്ഞാനപീഠജേതാവിന് അത്യുന്നത സ്വീകരണങ്ങൾ. കേരളത്തിൽ മാത്രമല്ല ഇന്ത്യയുടെ മറ്റു ഭാഗങ്ങളിലും പൊറ്റെക്കാട്ട് ആദരിക്കപ്പെട്ടു. ഒരു ദിവസം മൂന്നും നാലും സ്വീകരണങ്ങൾ. ഒരു വായനശാല ഉദ്ഘാടനത്തിന് പോലും എസ്.കെ. തന്നെ വേണമെന്ന് അദ്ദേഹത്തിന്റെ ആരാധകർ ശഠിച്ചു. വിശ്രമമില്ലാത്ത ഈ സ്വീകരണയോഗങ്ങൾ പൊറ്റെക്കാട്ടിന്റെ ആരോഗ്യത്തെപോലും ബാധിച്ചു തുടങ്ങിയിരുന്നു.

ഇതോടെ നോവലുകളുടെ രചന മുടങ്ങി. അദ്ദേഹം ആഗ്രഹിച്ച പോലെ നോർത്ത് അവന്യൂവും ഭാരതപ്പുഴയുടെ മക്കളും പിന്നീട് എഴുതിപ്പൂർത്തിയാക്കാൻ കഴിഞ്ഞില്ല.

എസ്.കെ.യ്ക്ക് മാത്രം കഴിയുന്നത്

പൊറ്റെക്കാട്ട് നല്ലൊരു വായനക്കാരനായിരുന്നു. ദിവസത്തിൽ കുറെ സമയം അദ്ദേഹം വായനയ്ക്കായി മാറ്റിവെക്കും. ഇഷ്ടപ്പെട്ട പുസ്തകമാണെന്നു തോന്നിയാൽ അത് പെട്ടെന്ന് വായിച്ചുതീർക്കും. വായിച്ചു കഴിഞ്ഞാൽ, ആ പുസ്തകത്തിലെ ആകർഷകമായ ഭാഗങ്ങൾ വീണ്ടും മറിച്ചുനോക്കും. പിന്നീട് ചാരുകസേരയിൽ അലസമായി കിടന്ന് വായിച്ച കാര്യങ്ങൾ ഓർത്തുവെക്കും. ഇത്തരം ചില സന്ദർഭങ്ങളിൽ കഥകളായി രൂപം കൊള്ളാതെ കിടന്നിരുന്ന ചില അനുഭവങ്ങൾക്ക് പെട്ടെന്ന് രൂപം വെക്കും. പിന്നെ വൈകില്ല, അദ്ദേഹം എഴുന്നേറ്റ് ചെന്ന് മനസ്സിൽ രൂപം കൊണ്ട ആ കഥയുടെ രൂപരേഖ കുറിച്ചുവെക്കും. ഇതൊരു കഥയായി രൂപം പ്രാപിക്കാൻ പിന്നീട് അധിക നാൾ വൈകില്ല.

ഒരു പുസ്തകം വാങ്ങിയാൽ, ഒരു കടലാസ്സിൽ പൊതിഞ്ഞ് കടലാസ്സിന്റെ പുറത്ത് പുസ്തകത്തിന്റെ പേരും വാങ്ങിയ തിയതിയും പ്രത്യേക കളർ പേന കൊണ്ട് എഴുതി ഒട്ടിച്ചുവെക്കും. തന്നെ പറ്റിയുള്ള ലേഖനങ്ങളോ വിമർശനങ്ങളോ കിട്ടിയാൽ പ്രസ്തുത പ്രസിദ്ധീകരണത്തിന്റെ പുറത്ത് എസ്.കെ. പേജ് ഇത്ര എന്നെഴുതി വെക്കും.

തനിക്കുവരുന്ന എഴുത്തുകൾ അദ്ദേഹം പ്രത്യേക ഫയലിൽ സൂക്ഷിച്ചുവെക്കും. വലിപ്പച്ചെറുപ്പഭേദമന്യേ അവയ്ക്കെല്ലാം മറുപടി അയയ്ക്കും. തീവണ്ടി യാത്രയുടെ ടിക്കറ്റുകൾ, വിദേശ യാത്രയിൽ ലഭിച്ച രശീതികൾ ഇവയെല്ലാം അദ്ദേഹം സൂക്ഷിച്ചുവെക്കുന്നത് മനസ്സിലാക്കി മകൾ സുമിത്ര ഒരിക്കൽ ചോദിച്ചു: ''എന്തിനാണച്ഛാ ഇതെല്ലാം സൂക്ഷിച്ചുവെക്കുന്നത്?''

''ഇവയെല്ലാം കാണുമ്പോൾ, ആ നാടും കാഴ്ചകളും റോഡുകളുമെല്ലാം മനസ്സിൽ ഓർമ്മവരും.''

ആ ഓർമ്മകൾ പുതുക്കുന്നത് എസ്.കെ.യെ സന്തോഷിപ്പിച്ചിരുന്നു.

സ്റ്റാമ്പ് ശേഖരണവും നാണ്യശേഖരണവും അദ്ദേഹത്തിന്റെ ഹോബിയായിരുന്നു. ലോകത്തിലെ എല്ലാ രാജ്യങ്ങളിലേയും സ്റ്റാമ്പുകൾ ശേഖരിച്ച് പല നിറത്തിലുള്ള കവറുകളിലാക്കി സൂക്ഷിച്ചു വെക്കും. ഇതേ രീതിയിൽ തന്നെയായിരുന്നു നാണ്യങ്ങളും. കൗതുക വാർത്തകൾ വെട്ടിയെടുത്ത് ഒരു വലിയ പുസ്തകത്തിൽ ഒട്ടിച്ചു വെക്കുന്നതും അവ ഇടയ്ക്കിടെ മറിച്ചുനോക്കുന്നതും ആഹ്ലാദകരമായ ഒരനുഭവമായി അദ്ദേഹം കരുതി. അദ്ദേഹം സൂക്ഷിച്ചിരുന്ന മറ്റൊരു പുസ്തകത്തിന്റെ പേരാണ് 'മരണക്കൊയ്ത്ത്'. ഇതിൽ സുഹൃത്തുക്കളുടെയും പരിചയപ്പെട്ട വ്യക്തികളുടെയും ചിത്രങ്ങൾ സഹിതമുള്ള മരണവാർത്തകൾ സ്ഥലം പിടിച്ചിരിക്കുന്നു. ഒരു പുസ്തകത്തിൽ വിചിത്രം -പ്രേമം-വിവാഹം എന്ന് രേഖപ്പെടുത്തിയിരിക്കുന്നു. ഇതിൽ ലോകത്തിന്റെ മുക്കിലും മൂലയിലും നടന്ന വിചിത്രമായ പ്രേമകഥകളുടെ പേപ്പർ കട്ടിങ്ങുകൾ നിറഞ്ഞതാണ്.

ചരിത്ര വസ്തുക്കൾ എന്ന് രേഖപ്പെടുത്തിയ പുസ്തകത്തിൽ നിറയെ ചരിത്രരേഖകളും ബന്ധപ്പെട്ട പേപ്പർ കട്ടിങ്ങുകളും. മറ്റൊരു പുസ്തകത്തിൽ പഴമ്പാട്ടുകളും പഴഞ്ചൊല്ലുകളും നിറയെ എഴുതി വെച്ചിട്ടുണ്ട്.

'ചന്ദ്രകാന്ത'ത്തിലെ ഒരലമാരിയിൽ നിറയെ ഫയലുകളാണ്. മാസത്തിൽ ഒന്നുരണ്ടു തവണ അവ പൊടി തട്ടിവെക്കാൻ ശ്രദ്ധിക്കും.

ഒരു ഫയലിൽ ലോകത്തെമ്പാടുമുള്ള തന്റെ സുഹൃത്തുക്കളുടെ വിലാസമാണ്. മറ്റൊരു വലിയ ഫയലിൽ കേരളസാഹിത്യഅക്കാദമിയുടെ ഇതഃപര്യന്തമുള്ള പ്രവർത്തനങ്ങളുടെ രേഖകൾ. കേന്ദ്ര സാഹിത്യ അക്കാദമി, തുഞ്ചൻ സ്മാരക സമിതി, സാഹിത്യ പരിഷത്ത്, സംഗീത നാടക അക്കാദമി, കേരളാ സാഹിത്യസമിതി, കുതിരവട്ടം ആശുപത്രി ഉപദേശക സമിതി, എന്നിവയ്ക്കെല്ലാം പ്രത്യേകം പ്രത്യേകം ഫയലുകൾ സൂക്ഷിച്ചിരിക്കുന്നു. ഇവയെല്ലാം സ്വയം സംസാരിക്കുന്നവയാണ്.

ദിവസവും പതിനൊന്നു മണിക്കുശേഷമാണ് ഡയറിയെഴുത്ത്. ഇതൊരു സാധാരണ മനുഷ്യന്റെ ഡയറിയാണ്. എഴുത്തുകാരന്റെ നോട്ടുബുക്ക് വേറെ. ട്രെയിൻ യാത്ര ചെയ്ത സഹയാത്രികരുടെ പേരും വിലാസവും കൂടി ഈ ഡയറിയിൽ കാണാം. ഒരാളെക്കുറിച്ചും മോശമായ ഒരു പരാമർശവും ഈ ഡയറിയിൽ കാണില്ല.

എഴുത്തുകാരനും എസ്.കെ.യുടെ സുഹൃത്തുമായിരുന്ന എൻ.പി. മുഹമ്മദ് ഒരഭിമുഖത്തിൽ ഇങ്ങനെ രേഖപ്പെടുത്തിയതായി കാണുന്നു-

''എസ്.കെ.യുടെ കൂടെയാണ് തീവണ്ടി യാത്ര ചെയ്യുന്നതെങ്കിൽ, ഒരു സീറ്റ് നമുക്ക് കിട്ടുമെന്ന കാര്യം ഉറപ്പിക്കാം. ഒരു പ്രത്യേക ആങ്കിളിൽ നിന്നുകൊണ്ട് വണ്ടിയിൽ ആദ്യം പറ്റിപ്പിടിച്ചു കയറുക,

അദ്ദേഹമായിരിക്കും. കൂട്ടുകാരോട് തന്നെത്തൊട്ട് പിന്നിൽ നിൽക്കാൻ പറയും. അവർക്ക് ഒരു സീറ്റ് കിട്ടുമെന്നുറപ്പാണ്. തീവണ്ടിയാത്രയിൽ രസികൻ സംഭവങ്ങളും തമാശക്കഥകളും പറയും. ചിലപ്പോൾ ആഫ്രിക്കയിലെ തലവെട്ടുകാരെപ്പറ്റിയുള്ള പേടിപ്പെടുത്തുന്ന കഥകളായിരിക്കും. ഒരു കഥ പറഞ്ഞുകഴിഞ്ഞാൽ അദ്ദേഹം മൗനമവലംബിക്കും. സഹയാത്രികനെ സംഭവത്തെക്കുറിച്ച് ചിന്തിക്കാൻ വിട്ടുകൊണ്ട് മിണ്ടാതെയുള്ള ഇരിപ്പ്. കുറെക്കഴിഞ്ഞ് വീണ്ടും മറ്റൊരു കഥ പറയും. അദ്ദേഹത്തോടൊപ്പമുള്ള യാത്ര രസകരമായ ഒരനുഭവമായിരിക്കും.''

1956ൽ കേരള സാഹിത്യ അക്കാദമി ആരംഭിച്ചതു മുതൽ 1982ൽ അന്തരിക്കുന്നതുവരെ എസ്.കെ. അതിന്റെ എല്ലാ ജനറൽ കൗൺസിലുകളിലും അംഗമായിരുന്നു. രണ്ടുതവണയൊഴികെ അതിന്റെ നിർവ്വാഹക സമിതിയിലും അംഗമായിരുന്നു. ദീർഘമായ ഈ കാലയളവിൽ ഒരു തവണ മാത്രമാണ് അദ്ദേഹം അക്കാദമി യോഗത്തിൽ പങ്കെടുക്കാതിരുന്നത്. അന്ന് കഠിനമായ അസുഖം ബാധിച്ച് കിടപ്പിലായതുകൊണ്ട് മാത്രമാണ് ഈ വീഴ്ച സംഭവിച്ചത്. അക്കാദമി പുരസ്കാരങ്ങൾക്കായി അയച്ചുകിട്ടുന്ന പുസ്തകങ്ങൾ കൃത്യമായി വായിച്ചുനോക്കി തീരുമാനമെടുത്തിരുന്ന അപൂർവ്വ വ്യക്തിയും പൊറ്റെക്കാട്ടായിരുന്നു.

1976 ഏപ്രിൽ മാസത്തിൽ കേരളത്തിലെ എഴുത്തുകാരുടെ ഒരു സംഘം ബംഗാളിൽ ഒരു പര്യടനം നടത്തുകയുണ്ടായി. ബംഗാളി എഴുത്തുകാരും ഭരണകർത്താക്കളടക്കമുള്ള സാഹിത്യപ്രേമികളുടെ യോഗത്തിൽ വെച്ച് യാത്രാസംഘത്തിന്റെ നേതാവായ എസ്.കെ. ഒരു നഗ്നസത്യം വെളിപ്പെടുത്തി. ബംഗാളിൽ നിന്ന് മലയാളത്തിലേക്ക് നോവലുകളടക്കം മുന്നൂറോളം ഗ്രന്ഥങ്ങൾ പരിഭാഷപ്പെടുത്തി പ്രസിദ്ധീകരിച്ചിട്ടുണ്ട്. എന്നാൽ മലയാളത്തിൽ നിന്ന് ബംഗാളിയിലേക്ക് പരിഭാഷപ്പെടുത്തിയ ഗ്രന്ഥങ്ങളുടെ എണ്ണം ഒരു ഡസനിൽ താഴെയാണ്. ഈ കാര്യം കൂടുതലായ പരിഗണനയ്ക്ക് വിധേയമാക്കുമെന്ന് യോഗത്തിൽ പങ്കെടുത്ത മുഖ്യമന്ത്രി സിദ്ധാർത്ഥ ശങ്കർറേ പ്രസ്താവിക്കുകയുണ്ടായി.

കേന്ദ്ര സാഹിത്യ അക്കാദമിയിലേക്ക് നോമിനേറ്റ് ചെയ്യപ്പെട്ടതോടെ എസ്.കെയുടെ അനുഭവമണ്ഡലം ഏറെ വികസിതമായി. ഇതു മൂലം ഇന്ത്യയിലെ വലുതും ചെറുതുമായ എഴുത്തുകാരുമായി എസ്.കെ. ബന്ധം സ്ഥാപിച്ചു. കേരള കലാമണ്ഡലം, സംഗീത നാടക അക്കാദമി, ലളിത കലാ അക്കാദമി, തിരൂർ തുഞ്ചൻസ്മാരകം എന്നീ സാംസ്കാരിക സ്ഥാപനങ്ങളിലും അഭിമാനാവഹമായ പങ്കാണ് എസ്.കെ. കാഴ്ച വെച്ചത്.

ജയവല്ലി

എഴുത്ത്, യാത്ര എന്നീ കാര്യങ്ങളിൽ മാത്രം ശ്രദ്ധപ്പതിപ്പിച്ചു കൊണ്ട് കഴിഞ്ഞുപോന്ന പൊറ്റെക്കാട്ടിന്റെ ജീവിതത്തിലേക്ക് ഒരു കൊള്ളിയാൻ പോലെയാണ് ജയവല്ലി കടന്നുവന്നത്. ഇരുവരും കല്ല്യാണപ്രായം കഴിഞ്ഞ് നിൽക്കുകയായിരുന്നു. അതുകൊണ്ടു തന്നെ ഇരുവരുടെയും കുടുംബങ്ങൾ വിവാഹത്തിനുവേണ്ടി ധൃതി കൂട്ടി എന്നു തന്നെ പറയാം.

ജയവല്ലിയെ ആദ്യമായി കണ്ട രംഗം കൂടെക്കൂടെ എസ്.കെ. യുടെ മനോമുകുരത്തിൽ മിന്നി മറയാറുണ്ട്. തലശ്ശേരി ജഗന്നാഥ ക്ഷേത്രത്തിലെ ഉത്സവത്തോടനുബന്ധിച്ച്, ക്ഷേത്രത്തിന് തൊട്ടുള്ള ബന്ധുവീട്ടിൽ വെച്ച് പെൺകുട്ടിയെ കാണാമെന്നാണ് കിനാത്തി നാരായണൻ പറഞ്ഞത്. കണ്ട് ഇഷ്ടപ്പെട്ടെങ്കിൽ മാത്രമല്ലേ കൂടു തൽ അന്വേഷണം നടത്തേണ്ടതുള്ളൂ. ഈ നിർദ്ദേശം വെച്ചത് പെൺ കുട്ടിയുടെ അച്ഛൻ തന്നെയാണത്രേ.

പറഞ്ഞുറപ്പിച്ച സമയത്തുതന്നെ എസ്.കെ.യും സുഹൃത്തുക്കളും സ്ഥലത്തെത്തി. വക്കീലായ അച്ഛൻ അതിഥികളെ ബന്ധുവീട്ടിലേക്ക് കൂട്ടിക്കൊണ്ടുപോയി. അദ്ദേഹം പറഞ്ഞു-

''ഇവിടെ ഇരുന്നാൽ എല്ലാം കാണാം.''

ആ വാക്കിൽ എല്ലാം അടങ്ങിയിരുന്നു. ഉത്സവവും കാണാം. പെൺകുട്ടിയെയും കാണാം.

വീടിന്റെ വടക്കെ മതിലിന്റെ തിണ്ണയിൽ ഒരു പുൽപ്പായ് വിരിച്ചു നാലഞ്ച് മുതിർന്ന പെൺകുട്ടികൾ ഇരിക്കുന്നുണ്ടായിരുന്നു. അതിഥികൾ വന്ന സ്ഥിതിക്ക് ഇവിടെ നിന്ന് മാറാൻ പെൺകുട്ടിയുടെ അച്ഛൻ നിർദ്ദേശിച്ചു. ഇതിനിടയ്ക്ക് പെൺകുട്ടി ഏതെന്ന് എസ്.കെ.യ്ക്ക് സിഗ്നൽ കിട്ടിയിരുന്നു. മഞ്ഞസാരിയുടുത്ത ഒരു സുന്ദരി. ഒറ്റനോട്ട ത്തിൽതന്നെ എസ്.കെ.യ്ക്ക് പെൺകുട്ടിയെ ഇഷ്ടമായി. പെൺകുട്ടി യാകട്ടെ അവിടെ നിന്ന് മാറാൻ ഇടവന്ന അതിഥികളുടെ കൂട്ടത്തിലുള്ള

ചെറുപ്പക്കാരനെ രൂക്ഷമായൊന്നു നോക്കി. അവർ കാരണമല്ലോ ഉത്സവം ശരിക്ക് കാണാൻ കഴിയാതെ അവിടെ നിന്നെഴുന്നേറ്റ് പോകേണ്ടിവന്നത് എന്നതായിരുന്നു ആ നോട്ടത്തിന്റെ അർത്ഥം. ഈ ചെറുപ്പക്കാരൻ തന്നെ പെണ്ണുകാണാൻ വന്ന വ്യക്തിയാണെന്ന് പിന്നീടാണ് അവൾ അറിഞ്ഞത്.

ആരുവന്നു കണ്ടാലും നിഷേധം മാത്രം പറയുന്ന മകളോട് അമ്മ ചോദിച്ചു–

''അയാളെ നിനക്കിഷ്ടപ്പെട്ടോ?''

നിഷേധമില്ല. മൗനം സമ്മതലക്ഷണമെന്ന മട്ടിലാണ് തുടർന്നുള്ള അന്വേഷണം നടന്നത്. അന്വേഷണത്തിലെ നൂലാമാലകൾ ഒതുങ്ങി കാര്യങ്ങൾ ശരിയായ പാതയിലേക്കെത്തുവാൻ മാസങ്ങൾ പലതും പിന്നിടേണ്ടി വന്നു.

അന്നത്തെ രൂക്ഷനോട്ടത്തെക്കുറിച്ച് പറഞ്ഞ് പിന്നീട് പലപ്പോഴും പൊറ്റെക്കാട്ട് ചിരിക്കുമായിരുന്നു. ജയയും അതിൽ പങ്കുചേരും.

ജയവല്ലി ജനിച്ചതും ഇരുപതു വയസ്സുവരെ വളർന്നതും ക്വാലാല മ്പൂരിലാണ്. നാട്ടിൽ വരുമ്പോൾ മലയാളം കേട്ടാൽ മനസ്സിലാകും. അത്യാവശ്യത്തിന് മാത്രം സംസാരിക്കാനാകും എന്നതല്ലാതെ എഴുതാനും വായിക്കാനും ഒന്നും ജയക്കറിയില്ലായിരുന്നു. മാഹി യിൽ വന്ന ശേഷമാണ് എഴുതാനും വായിക്കാനും പഠിച്ചത്. പൊറ്റെ ക്കാട്ടിന്റെ സഹായത്തോടെയും അതിലുപരി സ്വപ്രയത്നംകൊണ്ടും അവർ മലയാളഭാഷയിൽ തീരെ ചെറുതല്ലാത്ത പാണ്ഡിത്യമാർ ജ്ജിച്ചു. മലയാളത്തിൽ വനിതാമാസികകൾ നന്നേ കുറവായിരുന്ന എഴുപതുകളിൽ, കോഴിക്കോട്ടുനിന്ന് പ്രപഞ്ചം പബ്ലിക്കേഷൻസ് നല്ല നിലവാരമുള്ള 'രൂപകല' എന്ന ഒരു വനിതാ മാസിക പ്രസി ദ്ധീകരിച്ചിരുന്നു. അതിന്റെ പ്രിന്ററും പബ്ലിഷറും എഡിറ്ററും ജയ വല്ലിയായിരുന്നു.

സന്തോഷകരമായ ഒരു കുടുംബജീവിതമായിരുന്നു എസ്.കെ.യു ടേത്. ജയവല്ലി പാചകകലയിൽ വിദഗ്ധയാണ്. ബിരിയാണി, നെയ്ച്ചോറ് തുടങ്ങിയ ആഹാരങ്ങൾ ഉണ്ടാക്കുന്നതിൽ അവർ വിദ ഗ്ധയായിരുന്നു. മലയാളമട്ടിലും മലയാ രീതിയിലും അവർ പാചകം നിർവ്വഹിക്കുമായിരുന്നു. ആഹാരപ്രിയനായ എസ്.കെ.യ്ക്ക് ജയ വല്ലിയെപ്പോലൊരു പാചക വിദഗ്ധയെ ഭാര്യയായി കിട്ടിയത് പരമ ഭാഗ്യം തന്നെയായിരുന്നു.

അതിഥി സൽക്കാരം ജയയുടെ ഒരു പ്രത്യേകത തന്നെയായി രുന്നു. എസ്.കെ.യെ കാണാൻ വരുന്ന എല്ലാവവരേയും അവർ സ്വന്തം ബന്ധുക്കളെപ്പോലെ കരുതിപ്പോന്നു. സാമ്പത്തിക പ്രയാസമുള്ള

കാലത്തുപോലും ഈ കാര്യത്തിൽ ഒരു മുടക്കവും വരുത്തിയിരുന്നില്ല. എ.കെ.ജി അവരുടെ അടുത്ത കുടുംബ സുഹൃത്തായിരുന്നുവല്ലോ. അദ്ദേഹത്തിനിഷ്ടമുള്ള ഭക്ഷണമേതെന്ന് ജയക്കറിയാം. ഡൽഹിയിലെ നോർത്ത് അവന്യു ബ്ലോക്കിൽ താമസിച്ചിരുന്നപ്പോൾ, വീട്ടിൽ വിശേഷപ്പെട്ട ഭക്ഷണമുണ്ടാക്കിയാൽ അത് പ്രത്യേകം മാറ്റിവെച്ച് എ.കെ.ജി.യെ വിളിച്ചുവരുത്തി, അത് നൽകുക എന്നത് ജയ ഒരു വ്രതം പോലെ കണക്കാക്കിയിരുന്നു.

ഇരുപതു വയസ്സുവരെ മലയയിൽ സുഖജീവിതം നയിച്ചവളായിരുന്നു ജയവല്ലി. മാഹിയിലെ വീട്ടിലും സാമാന്യ സൗകര്യമുണ്ടായിരുന്നു. പുതിയറയിലെ 'ചന്ദ്രകാന്തം' എന്ന വീട് പൊറ്റെക്കാട്ട് പണികഴിപ്പിച്ചതാണ്. സാധാരണ സൗകര്യം മാത്രമേ അവിടെയുണ്ടായിരുന്നുള്ളൂ. എത്രതന്നെ പരിമിതികളുണ്ടായാലും ഇനി ഭർത്താവിന്റെ വീടാണ് തന്റെ വീട് എന്നു കരുതി, അവർ എല്ലാറ്റിനോടും സന്ധി ചെയ്ത് ജീവിക്കാൻ തയ്യാറായി. അത് വലിയൊരു ത്യാഗം തന്നെയായിരുന്നു.

പൊറ്റെക്കാട്ടിനാണെങ്കിൽ സ്ഥിരമായ ഒരു ജോലിയില്ല. മറ്റൊരാളുടെ കീഴിൽ ജോലി ചെയ്യാൻ അദ്ദേഹം ആഗ്രഹിച്ചിരുന്നുമില്ല. എഴുത്തിൽ നിന്നുള്ള പ്രതിഫലം മാത്രമാണ് ആകെയുള്ള വരുമാനം. ഇന്ത്യയ്ക്കകത്തും പുറത്തുമുള്ള തുടർച്ചയായ യാത്രകൾകൊണ്ട് കൈയിൽ വരുന്ന പണം മുഴുവൻ തീർന്നുപോകും. എങ്കിലും കുടുംബിനിയായി ജയ വന്നതോടുകൂടി, അദ്ദേഹം കുടുംബകാര്യങ്ങളിൽ കൂടുതൽ ജാഗരൂകനായിത്തീർന്നു. ഭർത്താവിന്റെ പരിമിതികൾ മനസ്സിലാക്കി അതിനിണങ്ങും വിധം അവർ ജീവിതത്തെ മാറ്റിയെടുത്തു. കുറച്ചുകൂടി സൗകര്യമുള്ള ഒരു വീട് വേണമെന്ന് ജയ ആഗ്രഹിച്ചിരുന്നു. പൊറ്റെക്കാട്ട് പറയും-

"എല്ലാം ശരിയാവും. നമുക്ക് ചന്ദ്രകാന്തം പൊളിച്ച് അവിടെ കുറെ കൂടി സൗകര്യമുള്ള ഒരു വീട് പണിയണം."

ആ ഒരു ആഗ്രഹവും അതിൽ നിന്നുള്ളവാകുന്ന സന്തോഷവും മനസ്സിലൊളിപ്പിച്ചുവെച്ച് അവർ ദിവസങ്ങൾ തള്ളിനീക്കി. അതിനിടയ്ക്ക് അവർ നാലുമക്കളെ വളർത്തി വലുതാക്കാനുള്ള യജ്ഞം തുടർന്നു.

സാഹിത്യരചനയിൽ ഭർത്താവിനെ സഹായിക്കാനുള്ള കഴിവോ മികവോ ഒന്നും ജയയ്ക്കുണ്ടായിരുന്നില്ല. കൈയെഴുത്തുപ്രതികൾ അവർ കൗതുകത്തോടെ വായിക്കുമായിരുന്നു. അതിലെ ന്യായാന്യായതകൾ ചൂണ്ടിക്കാണിക്കാനൊന്നും ജയ മുതിരാറില്ല. എന്നാൽ ഒരിക്കൽ മാത്രം അവർ പൊട്ടിത്തെറിച്ചു. 'ദേശത്തിന്റെ കഥ' എഴുതി

ക്കൊണ്ടിരിക്കുന്ന കാലത്തായിരുന്നു അത്. ആ നോവലിലെ ശ്രീധരൻ എന്ന കഥാപാത്രത്തിൽ പൊറ്റെക്കാട്ടിന്റെ ആത്മാംശം കലർന്നിട്ടുണ്ടെന്നത് ഒരു സത്യമാണ്.

ആ ഭാഗം വായിച്ച് ജയ പ്രകോപിതയായി. അവൾ ചോദിച്ചു-

''ഇതെന്താണെഴുതിയത്?''

എസ്.കെ, പത്നിയെ ആ സംഭവം പറഞ്ഞു മനസ്സിലാക്കാനും സമാധാനിപ്പിക്കാനും ശ്രമിച്ചു.

''ജയാ, ഈ സംഭവം നടന്നത് ഞാൻ നിന്നെ വിവാഹം കഴിക്കുന്നതിന് മുൻപല്ലേ? പിന്നെ ആ ജർമ്മൻ പെൺകിടാവിന്റെ വിരലിൽ ഒന്നു തൊട്ടു എന്നു തന്നെ വെക്കുക, അത് അത്ര വലിയ കുറ്റമായി കാണേണ്ടതുണ്ടോ?''

ജയ അല്പനേരം നിശ്ശബ്ദയായി നിന്നു. പിന്നെ ദൃഢസ്വരത്തിൽ പറഞ്ഞു-

''നിങ്ങൾ മറ്റൊരു പെണ്ണിനെ തൊട്ടു എന്ന കാര്യം അച്ചടിച്ചു കാണുന്നത് എനിക്ക് സഹിക്കാനാവില്ല.''

അത്രയും പറഞ്ഞശേഷം അവർ എഴുതി പൂർത്തിയാക്കിയ അദ്ധ്യായം മുഴുവൻ പറിച്ചുകീറി ഭർത്താവിന്റെ മുന്നിലേക്ക് എറിഞ്ഞ് ഒരു കൊടുങ്കാറ്റുപോലെ അവിടെ നിന്ന് പോയി.

എസ്.കെ.യ്ക്ക് ഒരു ഷോക്കായി അത്. അന്ന് അദ്ദേഹം അത്താഴം കഴിച്ചില്ല. ജയയോടു സംസാരിച്ചതുമില്ല.

പിറ്റേദിവസം നേരം പുലർന്നപ്പോൾ തലേ ദിവസത്തെ സംഭവത്തിന്റെ നിഴൽപോലും ജയയുടെ മുഖത്ത് കാണാനായില്ല. പതിവുപോലെ ചിരിച്ച് അവൾ ഭർത്താവിന്റെ ചാരത്ത് വന്നുനിന്നു.

'ഒരു ദേശത്തിന്റെ കഥ'യ്ക്ക് കേന്ദ്ര സാഹിത്യ അക്കാദമി അവാർഡ് ലഭിച്ചതറിഞ്ഞപ്പോൾ ജയ പറഞ്ഞു-

''നിങ്ങൾക്ക് ഇതിലും വലിയ പുരസ്കാരം ലഭിക്കാൻ ഇരിക്കുന്നതേയുള്ളൂ.''

ചെറിയ ചെറിയ അസുഖങ്ങൾ വന്നാൽ ജയ അതൊന്നും കാര്യമാക്കില്ല. വീട്ടിലുള്ള ഏതെങ്കിലും മരുന്നുകൾ എടുത്ത് സ്വയം പ്രാഥമിക ചികിത്സകൾ നടത്തും. പെട്ടെന്ന് തലകറക്കം വന്നപ്പോൾ ഡോക്ടറുടെ അടുത്ത് പോകാതെ നിവൃത്തിയില്ല എന്ന ഘട്ടം വന്നു. പരിശോധനയിലാണ് മഞ്ഞപ്പിത്തം ബാധിച്ചിരിക്കുന്നു എന്ന് ബോധ്യമായത്. ചിട്ടയായ ചികിത്സകൊണ്ട് രോഗം ഭേദമായി. എന്നിരുന്നാലും എഴുന്നേറ്റ് നടക്കുവാനും വീട്ടുകാര്യങ്ങളിൽ ശ്രദ്ധിക്കുവാനും കഴിയുന്ന അവസ്ഥയിലെത്തിയിരുന്നില്ല. ആരോഗ്യം വീണ്ടെടുക്കാനുള്ള

ശ്രമത്തിലായിരുന്നു അവർ. എന്നാൽ ഒട്ടും നിനച്ചിരിക്കാത്ത സന്ദർഭത്തിൽ വീണ്ടും കഠിനമായ അസുഖം പിടിപെട്ട് അവരെ മെഡിക്കൽ കോളേജ് ആശുപത്രിയിൽ പ്രവേശിപ്പിച്ചു. പ്രിയകഥാകാരന്റെ ധർമ്മപത്നിയെ രക്ഷിക്കാനുള്ള ഡോക്ടർമാരുടെ എല്ലാ ശ്രമങ്ങളെയും പരാജയപ്പെടുത്തിക്കൊണ്ട് ജയവല്ലി അന്ത്യശ്വാസം വലിച്ചു. 1980 ജൂലായ് എട്ടിനായിരുന്നു ഇത്.

ഇന്ത്യയിലെ പരമോന്നത സാഹിത്യ ബഹുമതിയായ ജ്ഞാനപീഠ പുരസ്കാരത്തിന് എസ്.കെ. അർഹനായി എന്ന വാർത്ത വന്നപ്പോൾ അതിൽ അഭിമാനം കൊള്ളാനും ഭർത്താവിനെ അഭിനന്ദിക്കാനുമുള്ള ഭാഗ്യം അവർക്കില്ലാതെ പോയി.

നിഴൽപ്പാടുകൾ

പ്രഭാതസവാരി പൊറ്റെക്കാട്ടിന് ഒരിക്കലും ഒഴിവാക്കാനാവാത്ത ഒരിനമായിരുന്നു. കോഴിക്കോട്ടാവുമ്പോഴത്തെ ഈ പതിവുനടത്തം ഹെൽസിങ്കിയിലും മോസ്കോവിലും കയ്റോവിലും കമ്പാലയിലും കാഠ്മണ്ടുവിലും ലണ്ടനിലും ജക്കാർത്തയിലും ഡൻപസാറിലും അദ്ദേഹം മുടക്കിയില്ല. വ്യായാമം മാത്രമല്ല ഈ നടത്തത്തിന്റെ ലക്ഷ്യം; പിന്നെയോ യാത്രയുടെ സുഖം അനുഭവിക്കുക, കാഴ്ചകൾ കാണുക, പുതിയ പുതിയ പരിചയക്കാരെ സമ്പാദിക്കുക ഇതെല്ലാം ഈ പതിവു നടത്തത്തിന്റെ ഉദ്ദേശ്യങ്ങളായിരുന്നു.

''ഒരു ലക്ഷ്യവുമില്ലാതെ തെരുവുകളിലൂടെ ചുറ്റിത്തിരിയുക, പുതിയ മേച്ചിൽ സ്ഥലങ്ങളിലെത്തുമ്പാൾ എനിക്കേറ്റവും ഇഷ്ടപ്പെട്ട വിനോദം അതാണ് (ഇൻഡോനേഷ്യൻ ഡയറി). ബാലിയിലെ നാട്ടുമ്പുറങ്ങൾ കാണാൻ പത്തുമൈൽ നടക്കാനും താനൊരുക്കമായിരുന്നുവെന്ന് എസ്.കെ. രേഖപ്പെടുത്തിയിട്ടുണ്ട്. ലണ്ടനിലെയും ബോംബെയിലെയും കെയ്റോവിലെയും രാജവീഥികളും ഊടുവഴികളും അദ്ദേഹത്തിന് സുപരിചിതമായത് ഈ നടത്തം കൊണ്ടാണ്.

ചിലപ്പോൾ രാത്രികാലങ്ങളിലും അദ്ദേഹം നഗരവീഥിയിലൂടെ വെറുതെ നടക്കും. കമ്മ്യൂണിസ്റ്റ് റഷ്യയുടെ കുറവുകൾ കണ്ടെത്താൻ വിദേശസഞ്ചാരികൾ കിണഞ്ഞു ശ്രമിച്ചിട്ടും കാണാൻ കഴിയാതിരുന്ന ചില ന്യൂനതകൾ പൊറ്റെക്കാട്ടിന് എളുപ്പം തിരിച്ചറിയാൻ കഴിഞ്ഞത് ഈ രാത്രി കാലങ്ങളിലെ നടത്തത്തിലൂടെയാണ്. റഷ്യയിലെ തെരുവ് തെണ്ടികളേയും മദ്യപിച്ച് കലഹിക്കുന്ന ദമ്പതിമാരെയും അദ്ദേഹം കണ്ടെത്തിയത് ഈ വിധമുള്ള നിശായാത്രകളിലാണ്.'' (സോവിയറ്റ് ഡയറി)

എത്രയോ രാജ്യങ്ങളിൽ അദ്ദേഹം സഞ്ചരിച്ചു. എന്നാൽ കപടമല്ലാത്ത മനുഷ്യസ്നേഹം പൊറ്റെക്കാട്ട് കണ്ടെത്തിയത് റഷ്യയിലാണ്.

'സ്നേഹിക്കാൻ പറ്റിയ ആളുകളെ മറ്റു പല സ്ഥലങ്ങളിലും കാണാം. പക്ഷേ, സ്നേഹിക്കാൻ വെമ്പുന്ന ഒരു ജനതയെ ഇവിടെ (റഷ്യ)യല്ലാതെ മറ്റൊരു നാട്ടിൽ കണ്ടുകിട്ടുമെന്ന് തോന്നുന്നില്ല. തെരുവുകളിൽ, തൊഴിൽശാലകളിൽ, തിയ്യറ്ററുകളിൽ, പാർക്കുകളിൽ, കിന്റർഗാർട്ടനുകളിൽ എല്ലാ സ്ഥലത്തും ഈ സ്നേഹപ്രകടനം ഞങ്ങൾക്കനുഭവപ്പെട്ടിട്ടുണ്ട്. സംഘടിത ശക്തി മനുഷ്യസ്നേഹത്തിന്റെ ശക്തിയല്ലാതെ മറ്റൊന്നുമല്ല. (സോവിയറ്റ് ഡയറി പേജ് 92)

താൻ സന്ദർശിക്കുന്ന രാജ്യങ്ങളിലെ മനുഷ്യരുടെ സ്വഭാവ വിശേഷങ്ങൾ ശ്രദ്ധിക്കുന്നതോടൊപ്പം, പൊറ്റെക്കാട്ടിനെ വശീകരിക്കുന്നത് അവിടുത്തെ പ്രകൃതിസൗന്ദര്യവും പ്രാചീന സംസ്കാരവുമാണ്. പ്രകൃതി സൗന്ദര്യത്തിൽ ആകൃഷ്ടനാകുന്ന അദ്ദേഹം അതിനെ നശിപ്പിക്കുന്ന യാന്ത്രിക സംസ്കാരത്തോടും നാഗരികതയോടും തികഞ്ഞ അമർഷമാണ് പ്രകടിപ്പിച്ചിരുന്നത്.

സാഹിത്യകാരന്മാരുടെയും കലാകാരന്മാരുടെയും ഭവനങ്ങളും പ്രവർത്തനകേന്ദ്രങ്ങളും സന്ദർശിക്കുവാനും ബന്ധപ്പെടുവാനും തന്റെ വിദേശയാത്രകളിൽ പൊറ്റെക്കാട്ട് പ്രത്യേകം ശ്രദ്ധിച്ചിരുന്നു. ഭരണാധികാരികളേയും രാഷ്ട്രീയ നേതാക്കളേയും കാണുന്നതും ബന്ധപ്പെടുന്നതും അദ്ദേഹത്തിന് അത്രതന്നെ താൽപര്യമുള്ള കാര്യമായിരുന്നില്ല. ലണ്ടനിലെ ഒരു പാർക്കിൽ വെച്ച് വിഖ്യാത കവി ടി.എസ്. എലിയറ്റിനെ ഒരു നോക്കു കണ്ട കാര്യം 'ലണ്ടൻ നോട്ട്ബുക്ക്' എന്ന കൃതിയിൽ അദ്ദേഹം ആവേശകരമായി വിവരിച്ചിട്ടുണ്ട്.

കേരളത്തിലെ ഏതു ഗ്രാമവും അദ്ദേഹത്തിന് പരിചയമുണ്ടായിരുന്നു. സ്ഥലങ്ങളേയും വ്യക്തികളേയും അദ്ദേഹം ഓർമ്മയിൽ നിന്നു പറയും. ലോകത്തിലെത്തന്നെ പല സ്ഥലങ്ങളും ആളുകളും അദ്ദേഹത്തിന്റെ ഓർമ്മയിൽ ജീവിച്ചിരുന്നു. തന്റെ പ്രസംഗങ്ങളിൽ അദ്ദേഹം ഇത്തരം കാര്യങ്ങൾ പരാമർശിക്കാറുണ്ട്.

സമ്മേളനങ്ങൾക്ക് ക്ഷണിച്ചാൽ, സംഘാടകരെ അതിശയിപ്പിച്ചുകൊണ്ട്, എസ്.കെ. കൃത്യസമയത്തിന് അവിടെ എത്തും. മിക്കപ്പോഴും അദ്ദേഹം സ്വന്തം ചെലവിലാണ് പങ്കെടുക്കുക. കാർ അയയ്ക്കാമെന്ന് പറഞ്ഞാൽ 'വേണ്ടാ ഞാൻ ബസ്സിൽ വന്നുകൊള്ളാം' എന്ന് എളിമയോടെ പറയാൻ എസ്.കെ. മടിക്കുകയില്ല. വിവാഹമായാലും മരണമായാലും വേണ്ടപ്പെട്ടവരുടെ വീട്ടിൽ അദ്ദേഹം എത്തിയിരിക്കും. ഈ കാര്യത്തിൽ പാവപ്പെട്ടവനെന്നോ പണക്കാരനെന്നോ ഉള്ള ഒരു വിവേചനവും അദ്ദേഹം കാണിച്ചിരുന്നില്ല. പ്രമേഹം അല്പം വർദ്ധിച്ച അവസാന നാളുകളിൽ, വിശ്രമിക്കാൻ ഡോക്ടർ നിർദ്ദേശിച്ചിട്ടും അദ്ദേഹം ഈ പതിവ് മുടക്കിയിരുന്നില്ല. അഹങ്കാരം

തൊട്ടുതീണ്ടിയില്ലാത്ത വ്യക്തിയായിരുന്നു എസ്സ്.കെ. ആരെയും അങ്ങോട്ട് ചെന്ന് കാണുക അദ്ദേഹത്തിന്റെ പതിവായിരുന്നു.

പൊറ്റെക്കാട്ടിന്റെ ആരാധ്യപുരുഷനായിരുന്നു എ.കെ.ജി. ഇഷ്ടപ്പെട്ട രാഷ്ട്രീയനേതാവും. തീരെ ശരീരസുഖമില്ലാതിരുന്നെങ്കിലും എ. കെ.ജിയുടെ ശവസംസ്കാര ചടങ്ങിൽ ആദ്യവസാനക്കാരനായി, നിറകണ്ണുകളോടെ, പെരളശ്ശേരിയിൽ എസ്.കെ. ഉണ്ടായിരുന്നു. 'നോർത്ത് അവന്യൂ' എന്ന നോവൽ എഴുതിപ്പൂർത്തിയാക്കാൻ കഴിഞ്ഞിരുന്നെങ്കിൽ തീർച്ചയായും എ.കെ.ജി. അതിലെ ഒരു പ്രധാന കഥാപാത്രമാകുമായിരുന്നു.

ഒരു ഭക്ഷണപ്രിയനായിരുന്നു എസ്.കെ, അദ്ദേഹത്തിന്റെ ഭാര്യയാകട്ടെ നല്ലൊരു പാചകക്കാരിയും. നിരവധി സുഖക്കേടുകൾ ഉണ്ടായിരുന്നെങ്കിലും ഭക്ഷണകാര്യത്തിൽ കാര്യമായ നിയന്ത്രണമൊന്നും അദ്ദേഹം പാലിച്ചിരുന്നില്ല. മധുരമില്ലാത്ത ചായ കുടിക്കാൻ അദ്ദേഹത്തിന് മടിയില്ല. എന്നാൽ കോഴിക്കോടൻ ഹൽവ അദ്ദേഹത്തിന്റെ ദൗർബല്യമായിരുന്നു. വീട്ടിൽ ചെല്ലുന്ന സുഹൃത്തുക്കളെക്കൊണ്ട് നിർബന്ധിച്ച് ഭക്ഷണം കഴിപ്പിക്കുക എന്നത് എസ്.കെയുടെയും ഭാര്യയുടെയും ഒരു ഹോബിയായിരുന്നു.

ജ്ഞാനപീഠ പുരസ്കാരം ലഭിച്ച സമയത്ത് അദ്ദേഹത്തിന്റെ ഭാര്യ ജീവിച്ചിരുന്നില്ല. സ്വീകരണയോഗങ്ങളിൽ ചില പ്രാസംഗികർ ഈ വിവരം സൂചിപ്പിക്കുമ്പോൾ എസ്.കെ.യുടെ കണ്ണുകൾ നിറയുകയും മറുപടി പ്രസംഗത്തിൽ അദ്ദേഹം ഗദ്കണ്ഠനാവുകയും ചെയ്യുമായിരുന്നു.

ഭാര്യയുടെ അപ്രതീക്ഷിതമായ വേർപാട് പൊറ്റെക്കാട്ടിനെ തളർത്തുക തന്നെ ചെയ്തു. അതിനുശേഷം അദ്ദേഹം പെട്ടെന്ന് വയസ്സനായതുപോലെ കാണപ്പെട്ടു. സമ്പന്നമായ ചുറ്റുപാടിൽ വളർന്ന അദ്ദേഹത്തിന്റെ ഭാര്യ ജയവല്ലി സാമ്പത്തിക ബുദ്ധിമുട്ടിൽ തന്നെയാണ് അവസാനകാലം കഴിച്ചുകൂട്ടിയത്. സാഹിത്യമൊഴിച്ച് മറ്റു വരുമാനങ്ങളൊന്നും ഇല്ലാതിരുന്നതിനാൽ പൊറ്റെക്കാട്ടിന് ചെറിയ തുകയ്ക്കുവേണ്ടി പോലും ക്ലേശിക്കേണ്ടിവന്നു. സഹായവാഗ്ദാനങ്ങളൊന്നും അദ്ദേഹം സ്വീകരിച്ചില്ല. എഴുത്തുകൊണ്ട് ജീവിക്കാനാഗ്രഹിച്ച മലയാളത്തിലെ ആദ്യത്തെ എഴുത്തുകാരനാണ് പൊറ്റെക്കാട്ട്. അതിന്റെ പരിമിതിയിൽ കിടന്ന് നട്ടംതിരിഞ്ഞപ്പോഴും മറ്റൊരാളുടെ കീഴിൽ ജോലി ചെയ്യില്ല എന്ന പ്രതിജ്ഞയിൽ നിന്ന് പിന്മാറാൻ അദ്ദേഹം ഒരുക്കമായിരുന്നില്ല. നല്ലൊരു വീടുണ്ടാക്കണം എന്നായിരുന്നു പത്നിയുടെ ആഗ്രഹം. അവർ ജീവിച്ചിരിക്കേ അതിന് കഴിഞ്ഞില്ലല്ലോ എന്ന ദുഃഖം മരണംവരെ അദ്ദേഹത്തെ വ്രണിതഹൃദയനാക്കിയിരുന്നു.

നഗരത്തിലെ സമ്പന്നരായ പല വ്യവസായികളുമായി പൊറ്റെക്കാട്ടിന് സൗഹൃദമുണ്ടായിരുന്നു. എന്നാൽ സ്വന്തം കാര്യത്തിന് അവരെ ആശ്രയിക്കാൻ അദ്ദേഹം ഇഷ്ടപ്പെട്ടിരുന്നില്ല. സ്വന്തം മകന്റെ ജോലിക്കാര്യത്തിനുപോലും.

പുരോഗമന സാഹിത്യപ്രസ്ഥാനത്തിന്റെ പ്രാരംഭകാലത്ത് പൊറ്റെക്കാട്ട് സംഘടനയുമായി ബന്ധം പുലർത്തിയിരുന്നു. 1943ൽ ബോംബെയിൽ വെച്ച് ചേർന്ന സാഹിത്യകാരന്മാരുടെ അഖിലേന്ത്യാ സമ്മേളനത്തിൽ പങ്കെടുത്ത മൂന്നു പ്രതിനിധികളിൽ ഒരാൾ പൊറ്റെക്കാട്ടായിരുന്നു. കമ്മ്യൂണിസ്റ്റ് പാർട്ടിയുടെ ചൊൽപ്പടിക്ക് നിന്നുകൊണ്ടു മാത്രം നടത്തുന്ന സാഹിത്യരചനയേ, യഥാർത്ഥ സാഹിത്യമാവൂ എന്ന നിഗമനം പൊറ്റെക്കാട്ടിന് ഉണ്ടായിരുന്നില്ല. അതുകൊണ്ട് അദ്ദേഹം സംഘടനയുമായി പിന്നെ അടുക്കാനോ അകലാനോ പോയില്ല. കേരളത്തിലെ എഴുത്തുകാരെക്കുറിച്ച് അക്കാലത്ത് ഇ.എം.എസ്സ് എഴുതിയ ലേഖന പരമ്പരയിൽ കഥാകൃത്തായ ഡി.എം. പൊറ്റെക്കാട്ടിനെകുറിച്ച് പരാമർശിച്ചെങ്കിലും തന്നെക്കുറിച്ച് നിശ്ശബ്ദത പാലിച്ചത് പൊറ്റെക്കാട്ടിനെ വേദനിപ്പിച്ചു.

ഏതെങ്കിലും സംഘടനയിലെ അംഗത്വമല്ല, മൗലിക പ്രതിഭയാണ് കാതലായ വശം എന്ന് പൊറ്റെക്കാട്ട് ദൃഢമായി വിശ്വസിച്ചു. തകഴിയും ദേവും ചെറുകാടും സ്വന്തം പ്രതിഭാവിലാസം കൊണ്ടാണ് മലയാള സാഹിത്യത്തിന് മികച്ച സംഭാവനകൾ നൽകിയത്, അല്ലാതെ ഏതെങ്കിലും സംഘടനയുടെ പതാകവാഹകരായതുകൊണ്ടല്ല എന്നും പൊറ്റെക്കാട്ടിന് ഉറച്ച അഭിപ്രായമുണ്ടായിരുന്നു.

ജീവിതത്തെ വളരെയേറെ സ്നേഹിച്ച ഒരു അനശ്വര പ്രതിഭയായിരുന്നു പൊറ്റെക്കാട്ട്. ഈ അഗാധമായ ജീവിതകാമനയാണ് എസ്.കെ.യുടെ വ്യക്തിത്വത്തിന്റെ വിജയവൈജയന്തി.

കഥയുടെ രാജശില്പി

മലയാള കഥയുടെ നവോത്ഥാന കാലഘട്ടത്തിൽ സമുന്നത സ്ഥാനവും ജനപ്രീതിയും നേടിയെടുക്കാൻ കഴിഞ്ഞ അനുഗൃഹീത പ്രതിഭയായിരുന്നു എസ്.കെ. പൊറ്റെക്കാട്ട്. മലയാളക്കവിതയിൽ ചങ്ങമ്പുഴ നേടിയെടുത്ത ആരാധനയും ജനപ്രീതിയും കഥാരംഗത്ത് അതേ അളവിൽ ആർജ്ജിക്കാൻ കഴിഞ്ഞത് പൊറ്റെക്കാട്ടിനാണ്. പിൽക്കാലത്ത് എം.ടി വാസുദേവൻ നായരും ഈ ജനപ്രീതി പിടിച്ചു പറ്റി.

അനുഭവതീഷ്ണമായ സംഭവങ്ങളെ ഭാവനയിൽ ചാലിച്ചെടുത്ത്, അതേ തീവ്രതയോടെ എസ്.കെ. വായനക്കാരന് പകർന്നു നൽകി. അതോടൊപ്പം വായനക്കാരനേയും കഥയിൽ പങ്കാളിയാക്കി, കഥ യോടൊപ്പം സഞ്ചരിക്കാൻ പ്രാപ്തനാക്കുകയാണ്. താനും ഈ കഥയിൽ ഭാഗഭാക്കല്ലേ എന്ന് സംശയിക്കുംവിധമാണ് കഥാകാരൻ ആഖ്യാനം നിർവഹിക്കുന്നത്. അതുകൊണ്ടുതന്നെയാണ് പൊറ്റെ ക്കാട്ടിന്റെ പല കഥകളും ക്ലാസിക്കുകളായി മാറിയതും കാലാതി വർത്തിയായിത്തീർന്നതും. ഈ ഗുണ വൈശിഷ്ട്യം കൊണ്ടാണ് അദ്ദേഹത്തിന്റെ കഥാസമാഹാരങ്ങൾക്ക് പുതിയ പുതിയ പതിപ്പുകൾ ഉണ്ടാകുന്നതും അവ ആവർത്തിച്ചു വായിക്കാൻ വായനക്കാരെ പ്രേരിപ്പിക്കുന്നതും.

വായനക്കാരനെ അവസാന നിമിഷം വരെ കൂട്ടിക്കൊണ്ടു പോയി, ഒരു കഥ ആസ്വദിച്ച അനുഭവം അവനിൽ ഉളവാക്കുക എന്ന രചനാപാടവം, പൊറ്റെക്കാട്ടിനെ കഴിഞ്ഞേ, മലയാളത്തിൽ മറ്റാർക്കെങ്കിലും അവകാശപ്പെടാൻ കഴിയൂ. ഈ ഉദ്ദേശ്യം സഫല മാക്കാൻ കഴിയാത്ത കഥാകാരൻ മറ്റെന്തു സിദ്ധി കാഴ്ചവെച്ചാലും വായനക്കാരനെ ആകർഷിക്കുന്നതിൽ പരാജയപ്പെട്ടുപോവുകയാണ്. കഥയെ കഥയാക്കി മാറ്റുന്നത് രൂപശില്പത്തിലൂടെയാണെന്ന് നിരൂപകർ ആവർത്തിച്ചു ഉൽബോധിപ്പിക്കുന്ന കാര്യമാണ്. ഇവിടെ

നാം പ്രത്യേകം ഓർമിക്കേണ്ട ഒരു കാര്യമുണ്ട്. എഴുപതു വർഷം മുൻപുണ്ടായിരുന്ന കഥനശൈലിയില്ല ഇന്നത്തേത്.

പൊറ്റെക്കാട്ടിന്റെ ആദ്യകാലകഥകളിൽ കഥാ സാഹിത്യത്തിലെ ഒന്നാം തലമുറക്കാരായ മൂർക്കോത്ത് കുമാരൻ, കെ. സുകുമാരൻ എന്നിവരുടെ രചനാശൈലിയോട് സാമ്യമുള്ള രചനാരീതി ദൃശ്യമായേക്കാം. എന്നാൽ അതിവേഗം അദ്ദേഹം തനതായ ഒരു ശൈലിയും ആഖ്യാനപാടവവും നേടിയെടുത്തു. പൊറ്റെക്കാട്ട് കഥ പറഞ്ഞ് അനർഗ്ഗളമായി ഒഴുകിപ്പോകുമ്പോൾ വായനക്കാർ മറ്റൊന്നും ചിന്തിക്കാതെ അദ്ദേഹത്തോടൊപ്പം സഞ്ചരിക്കുകയാണ്. രൂപത്തിലും ഭാവത്തിലും എത്ര തന്നെ മാറ്റങ്ങൾ സംഭവിച്ചാലും ഇന്നും നല്ലൊരു വിഭാഗം വായനക്കാർ പൊറ്റെക്കാട്ടിന്റെ കഥാവ്യാഖ്യാനത്തെ ഇഷ്ടപ്പെടുന്നവരാണ്. പ്രമേയത്തിലെ നൂതനത്വവും തനതായ നർമ്മബോധവും അസൂയാർഹമായ കഥാപാടവവും പൊറ്റെക്കാട്ടിന്റെ മാത്രം പ്രത്യേകതകളാണ്.

ഒരിക്കൽ വായിച്ചാൽ പിന്നീടൊരിക്കലും മനസ്സിൽ മാഞ്ഞുപോകാത്തതാണ് പൊറ്റെക്കാട്ടിന്റെ കഥകൾ. പാത്രസൃഷ്ടിയിൽ പൊറ്റെക്കാട്ട് പുലർത്തുന്ന മികവാണ് ഇതിന്റെ പ്രധാന കാരണം. ഇതിൽ ഒരിക്കലും ആവർത്തനം സംഭവിക്കാറില്ല. ഒന്നിനൊന്ന് വ്യതിരിക്തമായ മനുഷ്യമാതൃകകൾ അവതരിപ്പിച്ചുകൊണ്ടാണ് അദ്ദേഹം ഓരോ കഥയും രൂപപ്പെടുത്തുന്നത്.

ചെറുകഥയാണ് പൊറ്റെക്കാട്ടിന് ഏറ്റവും ഇഷ്ടപ്പെട്ട മാധ്യമം. ഒരഗ്നി ബിന്ദുകൊണ്ട് ഇരുട്ടിൽ ഒരു പ്രഭാവലയം സൃഷ്ടിക്കുക എന്നതാണ് കഥാകാരന്റെ കഴിവ് എന്ന് എസ്.കെ. വിശ്വസിക്കുന്നു. സംഭവങ്ങളേക്കാളേറെ, വ്യക്തികളുടെ മനസ്സിലേക്കിറങ്ങിച്ചെന്ന് അവരെ അനുവാചകന്റെ മുന്നിലേക്ക് നീക്കിനിർത്തുക എന്നതാണ് പൊറ്റെക്കാട്ട് സ്വീകരിക്കുന്ന രചനാരീതി.

മാതൃഭൂമിയിൽ പ്രസിദ്ധീകരിച്ച പൊറ്റെക്കാട്ടിന്റെ ആദ്യകഥ 'വൈദ്യുതിശക്തി'യായിരുന്നു. മാതൃഭൂമിയിൽ പിന്നീട് തുടർച്ചയായി എഴുതി. അന്ന് കെ.എ. ദാമോദരമേനോനായിരുന്നു മാതൃഭൂമി പത്രാധിപർ, എ. ബാലകൃഷ്ണപിള്ള, സഞ്ജയൻ എന്നിവർക്ക് നൽകിയിരുന്ന കൂടിയ നിരക്കിലുള്ള പ്രതിഫലം പൊറ്റെക്കാട്ടിനും മാതൃഭൂമി നൽകിയിരുന്നു. പൊറ്റെക്കാട്ട് ഏറ്റവും കൂടുതൽ എഴുതിയത് മാതൃഭൂമിയിലാണ്. ഏറ്റവും അവസാനം എഴുതിയ '2050' എന്ന കഥയും എഴുതിയത് മാതൃഭൂമിയിൽ തന്നെ.

മൊത്തം 170 കഥകളാണ് പൊറ്റെക്കാട്ടിന്റേതായി പ്രസിദ്ധീകരിച്ചിട്ടുള്ളത്. അദ്ദേഹത്തിന്റെ സമകാലീനരായ കഥാകാരന്മാരുടെ

രചനകളുടെ ലഭ്യമായ ഒരേകദേശ വിവരം താഴെ പറയും പ്രകാര മാണ്.

കാരൂർ (189), തകഴി (150), കേശവദേവ് (115), ലളിതാംബിക അന്തർജനം (113), ഇ.എം. കോവൂർ (173), പൊൻകുന്നം വർക്കി (107), ബഷീർ (78), സരസ്വതി അമ്മ (85), നാഗവള്ളി ആർ.എസ് കുറുപ്പ് (127) മറ്റു എഴുത്തുകാരുടെ രചനകളുമായി താരതമ്യം ചെയ്യു മ്പോൾ പൊറ്റെക്കാട്ട് രചിച്ച കഥകൾ തീരെ കുറവാണ് എന്നു പറ ഞ്ഞുകൂടാ.

നവോത്ഥാന കാഥികരിൽ ഏറ്റവും കൂടുതൽ മികച്ച കഥകൾ സംഭാവന ചെയ്തത് പൊറ്റെക്കാട്ടാണെന്ന് നിരൂപകർ അഭിപ്രായ പ്പെടുന്നു. താഴെപ്പറയുന്ന മുപ്പത്തിഒന്ന് കഥകളാണ് പൊറ്റെക്കാട്ടിന്റെ ഉത്തമകഥകൾ എന്ന് നിരൂപകന്മാർ വിലയിരിത്തിയിട്ടുണ്ട്. പുള്ളി മാൻ, സ്ത്രീ, ഒട്ടകം, ഭ്രാന്തൻ നായ, അന്തകന്റെ തോട്ടി, ഒഴിഞ്ഞ കട്ടിൽ, നദീതീരത്തിൽ, വധു, ദുർദിനം, ആശ്രമത്തിന്റെ നെടുവീർ പ്പുകൾ, ഇൻസ്പെക്ഷൻ, ജയിൽ, കൊച്ചു ഗൃഹസ്ഥ, സേതു, ഹമീദ് ഖാൻ, മെയിൽ റണ്ണർ, കുലദ്രോഹി, ക്ലിയോപാട്രയുടെ മുത്തു കൾ, കോടതിക്ക് പുറത്ത്, നിശാഗന്ധി, ടൈംപീസിന്റെ കഥ, കാലൊച്ച, ഏഴിലംപാല, അന്തർവാഹിനി, ക്വഹേരി, ആതിഥേയൻ, വിഘ്നേശ്വരൻ, പാട്ടുകാരി, തലവേട്ട, കറുത്ത കൗമുദി, സന്ദർശനം.

പ്രേമത്തെ ആധാരമാക്കി, ഗവേഷണബുദ്ധിയോടെയും ഗൗരവ ത്തോടെയും ഇത്രയേറെ കഥകൾ രചിച്ച മറ്റൊരു കഥാകൃത്തും മലയാളത്തിലില്ല? പൊറ്റെക്കെട്ടിന്റെ പ്രേമകഥകൾ തെരഞ്ഞെടുത്തു പ്രസിദ്ധീകരിച്ചാൽ ലോകസാഹിത്യത്തിലെ ഒരു ക്ലാസിക്കായിരിക്കും അതെന്ന് നിരൂപകർ അഭിപ്രായപ്പെട്ടിട്ടുണ്ട്.

പൊറ്റെക്കാട്ടിനെ അനശ്വര കഥാകാരൻ എന്ന് വിശേഷിപ്പിക്കുവാൻ പുള്ളിമാൻ, സ്ത്രീ എന്നീ രണ്ടു കഥകൾ മാത്രം മതിയാകും. ഏക ദേശം എഴുപത് വർഷങ്ങൾക്ക് മുൻപ് രചിക്കപ്പെട്ടവയാണ് ഈ കഥകൾ. കഥയുടെ ഇന്നത്തെ ചട്ടക്കൂട്ടിൽ ഒതുങ്ങുന്നവയല്ല ഈ കഥകൾ. എന്നിരുന്നാലും നവോത്ഥാനകാലഘട്ടത്തിലെ ആദ്യകാല കഥകൾ എന്ന പരിഗണനന ഈ കഥകൾക്ക് കൽപ്പിച്ചു നൽകേണ്ട താണ്.

പാർവ്വതി എന്ന യുവവിധവ, അവളുടെ കാമുകനായി എത്തുന്ന ദേവയ്യൻ, പാർവ്വതിയുടെ അനുജത്തി സീതമ്മ ഇവരെ ചുറ്റിപ്പറ്റി വികസിപ്പിച്ചെടുത്ത കഥയാണല്ലോ 'പുള്ളിമാൻ.' ദേവയ്യന് തന്നേ ക്കാൾ പ്രിയം സുന്ദരിയും യൗവ്വനയുക്തയുമായ അനുജത്തി സീതമ്മ യിലാണ് എന്ന് മനസ്സിലാക്കിയ പാർവ്വതി, പുള്ളിമാനെ വെടി

വെക്കാനിറങ്ങിയ ദേവയ്യന്റെ വെടിയേറ്റ് പിടഞ്ഞു വീഴുന്നതോടെ പര്യവസാനിക്കുന്ന പുള്ളിമാൻ എന്ന കഥ ലോകസാഹിത്യത്തിലെ ത്തന്നെ മികച്ച പ്രണയകഥകളിൽ ഒന്നാണ്. വായനക്കാരന്റെ മന സ്സിൽ നിന്ന് ഒരിക്കലും മാഞ്ഞുപോകാത്ത അനശ്വര കഥാപാത്ര ങ്ങളാണ് പാർവ്വതിയും സീതമ്മയും ദേവയ്യനും. കടുത്ത ചായ ക്കൂട്ടുപയോഗിച്ച് വരച്ചെടുത്ത ഈ കഥാപാത്രങ്ങൾ, എത്ര വർഷ ങ്ങൾ പിന്നിട്ടുകഴിഞ്ഞാലും നമ്മുടെ സ്നേഹിതരപ്പോലെയോ അടുത്ത കുടുംബാംഗങ്ങളെപ്പോലെയോ നമ്മുടെ മനസ്സിൽ തങ്ങിനിൽക്കും. പാത്രസൃഷ്ടിയിൽ പൊറ്റെക്കാട്ട് നെയ്തെടുത്ത മികവു തന്നെയാണ് ഇതിന്നാധാരം. ബംഗാളിനോവൽ സാഹിത്യത്തിലെ പഥേർ പാഞ്ചാലി, ആരണ്യക്ക് എന്നീ നോവലുകളിലെ പ്രകൃതി ദൃശ്യങ്ങൾക്ക് സമാന മായ അവതരണ ഭംഗിയാണ് പൊറ്റെക്കാട്ട് പുള്ളിമാനിൽ കാഴ്ച്ച വെക്കുന്നത്. കുടകിന്റെ അതിമനോഹരമായ പ്രകൃതിവർണ്ണന അനു വാചകന്റെ ഹൃദയം കവർന്നെടുക്കാൻ പര്യാപ്തമാണെന്നു മാത്ര മല്ല, ആ സ്ഥലങ്ങൾ ഒന്നു സന്ദർശിക്കുവാൻ പോലും തോന്നിച്ചെ ന്നിരിക്കും.

കഥാരചനയിൽ പൊറ്റെക്കാട്ട് ഒരു രാജശിൽപിയായി മാറുന്ന കാഴ്ചയാണ് 'സ്ത്രീ' എന്ന കഥയിലൂടെ അനാവരണം ചെയ്യുന്നത്. കാമുകനായ രാജശേഖരൻ തന്നിൽ നിന്നകന്നു പോവുകയാണെന്ന് ഭാർഗ്ഗവി മനസ്സിലാക്കിയിരുന്നു. താനൊരു രോഗിയാണെന്നും തന്റെ ജീവിതനാടകത്തിന്റെ തിരശ്ശീല വിശാറായി എന്നുമുള്ള ദുഃഖസത്യം അവളെ ദുഃഖിപ്പിക്കുന്നുണ്ട്. തന്റെ അടുത്ത സുഹൃത്തായ സുനന്ദ യിലാണ് ഇപ്പോൾ രാജശേഖരന്റെ താൽപര്യമെന്നും മനസ്സിലാക്കിയ ഭാർഗ്ഗവി, വിഭാന്ത്രമായ തന്റെ മനസ്സിൽ ഒരു ചതിക്ക് കളമൊരുക്കി. തന്റെ പിറന്നാളാഘോഷത്തിനു വന്ന സുനന്ദയ്ക്ക് അവൾ ഒരു പാരിതോഷികം നൽകി. രാജശേഖരൻ ഒരിക്കൽ തനിക്ക് സമ്മാ നിച്ച രത്നഹാരം. ഈ സമ്മാനവാർത്ത വിവാഹശേഷമേ രാജ ശേഖരനെ അറിയിക്കാവൂ എന്ന പ്രതിജ്ഞയോടെയായിരുന്നു ഈ സമ്മാനം നൽകിയത്. ഇതിനുശേഷം സുനന്ദ തന്റെ രത്നമാല മോഷ്ടിച്ചെന്ന് രഹസ്യമായി ഭാർഗവി രാജശേഖരനോട് ആവലാതി പറഞ്ഞു. ആ വാർത്ത അത്രതന്നെ വിശ്വാസമായില്ലെങ്കിലും സുന ന്ദയുടെ പെട്ടി രഹസ്യമായി പരിശോധിച്ചപ്പോൾ രത്നമാല കണ്ടെത്താ നായി. അതോടെ അയാൾ സുനന്ദയെ വെറുക്കുകയും പടിപടിയായി അവളിൽ നിന്നകന്നുപോവുകയും ചെയ്തു. ഇതിനിടയിൽ ഭാർഗ്ഗവി മരണപ്പെട്ടു. സുനന്ദയാകട്ടെ, അവിവാഹിതയായി തുടർന്നു. രാജ ശേഖരൻ സ്ത്രീകളെക്കുറിച്ച് മനഃശാസ്ത്രപരമായി ഗവേഷണങ്ങളിൽ മുഴുകി കാലം കഴിച്ചു. മരണം മുന്നിലെത്തിയെന്ന് ബോധ്യമായ

ഒരു നിമിഷത്തിൽ സുനന്ദ രാജശേഖരനെ കാണാൻ ആഗ്രഹം പ്രകടിപ്പിച്ചു. ഭാർഗവി തനിക്കു നൽകിയ രത്നഹാരം അയാളെ ഏൽപിച്ച ശേഷം അവൾ തന്നോടാവശ്യപ്പെട്ട പ്രതിജ്ഞയുടെ കാര്യവും അയാളെ അറിയിച്ചു. രാജശേഖരൻ തരിച്ചിരുന്നുപോയി. സ്ത്രീകളെക്കുറിച്ച് കാൽ നൂറ്റാണ്ടുകാലം താൻ നടത്തിയ ഗവേഷണം വൃഥാവിലായി എന്നയാൾക്ക് ബോധ്യമായി.

വ്യക്തികളെയും സംഭവങ്ങളേയും മാറിനിന്ന് നിരീക്ഷിക്കുന്ന സ്വഭാവക്കാരനായിരുന്നു പൊറ്റെക്കാട്ടെന്ന് സ്ത്രീ എന്ന കഥ വ്യക്തമാക്കുന്നു. ഈ കാര്യത്തിൽ റഷ്യൻ എഴുത്തുകാരനായ ചെക്കോവിനോടാണ് അദ്ദേഹം സാദൃശ്യം പുലർത്തുന്നത്.

അനേകം സംഭവങ്ങൾ കോർത്തിണക്കിയതാണ് പൊറ്റെക്കാട്ടിന്റെ കഥകളിൽ പലതും. പുള്ളിമാനും സ്ത്രീയും ഈ ഇനത്തിൽ പെടുന്നു. അതുകൊണ്ടുതന്നെ പൊറ്റെക്കാട്ടിന്റെ കഥകളിൽ പലതും കഥയുടെ നിർവ്വചനത്തിൽ ഒതുങ്ങി നിൽക്കുകയില്ല. കഥയ്ക്ക് അദ്ദേഹം നൽകുന്ന പ്രാധാന്യവും പാത്രസൃഷ്ടിയിൽ അനുഷ്ഠിക്കുന്ന മികവും പരിണാമഗുപ്തി നിലനിർത്തുന്നതിനുള്ള കൃത്യതയും സമ്മേളിക്കുമ്പോൾ എല്ലാ തരത്തിലുള്ള വായനക്കാരെയും ആകർഷിക്കാൻ അദ്ദേഹത്തിന് കഴിയുന്നു.

''അപമാനിതവും വഞ്ചിതവും ആയ സ്ത്രീ ഹൃദയത്തിന്റെ തീക്ഷ്ണ വികാരസത്യങ്ങളുടെ ഭാവികമായ അന്തർമണ്ഡലത്തിലേക്ക് ചുഴിഞ്ഞിറങ്ങുവാനും സ്ത്രീജീവിതത്തിലെ ഗൂഢസത്യങ്ങളെയും ദുരന്തപരിണാമങ്ങളെയും ചിത്രീകരിച്ച്, ആസ്വാദഹൃദയത്തിൽ ആഘാതമേൽപ്പിക്കാനുള്ള കരുത്തും ഈ കഥാകാരനുണ്ട്.''

(പ്രൊഫ. എം. അച്യുതൻ - ചെറുകഥ - ഇന്നലെ, ഇന്ന്)

ഈ സത്യം വ്യക്തമാക്കിത്തരുന്ന കഥകളാണ് പുള്ളിമാൻ, സ്ത്രീ, വിജയം, ശാസ്ത്രജ്ഞന്റെ പത്നി, പ്രേമത്തിന്റെ മറുപുറം, കറുത്ത കൗമുദി, റഷീയ എന്നീ കഥകൾ.

സ്ത്രീഹൃദയത്തിലെ അസൂയ, പക, പൊങ്ങച്ചം, പരദൂഷണ താൽപര്യം എന്നിവ പൊറ്റെക്കാട്ടിന്റെ നിരവധി കഥകൾക്ക് വിഷയമായിട്ടുണ്ട്. രഹസ്യങ്ങളുടെ അടിയൊഴുക്ക്, സന്ദർശനം, തകർന്ന സ്വപ്നം, പിറന്നാൾ സമ്മാനം എന്നീ കഥകൾ മേൽപ്പറഞ്ഞ ചേതോവികാരങ്ങൾക്ക് പ്രാധാന്യം നൽകുന്ന കഥകളാണ്.

സഞ്ചാരിയായ കഥാകാരനായിരുന്നല്ലോ പൊറ്റെക്കാട്ട്. അദ്ദേഹം ഇന്ത്യയിൽ മാത്രമല്ല, ആഫ്രിക്കയടക്കം ലോകത്തിലെ ഒരുപാട് രാജ്യങ്ങളിൽ സഞ്ചരിച്ചു. അതിന്റെ അനുഭവപാഠങ്ങളിൽ നിന്ന് നിരവധി കഥകളും ഉരുത്തിരിഞ്ഞുവന്നു. കുലദ്രോഹി, കറുത്തകൗമുദി,

ക്വഹേരി, ഡാൽ തടാകത്തിൽ, ധർമ്മശാലയിൽ എന്നീ കഥകൾ ഇവയിൽ ചിലതാണ്.

പഴയപ്രേമഭാജനത്തോട് ചേരാൻ ഭർത്താവിനെക്കൊന്ന് ജയിലിലെത്തിയ കാപ്പിരി യുവതി, മോഷ്ടിച്ച ടൈംപീസ് റൗക്കക്കുള്ളിൽ ഒളിപ്പിച്ചു കടത്താൻ ശ്രമിച്ച മാതയെ കൈയോടെ വിവാഹം കഴിച്ച് മക്കാർത്തി സായിപ്പ്, അന്യായമായി നഷ്ടപ്പെട്ട പ്രേമഭാജനത്തെ ഓർക്കുമ്പോൾ ഭ്രാന്തിളകുന്ന കാശ്മീരി തോണിക്കാരൻ, ഇങ്ങനെ എത്രയെത്ര കഥാപാത്രങ്ങൾ. ഇവരെയെല്ലാം വായനക്കാരന്റെ സ്മൃതിപഥത്തിൽ മായാതെ നിൽക്കുകയും അതുവഴി പൊറ്റെക്കാട്ടിന്റെ കഥകൾ വീണ്ടും വീണ്ടും വായിക്കാൻ പ്രേരകശക്തിയാകുകയും ചെയ്യുന്നു.

1928 മുതലാണ് പൊറ്റെക്കാട്ട് എഴുതിത്തുടങ്ങിയത്. 1980 വരെ ഏകദേശം 50 വർഷത്തോളം മലയാളകഥയിലെ സജീവസാന്നിദ്ധ്യമായിരുന്നു അദ്ദേഹം. ചെറുകഥയിലെ ആഖ്യാനരീതിയിൽ ധാരാളം മാറ്റങ്ങൾ വന്നെങ്കിലും പൊറ്റെക്കാട്ട് തന്റേതായ ശൈലിയിൽ തന്നെ അവസാനം വരെ എഴുതി.

ആധുനികരടക്കം നാലോ അഞ്ചോ തലമുറക്കഥാകാരന്മാർ പിന്നിട്ടെങ്കിലും പൊറ്റെക്കാട്ടിന് ഇന്നും ധാരാളം വായനക്കാരുണ്ട്. അതുകൊണ്ടാണ് എസ്.കെ. അനശ്വരനായ കഥാകാരനായി ഇന്നും അറിയപ്പെടുന്നത്.

നോവലിസ്റ്റ്

ആകർഷകമായ കഥാഘടനയും സുദൃഢമായ, പാത്രസൃഷ്ടിയും വികാരതീവ്രമായ പ്രതിപാദനവുംകൊണ്ട് അനുവാചകനിൽ ആന്ദോളനങ്ങൾ സൃഷ്ടിക്കാൻ പര്യാപ്തമായവയാണ് പൊറ്റെക്കാട്ടിന്റെ നോവലുകൾ. യുവഹൃദയങ്ങളെ സ്വപ്നാടനങ്ങളിലേക്ക് ആനയിക്കുവാൻ പ്രേരിപ്പിച്ചേക്കുന്ന കാൽപനിക ശൈലിയിൽ എഴുതപ്പെട്ടവയാണ് അദ്ദേഹത്തിന്റെ ആദ്യനോവലുകൾ എന്ന് എടുത്തുപറയേണ്ടതുണ്ട്. അവ രചിച്ചത് അദ്ദേഹത്തിന് 29 മുതൽ 35 വയസ്സുവരെയുള്ള പ്രായത്തിലാണ്.

മലയാളനോവൽ ശാഖ, അതിന്റെ അനുസ്യൂതമായ വളർച്ച ആരംഭിക്കുന്ന ഘട്ടത്തിലാണ് പൊറ്റെക്കാട്ടിന്റെ ആദ്യകാല നോവലുകൾ പിറവിയെടുത്തിട്ടുള്ളത്. എന്നു കാണാം. നാടൻപ്രേമം (1942), പ്രേമശിക്ഷ (1945), മൂടുപടം (1948), വിഷകന്യക (1948).

നാടൻ കഥകളും നാട്ടുപഴമൊഴികളും നാടൻ പാട്ടുകളും നാട്ടുതമാശകളും തിങ്ങി നിറഞ്ഞ ഒരു നാടോടി സംസ്കാരത്തിന്റെ സമ്മേളനമാണ് ഈ നോവലുകളിലെല്ലാം നിറഞ്ഞുനിൽക്കുന്നത്. തന്റെ കവിതാമയമായ പ്രതിപാദനത്തിൽ തൃപ്തി വരാതെ കവിയായ ഈ കഥാകാരൻ ഒരു നാടോടി ഗാനത്തിന്റെ രൂപത്തിൽ അനുവാചകന്റെ മുന്നിൽ പ്രത്യക്ഷപ്പെടുന്നത് നോക്കുക-

''മാനത്തമ്പിളി മിന്നുന്ന കണ്ടിട്ട് മോഹിക്ക വേണ്ട നീ പെണ്ണേ.''

''ഗന്ധർവ്വനെക്കണ്ട് മോഹിച്ചൊരു പെണ്ണ്

അന്തിക്ക് മുക്കം പുഴ കടന്ന്''

(നാടൻപ്രേമം)

ഇതിനോട് സമാനവും ആസ്വാദ്യകരവുമായ നിരവധി നാടോടി ഗാനങ്ങൾ പൊറ്റെക്കാട്ടിന്റെ മിക്ക നോവലുകളിലും കണ്ടെത്താൻ കഴിയും. ആ പ്രത്യേകത പൊറ്റെക്കാട്ടിനു മാത്രം അവകാശപ്പെട്ടതാണ്.

യുവഹൃദയങ്ങളിൽ അനുരണനങ്ങൾ സൃഷ്ടിക്കാൻ പര്യാപ്തമായ ഇത്തരം വർണ്ണനകൾ വായനക്കാരനെ അഭൗമമായ ഒരന്തരീക്ഷ ത്തിലേക്ക് കൂട്ടിക്കൊണ്ടുപോകുന്നു. ആദ്യവായനയിൽതന്നെ അവ മനസ്സിൽ തിങ്ങിനിൽക്കുകയും പിന്നീട് മൂളിപ്പാട്ടായി പ്രത്യക്ഷപ്പെടു കയും ചെയ്യുന്നത് കേവലം സാധാരണം മാത്രം.

നാടൻപെണ്ണായ മാളുവിന്റെയും അവളെ സ്നേഹിച്ചു വഞ്ചിച്ച ധനികനായ രവീന്ദ്രന്റെയും എല്ലാം അറിഞ്ഞിട്ടും അവളെ ഭാര്യയാ ക്കിയ ഇക്കോരന്റെയും കഥയിൽ പ്രേമത്തിന്റെയും ത്യാഗത്തിന്റെയും ഊടും പാവും നെയ്തെടുത്തിരിക്കുകയാണ് പൊറ്റെക്കാട്ട്. കാളി ദാസകവിയുടെ ശാകുന്തളത്തെ ഓർമ്മിപ്പിക്കുന്ന ഒരു കാൽപനിക രചനയാണ് 'നാടൻപ്രേമം.' നാടൻപ്രേമവും മൂടുപടവും ബഷീറിന്റെ 'ബാല്യകാലസഖി'യും പരിണാമദശയിലെ മികച്ച രചനകളാണെന്ന് നിരൂപകർ രേഖപ്പെടുത്തിയിട്ടുണ്ട്. തീവ്രമായ അനുഭവങ്ങൾ നിരത്തി മനുഷ്യൻ സ്വയം നിർമ്മിക്കുന്ന പ്രയാസങ്ങളുടെ നേരെ സൗമ്യ മെങ്കിലും ധീരതയോടെ പ്രതികരിച്ച എഴുത്തുകാരനാണ് താനെന്ന് പൊറ്റെക്കാട്ട് തന്റെ കന്നിനോവലിലൂടെ വെളിപ്പെടുത്തുന്നുണ്ട്.

കാൽപനിക ശൈലിയിൽ തന്നെ എഴുതപ്പെട്ട, കാവ്യാത്മക ഓളം വെട്ടുന്ന മറ്റൊരു നോവലാണ് 'മൂടുപടം.' ഹിന്ദു-മുസ്ലിം മൈത്രി യുടെ സന്ദേശം വിളംബരം ചെയ്യപ്പെടുന്ന മൂടുപടവും അനശ്വര പ്രണയത്തിന്റെ കഥ തന്നെയാണ്. അയൽക്കാരും ബാല്യസുഹൃത്തു ക്കളുമായ അപ്പുക്കുട്ടനും, ആലിക്കുട്ടിയും ആമിനയും മതസൗഹാർ ദ്ദത്തിന്റെ പ്രതിനിധികളെന്നോണം വളർന്നു. ജീവിത പ്രാരാബ്ദം മൂലം ജോലി തേടി ആലിക്കുട്ടി ബോംബെക്കു പോയി. യൗവ്വനം വന്നുദിച്ചതോടെ അപ്പുകുട്ടന്റെയും ആമിനയുടെയും ബാല്യസൗഹൃദം പ്രണയമായി വളർന്നു. പക്ഷേ, വിഭിന്നമായ മതാചാരങ്ങളുടെ ചങ്ങല ക്കെട്ടുകളിൽ ബന്ധിക്കപ്പെട്ടു കിടന്ന അവർക്ക് തങ്ങൾ ആഗ്രഹിച്ച പോലെ ഒന്നിക്കാൻ കഴിഞ്ഞില്ല. തന്റെ പരിമിതികൾ മനസ്സിലാക്കിയ അപ്പുക്കുട്ടൻ യാഥാർത്ഥ്യങ്ങളുടെ ലോകത്തിലേക്ക് പിന്മാറി. ആമി നയെ സ്വസമുദായത്തിൽപെട്ട ഒരു യുവാവ് വിവാഹം ചെയ്തു. ആ ഗ്രാമവീഥിയിലൂടെ അകന്നകന്നു പോയ വിവാഹഘോഷയാത്രയെ നോക്കി തകർന്ന ഹൃദയത്തിന്റെ തേങ്ങലൊതുക്കി അപ്പുക്കുട്ടൻ തന്റെ ബാല്യസഖിക്ക് മംഗളം നേർന്നു.

''ആമിനെ, നീയെന്നും എന്റേതാണെന്ന അഭിമാനത്തോടെ, നിന്നെ ഞാൻ കൈ ഒഴിക്കുന്നു. നാം ഇരുവരുടെയും ദാമ്പത്യച്ചേർച്ച സഹി ക്കുന്ന ഒരു സമുദായം വരാനിരിക്കുന്നേയുള്ളൂ. മതത്തിന്റെയും മൂഢതയുടെയും പടുകനം തൂങ്ങുന്ന ഇന്നത്തെ സമുദായത്തിന്റെ

സമ്മർദ്ദം താങ്ങാനുള്ള ശക്തി എനിക്കോ നിനക്കോ ഇല്ല. ആ കുടുക്കിൽ പെട്ട് വീർപ്പുമുട്ടി അനങ്ങാൻ കഴിയാതിരിക്കുന്നതിനേക്കാൾ നല്ലത് അവനവന്റെ ഹൃദയവ്യഥയും താങ്ങി മാനത്തോടെ മൗനമായി അകന്നുപിരിയുകയാണ്. മനുഷ്യന്റെ നൈസർഗ്ഗിക വികാരങ്ങളെ വീർപ്പുമുട്ടിച്ച് മരവിപ്പിക്കുന്ന മൂടുപടം ഇല്ലാത്ത ഒരു ലോകത്തിൽ വെച്ച് ഒരു കാലം നമുക്ക് തമ്മിൽ കാണാം.''

മലബാറിലെ വനഭൂമികൾ വെട്ടിത്തെളിയിച്ച് കൃഷിഭൂമികളാക്കി മാറ്റിയ അദ്ധ്വാനശീലരായ മദ്ധ്യതിരുവിതാംകൂറിലെ ക്രിസ്ത്യാനികൾ നയിച്ച കുടിയേറ്റങ്ങളുടെ ഐതിഹാസികമായ കഥയാണ് പൊറ്റെക്കാട്ടിന്റെ മറ്റൊരു നോവലായ 'വിഷകന്യക.' കുടിയേറ്റ കൃഷിക്കാരന്റെ ത്യാഗപൂർണ്ണമായ കഥ മലയാളത്തിൽ ആദ്യമായി രചിച്ചതും പൊറ്റെക്കാട്ടാണ്. 1948ലാണ് മണ്ണിന്റെ മഹാചരിതം എന്നു വിശേഷിപ്പിക്കപ്പെട്ട 'വിഷകന്യക' പ്രസിദ്ധീകരിച്ചത്. 'വിഷകന്യക'ക്ക് ഏറ്റവും മികച്ച നോവലിനുള്ള മദ്രാസ് ഗവൺമെന്റിന്റെ പുരസ്കാരം ലഭിക്കുകയുണ്ടായി.

മരംകോച്ചുന്ന മണ്ണിനോടും മലമ്പനിയോടും കാട്ടുമൃഗങ്ങളോടും മല്ലടിച്ച് കാട്ടുപ്രദേശങ്ങളെ കൃഷിഭൂമികളാക്കാൻ പാടുപെട്ട്, എല്ലാം നഷ്ടപ്പെട്ട് ആ വിഷകന്യകയെ കൈ ഒഴിഞ്ഞ് കദനഭാരത്തോടെ നാട്ടിലേക്ക് മടങ്ങുന്ന അദ്ധ്വാനശീലരായ പാവങ്ങളുടെ കഥയാണ് 'വിഷകന്യക'. ഈ ഭീകരസത്യങ്ങൾ മനസ്സിലാക്കിയിട്ടും വീണ്ടും വീണ്ടും പുതിയ കർഷകക്കൂട്ടങ്ങൾ ഈ വയനാടൻ ഭൂമിയിലേക്ക് വന്നുകൊണ്ടിരിക്കുന്നതായി പരാമർശിച്ചുകൊണ്ടാണ് പൊറ്റെക്കാട്ട് വിഷകന്യകയുടെ കഥ പറഞ്ഞുതീർക്കുന്നത്. രക്തം കുടിക്കുന്ന അട്ടകളും വന്യമൃഗങ്ങളും മലമ്പനിയും മറ്റു മാരകരോഗങ്ങളും നിറഞ്ഞ വയനാടൻ മണ്ണിനെയാണ് പൊറ്റെക്കാട്ട് വിഷകന്യക എന്ന് വിശേഷിപ്പിക്കുന്നത്. അദ്ധ്വാനത്തിന്റെ മഹത്വം വിളിച്ചോതുന്ന കാവ്യാത്മകമായ ഈ നോവലാണ്, ഹരിതവിപ്ലവത്തിന്റെ സന്ദേശം പ്രസരിപ്പിക്കുന്ന മലയാളത്തിലെ ആദ്യ രചന.

നീണ്ടയാത്രകൾക്കിടയിൽ ഏകദേശം പതിനൊന്നു വർഷത്തോളം പൊറ്റെക്കാട്ട് നോവൽരചനയിൽ നിന്ന് വിട്ടുനിന്നു. പിന്നീട് 1957ലാണ് അദ്ദേഹം തന്റെ 'കാറാമ്പു' എന്ന ചെറിയ നോവലുമായി നോവൽ രംഗത്തേക്ക് വീണ്ടും കടന്നുവരുന്നത്. തന്റെ യാത്രാനുഭവങ്ങളിൽ നിന്ന് കണ്ടെടുത്തതാണ് കാറാമ്പുവിന്റെ ഇതിവൃത്തം. ഈ നോവലിന്റെ ക്യാൻവാസ് പൂർണ്ണമായും പൂർവ്വാഫ്രിക്കയാണ്. മൊമ്പാസയുടെ പശ്ചാത്തലത്തിലെഴുതിയ 'കാറാമ്പു' ഒരറബിക്കഥ പോലെ രോമാഞ്ചജനകമാണെന്നു പറയാം. സാഞ്ചിബാർസുൽത്താന്റെ ബീഗം

കാറാമ്പു, ഒരു പറങ്കിപ്പടയാളിയിൽ അനുരക്തയായ കഥയാണ് കാറാമ്പു. വരാനിരിക്കുന്ന രണ്ട് ബൃഹത്നോവലുകൾക്കിടയിൽ രചിച്ച ഒരു 'ടെസ്റ്റ് പേപ്പർ' എന്നാണ് നിരൂപകർ കാറാമ്പുവിനെ വിശേഷിപ്പിച്ചിട്ടുള്ളത്.

ഒരു തെരുവിനെ നായകനാക്കി പൊറ്റെക്കാട്ട് രചിച്ച ഒരു ബൃഹത് നോവലാണ് തെരുവിന്റെ കഥ. ആദിമദ്ധ്യാന്തങ്ങളടങ്ങിയ, സംഗ്ര ഹിച്ചു പറയാവുന്ന ഒരു കഥ ഈ നോവലിലില്ല. തെരുവുതെണ്ടി കളും വേശ്യകളും പട്ടിണിപ്പാവങ്ങളും സേവനത്തിന്റെ മുഖം മൂടിയണിഞ്ഞ രാഷ്ട്രീയക്കാരും പാപികളും പാതിരിയും ഡോക്ടറും വൈദ്യനും കവിയും കിറുക്കനും പത്രവില്പനക്കാരനും വിടനും കുരുടനും പട്ടാളക്കാരനും ഒരു മാസ്റ്ററും എല്ലാം നിറഞ്ഞു നിൽ ക്കുന്ന തെരുവു തന്നെയാണ് ഈ നോവലിലെ മുഖ്യകഥാപാത്രം. സാധാരണ മനുഷ്യരിൽ കണ്ടുവരുന്ന വേദനയും കണ്ണീരും നെടു വീർപ്പുകളും സ്വാർത്ഥതയും സഹാനുഭൂതിയും പട്ടിണിയും എല്ലാം ഈ നോവലിലുണ്ട്. അത്യന്തം സങ്കീർണ്ണവും ക്ലേശകരവുമായ തെരുവിലെ ജീവിതമാണ് ഈ കഥയിൽ നിറഞ്ഞുനിൽക്കുന്നത്. നിറഞ്ഞൊഴുകുന്ന തെരുവിൽ രാത്രിയും പകലുമായി സംഭവിക്കുന്ന സംഭവവികാസങ്ങളാണ് ഈ രചനയിലൂടെ അനാവൃതമാകുന്നത്.

കൂനൻ കണാരനും തൊണ്ടിപ്പറങ്ങോടനും രാമുണ്ണിമാഷും ഇറച്ചി ക്കണ്ടം മൊയ്തീനും അപ്പുനായരും പത്രവിൽപ്പനക്കാരൻ കൃഷ്ണ ക്കുറുപ്പും ഓമഞ്ചിയും ആമിനയും അതുപോലെ സ്വയംകഥപറയുന്ന നിരവധി കഥാപാത്രങ്ങളും ഈ നോവലിനെ ചൈതന്യവത്താക്കുന്നു. എന്നാൽ ഏകാഗ്രതാരാഹിത്യം, സംഭവബന്ധ ശൈഥില്യം എന്നീ ന്യൂനതകൾ ഈ നോവലിന്റെ മാറ്റുകുറയ്ക്കുന്നു എന്ന് നിരൂപകർ അഭിപ്രായപ്പെട്ടിട്ടുണ്ട്. എന്നാൽ ഗ്രന്ഥകാരന്റെ സഹജസിദ്ധിയായ കാല്പനിക കാവ്യശൈലിയും നർമ്മബോധവും ദീനാനുകമ്പയും പാത്രസൃഷ്ടിയിൽ പ്രകടമാക്കുന്ന സൂക്ഷ്മതയും ഈ നോവലിൽ കണ്ടെത്തുന്ന ന്യൂനതകളെ കവച്ചുവെക്കാൻ പര്യാപ്തമാണ്. 'കഥ ഏക് ഗലി കീ' എന്ന പേരില് ഈ നോവൽ ഹിന്ദിയിലേക്ക് മൊഴി മാറ്റം ചെയ്ത് പ്രസിദ്ധീകരിച്ചിട്ടുണ്ട്.

സമുദായം വിസർജ്ജിച്ച കുപ്പത്തൊട്ടിയാണ് ഈ തെരുവ്. അവി ടുത്തെ ജീർണ്ണതകളുടെയും രോഗത്തിന്റെയും നേരെ നോവലിസ്റ്റ് വിരൽ ചൂണ്ടുന്നു. അതിന് പരിഹാരം നിർദ്ദേശിക്കേണ്ടത് എഴുത്തു കാരന്റെ ജോലിയല്ല. ഇതിനു നേരെ കണ്ണുതുറക്കേണ്ടത് ഭരണചക്രം തിരിക്കുന്ന ഭരണാധികാരികളാണ് എന്ന വ്യംഗമായ സൂചനയും ഈ രചനയിൽ ഉൾക്കൊള്ളുന്നു. ചെറിയ മനുഷ്യരുടെ വലിയൊരു ലോകമാണത്. ഇത്തരം തെരുവുകൾ കേരളത്തിൽ എമ്പാടുമുണ്ട്.

എന്നാൽ ഈ രഹസ്യഅറയിലേക്ക് വെളിച്ചം വീശുന്ന ഒരു നോവൽ രചിക്കാൻ മലയാളത്തിൽ ഒരു പൊറ്റെക്കാട്ടിനെ കഴിഞ്ഞുള്ളൂ!

മലയാളത്തിൽ അപൂർവ്വമായി മാത്രം പിറവിയെടുത്തിട്ടുള്ള ആത്മകഥാനോവൽ എന്ന ഇനത്തിൽ ഉൾപ്പെടുന്ന അനശ്വരകൃതിയാണ് പൊറ്റെക്കാട്ടിന്റെ 'ഒരു ദേശത്തിന്റെ കഥ'. അതിരാണിപ്പാടം എന്ന ഗ്രാമത്തിലെ കൃഷ്ണൻ മാസ്റ്റർ എന്ന ദരിദ്രാദ്ധ്യാപകന്റെ മകനായി ജനിച്ചു വളർന്ന ശ്രീധരന്റെ കഥയാണ് ഈ നോവൽ. ഈ ശ്രീധരൻ സാക്ഷാൽ എസ്.കെ. പൊറ്റെക്കാട്ടുതന്നെയാണ്. അദ്ദേഹം പാർലിമെന്റ് അംഗമായി വരുന്നതുവരെയുള്ള കഥയാണ് ദേശത്തിന്റെ കഥയിൽ ഉൾക്കൊള്ളിച്ചിട്ടുള്ളത്.

ഒരു ദേശത്തിന്റെ കഥ, ഒന്നോ രണ്ടോ കുടുംബങ്ങളുടെ കഥയല്ല. ഒരു പ്രദേശത്ത് കഴിഞ്ഞു കൂടുന്ന ഒട്ടേറെ കുടുംബങ്ങളുടെ കഥയാണ്. ഏകദേശം എൺപതാണ്ടുകൾക്കു മുൻപ്, അതായത് ഇരുപതാം നൂറ്റാണ്ടിന്റെ ആദ്യപാദത്തിൽ, ഒരു നഗരത്തിന്റെ പ്രാന്തപ്രദേശമായ അതിരാണിപ്പാടത്ത് ജീവിതം തള്ളിനീക്കിയ ഒരു കൂട്ടം മനുഷ്യജീവികളുടെ കഥ കൂടിയാണ്. കോഴിക്കോട് നഗരത്തിലെ ഇന്നത്തെ ഫ്രാൻസിസ് റോഡിനോട് തൊട്ടുകിടക്കുന്ന പ്രദേശം തോട്ടൂളിപ്പാടം എന്ന പേരിലാണ് അക്കാലത്ത് അറിയപ്പെട്ടിരുന്നത്. ആ ഭാഗത്ത് കൂടുതലും ചതുപ്പുനിലങ്ങളായിരുന്നു. ക്രമേണ ചതുപ്പുനിലങ്ങൾ തൂർത്ത് ജനങ്ങൾ താമസിക്കാൻ തുടങ്ങി. ആ തോട്ടൂളിപ്പാടമാണ് കഥയിലെ അതിരാണിപ്പാടം എന്ന പേരിൽ നോവലിസ്റ്റ് വിശേഷിപ്പിക്കുന്ന കഥകളുറങ്ങുന്ന പ്രദേശം. ഇന്ന് കോഴിക്കോട് നഗരത്തിലെ വലിയ തിരക്കുള്ള നഗരഭാഗമാണ് ഫ്രാൻസിസ് റോഡ് ഉൾപ്പെടുന്ന ആ ഭൂവിഭാഗം. അതിരാണിപ്പാടം എന്ന ഭൂപ്രദേശത്തെ ഇരുപതാം നൂറ്റാണ്ടിന്റെ പൂർവ്വാർദ്ധത്തെ സംബന്ധിക്കുന്ന ചരിത്രപരമായ അവബോധം ലഭിക്കുവാൻ ഉതകുന്ന വിവരണങ്ങൾ ഈ നോവലിൽ നിന്നു ലഭിക്കുന്നുണ്ട്.

ചരിത്രമുറങ്ങിക്കിടക്കുന്ന ഈ മണ്ണിൽ നിന്നാണ് കഥാപാത്രങ്ങളെ വാർത്തെടുക്കുന്ന സർഗ്ഗപ്രക്രിയയ്ക്ക് പൊറ്റെക്കാട്ട് ഇടം കണ്ടെത്തുന്നത്. മർത്ത്യജീവിതം പ്രതിജനഭിന്നവിചിത്രമെന്ന കവിവാക്യത്തെ അനുസ്മരിക്കുംവിധം ചുരുങ്ങിയത് ഒരറുപത് കഥാപാത്രങ്ങളെങ്കിലും ഓർമ്മയിൽനിന്ന് മാഞ്ഞുപോകാത്തവിധം ദേശത്തിന്റെ കഥയിൽ പ്രത്യക്ഷപ്പെടുന്നുണ്ട്.

ക്ഷേത്രത്തിലെ കരിങ്കൽ പ്രതിമ പോലുള്ള തുപ്രൻ, തെണ്ടിത്തിന്നു നടക്കുന്ന വിരുതനായ കിട്ടൻ റൈറ്റർ, പാട്ടുപാടി അതിരാണിപ്പാടത്തെ പുളകമണിയിക്കുന്ന കള്ളുകുടിയൻ കുട്ടായി, ചിത്രകാരനായ സ്തേവ, തമാശക്കാരനായ മീശക്കണാരൻ, സ്ഥലവാസികൾക്ക് സദാ

ദുശ്ശകുനമായ ശങ്കുണ്ണിക്കമ്പൗണ്ടർ, ദൈവഭക്തനും സമുദായസേവകനുമായ അപ്പുണ്ണി, മണ്ണു തുരക്കുന്ന പെരുച്ചാഴി ചന്തുമൂപ്പൻ, ആയശ്ശ ചമഞ്ഞ ആച്ച, കുളൂസ് പറങ്ങോടൻ, പട്ടാളക്കാമ്പിലെ കുസ്നിക്കാരൻ കുഞ്ഞാണ്ടി, കൂനൻ വേലു, ഞണ്ടുഗോവിന്ദൻ, ഹൈക്കുളൂസ് കിട്ടുണ്ണി, ചന്തു മൂപ്പന്റെ മരുമകൻ വെടിവാസു, കോരൻ ബട്‌ലർ, കോങ്കണ്ണി ജാനു, തിരുമാല, ഇരുമ്പൻ പോക്കർ, ആശാരിമാധവൻ, അഷ്ടാവക്രൻ വേലപ്പൻ നായർ, ഇട്ടിരാരിശ്ശ മേനോൻ, വെള്ളക്കുറ കുഞ്ഞിരാമൻ, ചക്കരച്ചോറ് കേളുക്കുട്ടി, ഹാഷിം മുൻഷി, കുട്ടിമാളു, ഉണ്ണൂലിക്കുട്ടി, അമ്മിണിയമ്മ, പൊന്നമ്മ, സൗദാമിനി, മീനാക്ഷി, മാധവി, പാഞ്ചി, ചന്തുക്കുഞ്ഞൻ, അപ്പുക്കാഥികൻ, ഇബ്രാഹിം, ആൽത്തറ സന്ന്യാസി, മൂത്തേടൻ മേസ്തിരി, കീരൻ പൂശാരി, വെളുത്ത അയ്യപ്പൻ, വേലു മൂപ്പൻ, മറക്കൊത്തൻ ആശാരി, കടക്കാൽ ബാലൻ, പിപികെ ഗോവിന്ദക്കുറുപ്പ് തുടങ്ങി എത്രയെത്ര കഥാപാത്രങ്ങൾ.

നോവലിൽ നിറഞ്ഞു നിൽക്കുന്ന കഥാപാത്രങ്ങൾ ശ്രീധരനും കൃഷ്ണൻ മാസ്റ്ററും കുഞ്ഞാപ്പുവുമാണ്. ഒട്ടേറെ കഥാപാത്രങ്ങളെ നാം കണ്ടുമുട്ടുന്നുണ്ടെങ്കിലും ആരും തന്നെ അച്ചിൽവാർത്ത പോലുള്ള ടൈപ്പുകളല്ല. സ്വതന്ത്രമായ വ്യക്തിത്വമുള്ള കഥാപാത്രങ്ങളാകയാൽ അവർ അനുവാചകന്റെ സ്മൃതിപഥത്തിൽ നിന്ന് മാഞ്ഞുപോകുന്നില്ല.

നോവലിന്റെ ആരംഭംതന്നെ ശ്രീധരന്റെ കൗമാരത്തെ കുതൂഹലമാക്കിയ വാഴക്കൂമ്പിന്റെ നിറമുള്ള അമ്മുക്കുട്ടിയെ ഓർത്തുക്കൊണ്ടാണ്. ആരോരുമറിയാതെ ദുഃഖഗീതങ്ങൾ രചിച്ച്, തന്നെ കരയിപ്പിക്കാൻ പരലോകം പൂകിയ പൂങ്കുയിൽ. അവൾ പാർത്തിരുന്ന ചെറിയ വീടിരുന്ന സ്ഥലത്താണ് പതിനായിരം ഗാലൻ കൊള്ളുന്ന സ്നേഹസംഭരണി ഉയർന്നുനിൽക്കുന്നത്. അതിരണിപ്പാടം എങ്ങനെ മാറിക്കൊണ്ടിരിക്കുന്നു എന്നതിന്റെ സൂചനയാണ് ഈ സ്നേഹസംഭരണി. തീർച്ചയായും ഉദ്വേഗജനകമാണ് ഈ ആമുഖം.

തെരുവിന്റെ കഥയെപ്പോലെ തന്നെയാണ് ഈ നോവലും പടർന്നു പന്തലിക്കുന്നത്. ആദിമദ്ധ്യാന്തമായ ഒരിതിവൃത്തം ഈ നോവലിലും ദർശിക്കാനാവില്ല. എന്നാൽ ഒട്ടനവധി ജീവിതങ്ങളുടെ പരിച്ഛേദം ഈ നോവലിൽ പ്രഭാപൂരം പരത്തുന്നു. അതിരാണിപ്പാടം മുതൽ സ്വിറ്റ്സർലണ്ടിലെ ഇന്റർലേക്കിൽ എൽമർഹോട്ടൽ വരെയുള്ള സീമകളിമേക്ക് അത് പടർന്നെത്തുന്നു. അതുകൊണ്ടു തന്നെ ഒരു ദേശത്തിന്റെ കഥ, മറ്റൊരു ദേശത്തിന്റെ കൂടി കഥയായി മാറുന്നു.

ദേശത്തിന്റെ കഥയിൽ നിരവധി കഥകളും ഉപകഥകളുമുണ്ട്. നാടോടിപ്പാട്ടുകളും പഴമൊഴികളും സന്ദർഭത്തിനുതകുംവിധം

കോർത്തിണക്കിയിട്ടുണ്ട്. ഗ്രാമീണ സൗന്ദര്യത്തിന്റെ കുതൂഹലമായ വർണ്ണനകൾ നോവലിനെ അതീവഹൃദ്യമാക്കുന്നു. കവിയായിപ്പിറന്ന കഥാകാരനാണ് പൊറ്റെക്കാട്ട്. ഒരു ഗ്രാമവീഥിയിലൂടെ സാവകാശം നീങ്ങുന്ന ഒരു കാളവണ്ടിയിൽ നിന്നുയരുന്ന കുടമണികളുടെ സംഗീതംപോലെ ഹൃദയഹാരിയായ ഒരനുഭവമാണ് ഈ നോവൽ അനുവാചകനു പകർന്നു നൽകുന്നത്. ബംഗാളി നോവലിസ്റ്റായ ബിഭൂതിഭൂഷൺ ബന്ദോപാദ്ധ്യായുടെ നോവലുകളിലാണ് ഇതിനോടു സാദൃശ്യമുള്ള സംഭവങ്ങളും ഗ്രാമീണ ഭംഗിയും ദർശിക്കാൻ കഴിയുന്നത്.

നോവൽ അവസാനിക്കുന്നിടത്ത് കഥാകാരൻ എഴുതിച്ചേർത്ത മർമ്മരങ്ങൾ ശില്പപരമായ ഒരു മിനുക്കുപണിയായി കണക്കാക്കാം. അതിരാണിപ്പാടത്തിനു സംഭവിച്ചിട്ടുള്ള വർഷങ്ങളുടെ പരിണാമമാണ് ഈ മർമ്മരത്തിൽ ആലേഖനം ചെയ്തിട്ടുള്ളത്. ഹൃദയഹാരിയായ ആ ഭാഗം ഇവിടെ കുറിക്കുന്നു.

''അങ്ങനെ അച്ഛന്റെ പഴയ കണ്ണടയും ഹാഷം മുൻഷിയുടെ തൂവലും അമ്മുക്കുട്ടിയുടെ കവിതാനോട്ടുബുക്കും സ്വന്തം കവിതകളുടെ കരടുകോപ്പികളും തുകൽസ്സഞ്ചിയിൽ തന്നെ നിക്ഷേപിച്ച് തൂക്കിയെടുത്തു. വിധവയായ അമ്മയേയും കൂട്ടി കന്നിപ്പറമ്പിലെ പടിയിറങ്ങി.

കരിയിലകളും പയനിൻ പൂക്കളും വേലിയിൽ നിന്ന് വഴുതിവീണ ഇല്ലിമുള്ളുകളും വെള്ളമണലും ഇടകലർന്ന ഇടവഴിയിലൂടെ തലയുയർത്തിക്കൊണ്ടു നടന്നു.

അമ്മയേയും കൂട്ടി ആദ്യം ഇലഞ്ഞിപ്പൊയിലിലേക്ക്... പിന്നെ... വിശാലമായ ലോകത്തേക്ക്...'

അഭിനന്ദനീയമായ ദാർശനിക ദീപ്തിയാലും സന്തുലിതമായ ജീവിതവീക്ഷണത്താലും മലയാള സാഹിത്യത്തിലെ വൈചിത്ര സമ്പന്നമായ ഒരു രചനയായി 'ഒരു ദേശത്തിന്റെ കഥ' ഉയർന്നു നിൽക്കുക തന്നെ ചെയ്യും.

1981ൽ 'ഒരു ദേശത്തിന്റെ കഥ'യ്ക്ക് ഭാരതീയ ജ്ഞാനപീഠ പുരസ്കാരം ലഭിച്ചു. ഭാരതത്തിലെ ഏറ്റവും വലിയ സാഹിത്യ പുരസ്കാരം. 'കഥ ഏക് പാന്തർ കീ' എന്ന പേരിൽ ഒരു ദേശത്തിന്റെ കഥ ഹിന്ദിയിൽ പ്രസിദ്ധീകരിച്ചിട്ടുണ്ട്. പ്രൊ. പി. കൃഷ്ണനാണ് പരിഭാഷകൻ.

ജ്ഞാനപീഠ പുരസ്കാരം ഏറ്റുവാങ്ങിക്കൊണ്ട് പൊറ്റെക്കാട്ട് ചെയ്ത പ്രസംഗത്തിന്റെ കാതലായ ഒരു ഭാഗം ഇവിടെ ഉദ്ധരിക്കട്ടെ.

''മനുഷ്യമനസ്സിലെ നന്മയെ പോഷിപ്പിക്കുകയും സമുദായത്തിന്റെ ഉദാത്ത ഭാവങ്ങളെ ഉൾക്കൊള്ളുകയും ചെയ്യുന്നതാണ് ഉത്തമ

സാഹിത്യം എന്ന് ഞാൻ വിശ്വസിക്കുന്നു. ഈ ബോധത്തോടുകൂടിയാണ് ഞാൻ എന്റെ സാഹിത്യജീവിതം ആരംഭിച്ചതെന്നു പറയാം. എന്നാൽ ഇന്ന് ആ സ്നേഹവും സമഭാവനയുമെല്ലാം പഴങ്കഥകളായിരിക്കുന്നു. ഇന്ന് നമ്മുടെ നാട്ടിൽ സംഭവിച്ചുകൊണ്ടിരിക്കുന്ന ദുഃസ്ഥിതിക്ക് മുഖ്യകാരണം ഭാരതീയ സാംസ്കാരിക മൂല്യങ്ങളോടുള്ള അവഗണനയാണ്, സേവനത്തിനു പകരം സ്വാർത്ഥതയും ഭൗതിക സുഖങ്ങളും സ്ഥാനമാനങ്ങളും നേടാൻ ഏതു മലിന മാർഗ്ഗങ്ങളും സ്വീകരിക്കാമെന്ന മനോഭാവമാണ് ഇന്ന് കണ്ടുവരുന്നത്. പ്രകൃതി സൗന്ദര്യസ്നേഹം ശാസ്ത്രത്തിന് പണയപ്പെടുത്തിയിരിക്കുന്നു. വനങ്ങൾ വെട്ടിനശിപ്പിച്ച് മരുഭൂമിയെ ക്ഷണിച്ചു വരുത്തുന്നു. മനുഷ്യമനസ്സിലും മരുപ്രകൃതിയിലും കള്ളിമുൾച്ചെടികൾ വളരുന്നത് നാമറിയുന്നില്ല.

അനുബന്ധം

കവിതയിൽ രമണൻ വായിക്കപ്പെടുന്നപോലെയാണ് ഗദ്യത്തിൽ 'നാടൻപ്രേമം' വായിക്കപ്പെടുന്നത്. 1942-ൽ ഇറങ്ങിയ ഈ നോവൽ 70 വർഷം പിന്നിടുമ്പോഴും താൽപര്യപൂർവ്വം വായിക്കപ്പെടുന്നു. 26-ാം പതിപ്പിൽ എത്തിനിൽക്കുന്നു എന്നാണ് ഒരേകദേശ കണക്ക്.

വിഷകന്യക 22-ാം പതിപ്പിലെത്തിയിരിക്കുന്നു. ഒരു തെരുവിന്റെ കഥ 28-ാം പതിപ്പിലും ഒരു ദേശത്തിന്റെ കഥ 29-ാം പതിപ്പിലും എത്തി നിൽക്കുന്നുവെന്നാണ് ഏറ്റവും ഒടുവിൽ ലഭിച്ച വിവരം.

കാവ്യജീവിതവും പരിമിതികളും

കവിത എഴുതിക്കൊണ്ടാണ് പൊറ്റെക്കാട്ട് തന്റെ സാഹിത്യജീവിതം ആരംഭിക്കുന്നത്. വൈകാതെ കഥകളും എഴുതിത്തുടങ്ങി. സ്വാതന്ത്ര്യ സമരം ശക്തിപ്രാപിച്ചുകൊണ്ടിരുന്നു. അക്കാലത്ത് എസ്.കെ. ദേശാഭി മാന പ്രചോദിതമായ ധാരാളം കവിതകൾ എഴുതി. ഇത്തരം കവിത കൾ കൂടുതലും പ്രസിദ്ധീകരിച്ചത് 'പ്രഭാതം' പത്രത്തിലാണ്. ആദ്യം ഷൊർണ്ണൂരിൽ നിന്നും പിന്നീട് കോഴിക്കോട്ടുനിന്നും പ്രസിദ്ധീക രിച്ചു വന്ന പ്രഭാതം യുവജനങ്ങളെ ആകർഷിച്ചിരുന്ന പത്രമായിരുന്നു. അതുകൊണ്ടുതന്നെ ചെറുപ്പക്കാർ ഈ കവിയെ ശ്രദ്ധിക്കാൻ തുടങ്ങി.

പൊറ്റെക്കാട്ടിന്റെ ആദ്യത്തെ കവിതാ സമാഹരമായ 'പ്രഭാത കാന്തി' പുറത്തിറങ്ങിയത് 1936ലാണ്. കോഴിക്കോട്ടെ പ്രസാധകരാ യിരുന്ന കെ.ആർ. ബ്രദേഴ്സാണ് ഈ പുസ്തകം പ്രസിദ്ധീകരി ക്കാൻ സഹായിച്ചത്. അന്ന് എസ്.കെ.ക്ക് ഇരുപത്തിയാറ് വയസ്സാണ് പ്രായം. ഈ ഗ്രന്ഥത്തിന് കോയിപ്പിള്ളി പരമേശ്വരകുറുപ്പ് എഴുതി ക്കൊടുത്ത അവതാരികയിൽ ഇങ്ങനെ രേഖപ്പെടുത്തിയിരിക്കുന്നു.

''വാസനയ്ക്കനുരൂപമായ പഠിപ്പും പരിചയവും മിസ്റ്റർ പൊറ്റെ ക്കാട്ട് പരിചയത്താൽ സമ്പാദിക്കുന്ന പക്ഷം, അദ്ദേഹത്തിന് ഇന്നത്തെ സാഹിത്യ നഭോമണ്ഡലത്തിൽ ഉടനെത്തന്നെ ഒരുത്തമ തേജഃപുഞ്ജ മായി പരിലസിക്കുവാൻ സാധിക്കുമെന്നാണ് എന്റെ വിനീതമായ അഭിപ്രായം.''

വൈകിക്കിട്ടിയതിനാൽ ഈ അവതാരിക കൂടാതെയാണ് പുസ്തകം പുറത്തിറക്കിയത്. ചങ്ങമ്പുഴയുടെ രമണനും ഇടപ്പള്ളിയുടെ നവസൗര ഭവും 'ഹൃദയസ്മിതവും' പുറത്തിറങ്ങിയത് 1936ൽ തന്നെയാണ്. പിന്നെയും എട്ടുവർഷം കഴിഞ്ഞ് 1944ലാണ് എസ്.കെ.യുടെ ആദ്യ കഥാസമാഹാരമായ 'ചന്ദ്രകാന്തം' പ്രസിദ്ധീകൃതമാകുന്നത്.

സ്വാതന്ത്ര്യസമരസേനാനിയായിരുന്ന മുഹമ്മദ് അബ്ദുറഹി മാൻ സാഹിബുമായി എസ്.കെ.യ്ക്ക് അടുത്ത ബന്ധമുണ്ടായിരുന്നു.

അദ്ദേഹത്തിന്റെ നിർദ്ദേശപ്രകാരം എസ്.കെ. കുറെ സമരഗാനങ്ങളും പടപ്പാട്ടുകളും എഴുതി. ഇതിൽ ഏറ്റവും പ്രധാനമായത് ഹിച്ച്കോക്ക് സ്മാരകത്തിനെതിരെ രചിച്ച് കവിതയാണ്.

മലബാർ കലാപം ബ്രിട്ടീഷ് ഭരണാധികാരികൾ നിർദ്ദയം അടിച്ചമർത്തുകയാണല്ലോ ഉണ്ടായത്. ഇതിന് നേതൃത്വം നൽകിയത് ബ്രിട്ടീഷുകാരനായ ഹിച്ച്കോക്ക് സായ്‌വാണ്. കലാപം ഒതുക്കിയ ശേഷം ഉദ്യോഗസ്ഥപ്രമുഖരും അവരുടെ പിണിയാളുകളായ നാട്ടുകാരും ചേർന്ന് കലാപഭൂമിയിൽ ഒരു പ്രധാന സ്ഥലത്ത്, വീരപുരുഷനെന്നു വാഴ്ത്തി, ഹിച്ച്കോക്കിന് ഒരു സ്മാരകം നിർമിച്ചു. ഈ ഉദ്യോഗസ്ഥഭീകരന് സ്മാരകം നിർമിച്ചതിനെതിരെ ദേശാഭിമാനികൾ പ്രതിഷേധമുയർത്തി. പ്രചാരണജാഥകളിൽ ആവേശപൂർവ്വം പാടുന്നതിനായി എസ്.കെ. രചിച്ച ഈ കവിത ഈ യുവകവിയെ കൂടുതൽ ജനകീയനാക്കി.

''ഭൂതകാലശ്മാശനത്തിൽ അസ്ഥികൾ കുഴിച്ചുമാന്തും
ഭൂതമാണിഹിച്ച്കോക്കിൻ സ്മാരക സ്തംഭം
കാലഗദണ്ഡുപോലെ നീണ്ടുനിലകൊള്ളുമതിന്ചുറ്റും
കാവലുണ്ട് വൈദേശിക രക്തരക്ഷസ്സ്
മലബാറിന് ഹിന്ദുമുസ്ലിം മൈത്രിയെ വ്രണപ്പെടുത്താൻ
നിലനിർത്തപ്പെട്ട നെടുംകുന്തമാണിത്
പാരതന്ത്രകൂരികൾ പോയ്.... സ്വതന്ത്ര്യത്തിന് തൂവെളിച്ചം
ധാരയായ് വരാനിരിക്കുമിപ്രഭാതത്തിൽ
ഹന്തകണികാണ്മാൻവേണ്ട.... വേണ്ടരക്തംപുരണ്ടൊരീ
കുന്തം! ബ്രിട്ടീഷ് വരാഹത്തിൻ ദുഷിച്ച ദന്തം
കെട്ടുനാറും നൂറു നൂറ ഭയാനകസ്മരണ
ളൊട്ടി നിൽക്കും കുന്തം ഞങ്ങൾ കുഴിച്ചുമൂടും''

റൊമാന്റിക് ഭാവനകൾ നിറഞ്ഞതാണ് എസ്.കെ.യുടെ രചനകൾ. കവിതയായാലും കഥയായാലും. റൊമാന്റിക്കിൽ എപ്പോഴും കണ്ടു വരുന്ന വിഷാദഭാവം എസ്.കെ.യുടെ രചനകളിൽ ഒട്ടുംതന്നെ കണ്ടെന്നുവരില്ല. അദ്ദേഹം സുഖജീവിതത്തിലും അതിലൂടെ ഉരുത്തിരിയുന്ന സന്തോഷത്തിലും തൃപ്തി കണ്ടെത്താനാണ് ശ്രമിക്കുന്നത്.

''മരണഗന്ധം കലർന്നതാണെങ്കിലും-
മൊരു നിയമവുമേലാത്തതെങ്കിലും
ഒരു നിരർത്ഥക സ്വപ്നമാണെങ്കിലും
മധുമാണെനിക്കെന്നു മീ ജീവിതം.''

എന്നാണ് പൊറ്റെക്കാട്ടിന്റെ ജീവിതദർശനം. കവിതയിലൂടെ തുടങ്ങിയ നിരവധി എഴുത്തുകാർ നമുക്കുണ്ട്. വെട്ടൂരും ലളിതാംബിക അന്തർജ്ജനവും ഉറൂബും ഗദ്യകവിതയിൽ നിന്ന് വന്ന പൊൻകുന്നം വർക്കിയുമെല്ലാം ഈ ഇനത്തിൽ ഉൾപ്പെടുന്നു. ഇവരെല്ലാം കഥയിലൂടെ മുന്നേറിയപ്പോൾ കവിതയെ കൈവിട്ടു. എന്നാൽ കവിതാഗ്രന്ഥവുമായി സാഹിത്യരംഗത്തേക്ക് കടന്നുവന്ന പൊറ്റെക്കാട്ട് കവിതയുമായുള്ള തന്റെ ബന്ധം അവസാന കാലം വരെ നിലനിർത്തിയതായി കാണാം.

എസ്.കെ.യുടെ 'ദേശത്തിന്റെ കഥ' എന്ന നോവലിൽ നിരവധി കവിതകളും നാടൻപാട്ടുകളും ഉൾക്കൊള്ളിച്ചിട്ടുണ്ട്. അദ്ദേഹത്തിന്റെ മറ്റു നോവലുകളിലും ഈ പ്രവണത ദർശിക്കാം. രചനയിൽ പൊറ്റെക്കാട്ടിന്റെ പ്രത്യേകതയാണിത്. ദേശത്തിന്റെ കഥയിലെ മൂന്നാം ഭാഗത്തിൽ ഉൾക്കൊള്ളിച്ചിട്ടുള്ള ഈ കവിത, പൊറ്റെക്കാട്ടിന്റെ ഭാവന ചിറകു വിരുത്തിപ്പറക്കുന്നതിന്റെ ഒരുദാഹരണമാണ്.

"പകലെന്ന കോഴി, വെളുത്ത കോഴി
അകലെപ്പടിഞ്ഞാറെ മൂലയിങ്കൽ
ഒരു നല്ല പൊൻമുട്ടയിട്ടു -പിന്നെ
അര നാഴികയ്ക്കുള്ളിലന്തരിച്ചു.
ഇരവാം കരിങ്കോഴി പുള്ളിങ്കോഴി
ഒരു വളർത്തമ്മയെപ്പോലെയെത്തി
പകലിന്റേയ ബന്ധത്തിൻ മീതെ മന്ദം
ചിറകുവിരുത്തി പൊരുത്തിരുന്നു.
അടവെലച്ചൊരണ്ഡം വിരിഞ്ഞു -നാളെ
അരുണക്കുഞ്ഞൊന്നു പിറക്കുമല്ലോ.
അതു വിഹായസ്സിൽ വളർന്നു, പിന്നെ
പുതിയൊരു പൊൻമുട്ടിയിട്ടുപോകും
ഇതു തുടർന്നിടുന്നു നിത്യതയിൽ
പ്രകൃതി തന്നണ്ഡകടാഹകത്തിൽ."

പകലിനെ കോഴിയായും സൂര്യബിംബത്തെ പൊൻമുട്ടയായും ചിത്രീകരിച്ചുകൊണ്ടുള്ള കാവ്യഭാവന വായനക്കാരനെ ഒട്ടൊന്നുമല്ല ആഹ്ലാദിപ്പിക്കുന്നത്.

പ്രഭാതകാന്തി, സഞ്ചാരിയുടെ ഗീതങ്ങൾ, പ്രേമശിൽപി എന്നിവയാണ് പൊറ്റെക്കാട്ടിന്റെ കവിതാസമാഹാരങ്ങൾ. പതിനാലു കവിതകളാണ് പ്രഭാതകാന്തിയിലുള്ളത്. യുവകവിയുടെ കാൽപനിക

ഭാവനകൾ പീലി വിടർത്തുന്നത് ഈ കവിതകളിൽ ദർശിക്കാനാവും. പതിനേഴു കവിതകളടങ്ങുന്ന 'സഞ്ചാരിയുടെ ഗീതങ്ങൾ', യാത്ര യിലെ ഹൃദ്യമായ അനുഭവങ്ങളെ ഒരു കവി എങ്ങനെ നോക്കി ക്കാണുന്നു എന്നതിന്റെ പ്രത്യക്ഷമായ ഉദാഹരണങ്ങളാണ്. ഹിമാ ലയ സാനുക്കളും കാശ്മീർ താഴ്‌വരകളും ഡാൽ തടാകവും ഷെക്സ്പിയറുടെ ജന്മനാടും ഇരുണ്ട ആഫ്രിക്കയും അവിടുത്തെ കറുത്തമനുഷ്യരുടെ വെളുത്ത ഹൃദയവും ബൊഹീമ്യൻ പെൺ കുട്ടിയും എല്ലാം സഞ്ചാരിയായ ഒരു കവിയിൽ ഉണർത്തുന്ന നവ്യാ നുഭൂതിയുടെ സ്പന്ദനങ്ങളാണ്.

ഏതുസ്ഥലത്ത് എത്തിച്ചേർന്നാലും അവിടുത്തെ ചരിത്രസ്മൃതി കളും സാംസ്കാരിക പ്രവണതകളും അറിയുവാൻ ഉഴറുന്ന ഒരു മനസ്സാണ് പൊറ്റെക്കാട്ടിന്റേത്. സോവിയറ്റ് യൂണിയനിലെ ഉസ്ബ ക്കിസ്ഥാൻ സന്ദർശിക്കാൻ ഇടവന്നപ്പോൾ തിമൂർപ്പള്ളിയുടെ പഴയ ഒരിതിഹാസ കഥയെക്കുറിച്ച് പറഞ്ഞുകേട്ടു. ആ കഥയാണ് പൊറ്റെ ക്കാട്ടിന്റെ പ്രസിദ്ധമായ 'പ്രേമശിൽപി' എന്ന കവിത രചിക്കാൻ പ്രേരണയായത്.

ജൈത്രയാത്ര കഴിഞ്ഞ് തിരിച്ചുവരുന്ന തന്റെ ഭർത്താവിന് പള്ളി മന്ദിരം നിർമ്മിച്ചു സമ്മാനിക്കാൻ റാണിയായ ബീബിഖന്നുമിന്നു നിശ്ചയിച്ചു. ഒമർ എന്ന ശിൽപിയെയാണ് ഈ നിർമ്മാണത്തിന്റെ ചുമതല ഏൽപ്പിച്ചത്. ഒമർ എത്ര ശ്രമിച്ചിട്ടും മന്ദിരത്തിന്റെ നിർമ്മാണം പൂർത്തിയാക്കാൻ കഴിയുന്നില്ല. നിർമ്മാണത്തിനിടയ്ക്ക് അതിന്റെ പ്രവർത്തന പുരോഗതി നിരീക്ഷിക്കാൻ എത്തിയിരുന്ന സുന്ദരിയായ ബീബിയെ ഒമർ ശ്രദ്ധിക്കുന്നുണ്ടായിരുന്നു. ബീബിയെ അയാൾ അറിയാതെ പ്രേമിച്ചുവശായി. അതോടെ അയാളിൽ ഒരു മോഹ മുദിച്ചു. സുന്ദരിയായ ബീബിയുടെ കവിളത്ത് ഒരു ചുടുചുംബനം നൽകണം. പണി പെട്ടെന്ന് പൂർത്തിയാക്കാൻ നിർദ്ദേശിച്ച ബീബി യോട് ശിൽപി തന്റെ ഇംഗിതമറിയിച്ചു. ചുംബനമോ? ബീബി ഞെട്ടി വിറച്ചു. പിന്നെ കണ്ണീരൊഴുക്കി. പക്ഷേ ശിൽപി ഒട്ടും അയയുന്നില്ല. താൻ ഒരു ചെറിയ കാര്യം മാത്രമാണാവശ്യപ്പെട്ടത്. അത് നൽകി യാൽ മാത്രമേ പണി പൂർത്തിയാക്കാൻ കഴിയൂ എന്ന് ശിൽപി ശഠിച്ചു നിന്നു. ഭർത്താവിന് കാഴ്ചവെക്കാൻ താനാഗ്രഹിച്ച പള്ളി മന്ദിര ത്തിന്റെ പണി പൂർത്തിയാക്കാനുള്ള ശിൽപിയുടെ ആഗ്രഹത്തിന് ബീബി വഴങ്ങി. ഒമർ ബീബിയുടെ കവിളിൽ ഒരു ചുടുചുംബനമർ പ്പിച്ചു. എന്നാൽ ബീബിയുടെ കവിളത്ത് ആ ചുംബനത്തിന്റെ അട യാളം മായാതെ കിടന്നു. അത് മായ്ച്ചു കളയാൻ അവൾ കഠിന ശ്രമം തന്നെ നടത്തി. എന്നിട്ടും മായാതെ ഒരു ചുവന്ന ചന്ദ്രക്കല

പോലെ അത് ചുവന്നു തടിച്ചു കിടന്നു. അതേപ്പറ്റി ചിന്തിച്ച് ചിന്തിച്ച് റാണി അവശയായി. ഒമർ ഇതു കണ്ടാൽ എന്തെല്ലാമാണ് സംഭവിക്കുക?

തിമൂർ തിരിച്ചെത്തിയ ഉടനെ പത്നിയുടെ സമീപത്തെത്തി. മൂടുപടം നീക്കിയപ്പോൾ ബീബിയുടെ കവിളിലെ ചുവന്നു തടിച്ച പാട് കണ്ട് തിമൂർ ഞെട്ടിപ്പോയി. റാണിക്ക് പിന്നെ ഒളിപ്പിക്കാൻ ഒരു മാർഗ്ഗവുമില്ലാതായി. അവൾ ഭർത്താവിനോട് സത്യം പറഞ്ഞു. തിമൂർ ക്രുദ്ധനായി. പിന്നെ താമസിച്ചില്ല. ശിൽപി വിളിക്കപ്പെട്ടു. കുറ്റസമ്മതം നടത്തിയ ശിൽപിക്ക് രാജാവ് വധശിക്ഷ വിധിച്ചു. പ്രേമസാക്ഷാൽക്കാരത്തിനു വേണ്ടി പ്രാണൻ ബലിയർപ്പിക്കാൻ തയ്യാറായ ഒമറിന്റെ കഥയാണ് 'പ്രേമശിൽപി.'

പ്രസിദ്ധ കഥാപ്രാസംഗികനായിരുന്ന വി.സാംബശിവൻ 'പ്രേമശിൽപി' എന്ന കഥാപ്രസംഗത്തിലൂടെ കേരളത്തിന്റെ ഗ്രാമഗ്രാമാന്തരങ്ങൾ തോറും ഈ കഥ പറഞ്ഞ് ജനഹൃദയങ്ങളുടെ ഹൃദയമിടിപ്പുകൾ ഏറ്റുവാങ്ങി. മാത്രമല്ല, കഥയും കവിതയും ഒന്നും വായിച്ചുശീലിക്കാത്ത സാധാരണക്കാരും പാവപ്പെട്ടവരും ഈ കഥാകാവ്യം രചിച്ച പൊറ്റെക്കാട്ട് എന്ന കവിയെക്കുറിച്ച് സാംബശിവനിൽ നിന്നു കേട്ടറിഞ്ഞു.

ഏതെല്ലാം രാജ്യങ്ങളിൽ സഞ്ചരിച്ചാലും ഒട്ടും വൈകാതെ ജന്മനാട്ടിലെത്താൻ ഉഴറുന്ന മനസ്സാണ് പൊറ്റെക്കാട്ടിന്റേത്. ബോംബെയിൽ തുടർച്ചയായി ജോലി ചെയ്യാൻ അദ്ദേഹം സന്നദ്ധനായിരുന്നില്ല. വെറുംകൈയോടെയാണെങ്കിലും കേരളത്തിലെത്താൻ അദ്ദേഹത്തിന്റെ മനസ്സ് വെമ്പൽകൊണ്ടു.

''മാഞ്ഞുപോകുന്നീ സ്വപ്നം... മാമക ചിന്താഹംസം
പാഞ്ഞുപോകുന്നു വീണ്ടും... കേരളത്തിനെത്തേടി.
പുതുവത്സരം വന്നു ചേരാറായില്ലേ? നിങ്ങൾ
ക്കരുളാൻ വെറുമെന്റെ പുഞ്ചിരി മാത്രം പോരെ?

....

കിട്ടുകില്ലവക്കെന്നാൽ എന്റെ കേരള നാട്ടി–
ന്നാറ്റു വക്കിലേക്കാഞ്ഞുനിൽക്കുമത്തെങ്ങിൻ ഭംഗി
സ്വർണ്ണഗോളങ്ങൾ തൂങ്ങും നാട്ടിലെ പച്ചക്കറി
പ്പർണ്ണ ശാലകൾ കാൺമാൻ കണ്ണുകളുറഴുന്നു.''
''പൊന്നണിക്കണിക്കൊന്ന പുഷ്പഭാരവുമായി
വന്നുചേർന്നിട്ടുണ്ടാവാം വസന്തം മലനാട്ടിൽ....

തൊട്ടുവക്കത്തെ കൈതപ്പൂമണം പുണർന്നെത്തും
കാറ്റുകൊള്ളുവാനൊന്നു ചെന്നെത്താൻ കഴിഞ്ഞെങ്കിൽ.''

ആഫ്രിക്കയിൽ പര്യടനം നടത്തുന്ന കാലത്തും അദ്ദേഹം നാടിനെക്കുറിച്ച് ചിന്തിച്ചുകൊണ്ടേയിരുന്നു.

''കാണുവാൻ കൊതിക്കുന്നു കാപ്പിരിനാട്ടിൽ നിന്നും
ഞാനഹോ, മാനാഞ്ചിറക്കോണിലെസ്സായാഹ്നങ്ങൾ
പള്ളിയും മൈതാനവും മഞ്ഞക്കൽമതിൽകെട്ടി-
ന്നുള്ളിലെ പള്ളിക്കൂടം പറ്റിയ പെൺപിള്ളേരും
വെള്ള ചുറ്റിയ നഴ്സിൻ കള്ളക്കണ്ണാടി കാത്തു-
പള്ളവേദനയോടെ നിൽക്കുന്ന പുള്ളിക്കാരും
രക്തകുഞ്ചുകമിട്ടു പുസ്തകം മാറിൽ ചേർത്തു
രഥ്യയിലൂടെ പോകും പേറ്റിച്ചിമാരെപ്പോലും
പിൻതുടർന്നീടും പ്രേമഗർദ്ദദങ്ങളും ചേർന്ന
സന്ധ്യകൾ വീണ്ടും കണ്ടുചിരിക്കാൻ കഴിഞ്ഞെങ്കിൽ.''

വള്ളത്തോളും, ചങ്ങമ്പുഴയും പൊറ്റെക്കാട്ടിന്റെ കാവ്യജീവിതത്തിൽ സ്വാധീനം ചെലുത്തിയിരുന്നു. ക്രമേണ അദ്ദേഹം കവിതയിൽ നിന്ന് പുറത്തുകടന്ന് കഥകളിൽ ശ്രദ്ധ കേന്ദ്രീകരിച്ചു. പൊറ്റെക്കാട്ടിന്റെ കാവ്യഭാവന കഥകളെ കൂടുതൽ കാവ്യാത്മകമാക്കാൻ സഹായിച്ചു എന്നു വേണം കരുതാൻ. കഥകളിൽ ശ്രദ്ധ കേന്ദ്രീകരിക്കാൻ കാരണമെന്തെന്ന ഒരു ലേഖകന്റെ ചോദ്യത്തിന് പൊറ്റെക്കാട്ട് ഇങ്ങനെ മറുപടി നൽകി.

''മനുഷ്യന്റെ കഥപറയാൻ കൂടുതൽ ശക്തിമത്തായ ഉപാധി കഥകളാണെന്നെനിക്കുതോന്നി. പുരാതനകാര്യങ്ങളും വൈകാരികഭാവങ്ങളും ആവിഷ്കരിക്കാൻ കവിത നന്ന്. അതിൽ സങ്കൽപത്തിന്റെ പരിവേഷം ആവുന്നത്ര ചേർക്കാം. എന്നാൽ സങ്കീർണ്ണമായ മനുഷ്യജീവിതത്തിന് കഥയാണ് നല്ലത്. കുട്ടികാലത്തുതന്നെ കഥ കേൾക്കാൻ എനിക്കുത്സാഹമായിരുന്നു.''

''പറയാനുള്ളത് വിസ്തരിച്ചു പറയാനുള്ള സാധ്യത കവിതയിൽ പരിമിതമാണെന്ന് ബോധ്യമായി. മനുഷ്യരേയും ജീവിതത്തേയും പറ്റി കുറേയേറെ പറയാനുണ്ട്. അതിന് കവിത പോരാ. അങ്ങനെയാണ് ചെറുകഥകളെഴുതിത്തുടങ്ങിയത്.''

സാഹിത്യപ്രവർത്തനം ഉപജീവനമാർഗ്ഗമാക്കിയ ഒരേ ഒരെഴുത്തുകാരനെ മലയാളത്തിലുണ്ടായിട്ടുള്ളൂ. അതു പൊറ്റെക്കാട്ടാണ്. വിദ്യാഭ്യാസം കൂടുതൽ പേരിലേക്കെത്താൻ തുടങ്ങിയതോടെ

കഥയുടെ ആസ്വാദ്യലോകം വിപുലമായി. കൂടിയ വരുമാനം ലഭിക്കുവാൻ ഉതകുന്ന മാദ്ധ്യമം കവിതകളേക്കാൾ കഥയായി മാറി. അതിനാൽ എസ്.കെ. കഥയിൽ ശ്രദ്ധ കേന്ദ്രീകരിക്കാൻ തുടങ്ങി.

പൊറ്റെക്കാട്ട്, ഒരഭിമുഖത്തിൽ താൻ കഥയിൽ ഉറച്ചുനിൽക്കാനിടയായ സാഹചര്യം ഇങ്ങനെ വ്യക്തമാക്കി.

‘‘നമ്മുടെ പല സാഹിത്യകാരന്മാർക്കും സാഹിത്യം ഒരു ഉപതൊഴിലാണല്ലോ. അവർക്ക് ജീവിതായോധനത്തിന് വേറെ മാർഗ്ഗങ്ങളുണ്ട്. എനിക്ക് സാഹിത്യം ഉപതൊഴിലല്ല. ആ നിലയ്ക്ക് ഞാൻ കവിതയിൽ മാത്രം ഒതുങ്ങിനിന്നിരുന്നെങ്കിൽ ജീവിക്കാനും ക്ലേശിക്കുമായിരുന്നു.’’

സഞ്ചാരം ജീവിതമാക്കിയ എസ്.കെ.

സഞ്ചാരം ഒരനുഭവമാക്കിമാറ്റിയ എഴുത്തുകാരനാണ് പൊറ്റെക്കാട്. ഇത്രയേറെ മികച്ച യാത്രാവിവരണങ്ങളെഴുതിയ സാഹിത്യകാരനോ യാത്രാനുഭവങ്ങൾ കഥയ്ക്കും നോവലിനും വിഷയമാക്കിയ സഞ്ചാരിയോ മലയാളത്തിലില്ല. ഇന്ത്യൻ സാഹിത്യരംഗത്തും പൊറ്റെക്കാട്ടിന് സമശീർഷനായ മറ്റൊരാളെ ചൂണ്ടിക്കാണിക്കാനാവില്ല. നവോത്ഥാന കാലഘട്ടത്തിലെ പ്രമുഖ നോവലിസ്റ്റും ചെറുകഥയിലെ രാജശിൽപിയുമാണ് ഈ പ്രതിഭാധനൻ.

താൻ എങ്ങനെ സഞ്ചാരിയായി എന്ന് പൊറ്റെക്കാട്ട് വിശദീകരിക്കുന്നത് നോക്കുക-

''യാത്രപോലെ അത്രയും ഇഷ്ടപ്പെട്ട ഒരു പ്രവൃത്തി എനിക്ക് വേറെ ഇല്ല. ചെറുപ്പത്തിൽ പിടിപ്പെട്ട ഒരു മോഹമാണ്. യാത്രയുടെ ഒരു രസം, ആഹ്ലാദം, ആ ത്രിൽ അതെങ്ങെനെ ബോധ്യപ്പെടുത്താനാണ്. യാത്ര ചെയ്താലെ അതറിയൂ. എന്തൊരു അത്ഭുതമാണ് ഈ ലോകം. കോടാനുകോടി മനുഷ്യരുണ്ട്. എന്നാൽ ഒരു മുഖവും മറ്റൊരാളുടെ മുഖം പോലെയല്ല. അത്തരം കുറെ മുഖങ്ങൾ കാണുക എന്നതു തന്നെ എന്തൊരു അനുഭവവും അനുഭൂതിയുമാണ്.''

സാമ്പത്തിക പരാധീനകൾ പോലും അവഗണിച്ചുകൊണ്ടായിരുന്നു എസ്.കെ. തന്റെ ലോകപര്യടനം രൂപപ്പെടുത്തിയിരുന്നത്. യാത്രയ്ക്ക് മുൻപ് അതുമായി ബന്ധപ്പെട്ട നിരവധി റഫറൻസ് പുസ്തകങ്ങൾ വായിച്ച്, ആ രാജ്യത്തെക്കുറിച്ചും തനിക്ക് സഞ്ചരിക്കേണ്ട ഇടങ്ങളെക്കുറിച്ചും ഒരേകദേശരൂപം ഉണ്ടാക്കിയെടുത്തിരിക്കും. പ്രകൃതിയുടെ മുഖവും അവിടുത്തെ മനുഷ്യരുടെ സ്വഭാവവിശേഷങ്ങളും അദ്ദേഹം പ്രത്യേകം നിരീക്ഷിച്ച് അപ്പപ്പോൾ കുറിച്ചുവെക്കും. വിശദമായ എഴുത്തെല്ലാം പിന്നീട് സാവകാശത്തിലായിരിക്കും. വ്യത്യസ്തമായ പ്രകൃതിദൃശ്യങ്ങൾ വർണ്ണിക്കുമ്പോഴാണ് കവിയായ ഈ എഴുത്തുകാരന്റെ കാൽപനിക ഭാവങ്ങൾ ചിറകുവിടർത്തുന്നത്.

''ഞാനലഞ്ഞു നടന്ന മഹാവന
സാനുവും ഹിമ വാഹിനി മാർഗ്ഗവും
കാലാവഹ്നിയിൽ വാടാത്ത സുന്ദര
കാനനങ്ങളുമബ്ദിതീരങ്ങളും
വൻപുരാതന സാമ്രാജ്യചേതന-
വീണുറങ്ങും വിശാലരംഗങ്ങളും
ആർത്ത സൗരഭം പൂർവ്വ സ്മരണകൾ
പൂത്തുനിൽക്കും ശിലാകുടീരങ്ങളും
എന്നിലേൽപിച്ച നവ്യാനുഭൂതിതൻ
സ്പന്ദനങ്ങളീഗീതങ്ങളൊക്കെയും''

സഞ്ചാരിയുടേതായ ഈ ഗീതങ്ങൾ, ഒരു കവിയുടെ അനുഭൂതി സാക്ഷാൽക്കാരമാണ് വെളിപ്പെടുത്തുന്നത്. സഞ്ചാരിയുടെ ഗീതങ്ങൾ, പ്രേമശിൽപി എന്നീ രണ്ട് കവിതാ സമാഹാരങ്ങളും അദ്ദേഹത്തിന്റെ സഞ്ചാരനുഭവങ്ങളുടെ പശ്ചാത്തലത്തിൽ രചിക്കപ്പെട്ടവയാണ്.

''ലോകം മുഴുവൻ ഞാൻ ചുറ്റിക്കണ്ടു. അത്യാനന്ദത്തോടെ ആത്മനിർവൃതിയോടെ. ആരോഗ്യവും സാഹചര്യവും അനുവദിക്കുകയാണെങ്കിൽ, ഇനിയും ഞാൻ സഞ്ചാരം തുടരും. അടുത്ത ഒരു ജന്മമുണ്ടെങ്കിൽ നാടോടിയായി മരിക്കുവോളം ലോകം മുഴുവൻ അലഞ്ഞുനടക്കാനാണ് മോഹം.''

പൊറ്റെക്കാട്ടിന്റെ ഈ വാക്കുകളിൽ യാത്ര ജീവിതമാക്കാനാഗ്രഹിച്ച ഒരു സഞ്ചാരിയുടെ സ്വരമാണ് കേൾക്കാൻ കഴിയുന്നത്. സുകുമാർ അഴീക്കോട് 'സഞ്ചരിച്ചുകൊണ്ടിരിക്കുന്ന ദീപശിഖ' എന്ന ലേഖനത്തിൽ പൊറ്റെക്കാട്ടിന്റെ യാത്രകളെക്കുറിച്ച് ഇങ്ങനെ വിലയിരുത്തുന്നു:

''യാത്രയുടെ സുഖത്തിനുവേണ്ടി എന്നുവെച്ചാൽ അതിലടങ്ങിയ അനേകം പ്രയാസങ്ങളും ക്ലേശങ്ങളും കഷ്ടതകളും എല്ലാം നേരിട്ടുകൊണ്ടുതന്നെ അവയിലൂടെ അനുഭവപ്പെടുന്ന മനഃസംതൃപ്തി എന്ന പരമസുഖത്തിനും പിന്നീട് വീണ്ടും വീണ്ടും ആ തീവ്രാനുഭവങ്ങൾ ഒറ്റയ്ക്കിരുന്ന് ഹൃദയത്തിൽ വെച്ച് പുനരുദ്ധരിക്കുമ്പോഴുണ്ടാകുന്ന സ്മൃതി സുഖത്തിനുവേണ്ടി - യാത്രാമൃതം മുടങ്ങാതെ അനുഷ്ഠിച്ച് ജീവിത ലക്ഷ്യം കണ്ടെത്തിയ ആളാണ് പൊറ്റെക്കാട്ട്.''

പൊറ്റെക്കാട്ട് നടത്തിയ സഞ്ചാരത്തിന്റെ ഒരേകദേശ രൂപരേഖ താഴെ കൊടുക്കുന്നു.

1945ൽ കാശ്മീർ, 1935നും 1947നും മദ്ധ്യേ അവിഭക്ത ഇന്ത്യയുടെ വിവിധ ഭാഗങ്ങൾ. 1949–50ൽ പൂർവ്വാഫ്രിക്ക, ഇറ്റലി, സ്വിറ്റ്സർലണ്ട്,

ഫ്രാൻസ്, ഇംഗ്ലണ്ട് എന്നീ യൂറോപ്യൻ രാജ്യങ്ങളിൽ ഏകദേശം പതിനാറുമാസക്കാലം. 1952-53ൽ മലയ, സിലോൺ, ഇൻഡോനേഷ്യ - ഏകദേശം എട്ടുമാസക്കാലം. 1955ൽ ഹെൽസിങ്കിയിൽ ചേർന്ന സമാധാനസമ്മേളനത്തിൽ പങ്കെടുത്തു. ഒമ്പതാഴ്ച നീണ്ടുനിന്ന ഈ യാത്രയിൽ ഫിൻലാൻഡ്, സോവിയറ്റ് യൂണിയൻ, ചെക്കോസ്ലോവാക്യ എന്നിവിടങ്ങളിൽ സന്ദർശനം നടത്തി. 1965ൽ ഏകനായി നേപ്പാളിൽ. 1966ൽ ഹിമാലയ തീർത്ഥാടന കേന്ദ്രങ്ങളിൽ. അവസാനമായി യാത്ര ചെയ്തത് ഗൾഫ് രാജ്യങ്ങളിലാണ്. 1980ലായിരുന്നു ഇത്. 1949നും 1956നും മദ്ധ്യേയുള്ള ആറുവർഷക്കാലമാണ് പൊറ്റെക്കാട്ടിന്റെ സഞ്ചാരത്തിന്റെ സുവർണ്ണകാലം എന്ന് വിലയിരുത്തപ്പെടുന്നു.

പൊറ്റെക്കാട്ട് സാവകാശത്തിലേ എഴുതുകയുള്ളൂ എന്ന് ഇതിന് മുൻപ് സൂചിപ്പിച്ചിരുന്നല്ലോ. യാത്രയ്ക്കിടയിൽ ശേഖരിച്ചുവെച്ച പ്രസക്തമായ വിവരങ്ങളുടെയും അനുഭവങ്ങളുടെയും പകുതിപോലും എഴുതിത്തീർക്കാൻ അദ്ദേഹത്തിനു കഴിഞ്ഞില്ല. സിലോണിനെക്കുറിച്ചും അവിടത്തെ തമിഴ് വംശജരെക്കുറിച്ചും ശ്രീലങ്കൻ സ്ത്രീകളെ വിവാഹം ചെയ്ത് തദ്ദേശീയരായി മാറിയ മലയാളികളെക്കുറിച്ചും വിശദമായി എഴുതണമെന്ന് അദ്ദേഹം ആഗ്രഹിച്ചിരുന്നു. എന്നാൽ സിലോൺ യാത്ര ഒരിക്കലും എഴുതിത്തീർന്നില്ല. ഗൾഫ് കുറിപ്പുകളും എഴുതി മുഴുമിക്കാനായില്ല. എസ്.കെയുടെ മരണാനന്തരം മാതൃഭൂമി ആഴ്ചപ്പതിപ്പിലൂടെ അവയിൽ വളരെ കുറച്ചുമാത്രം വെളിച്ചം കണ്ടു. വെറും രണ്ട് ലക്കത്തിൽ, ആഫ്രിക്കയെക്കുറിച്ച് എഴുതിയതിൽ കൂടുതൽ ഇനിയും എഴുതാനുണ്ടെന്നും അവയെല്ലാം സാവകാശം പുറത്തുവരുമെന്നും ഒരു പ്രസംഗമദ്ധ്യേ അദ്ദേഹം സൂചിപ്പിച്ചിരുന്നു. ആ വാഗ്ദാനം സഫലീകരിക്കാതെ പോയി.

ആഫ്രിക്കൻ യാത്രയിൽ താൻ സിഗരറ്റിന് ചെലവാക്കിയ സംഖ്യപോലും അതേ കുറിച്ചെഴുതിയ വാരികയിൽ നിന്ന് ലഭിക്കുകയുണ്ടായില്ല. എന്ന് എസ്.കെ. രേഖപ്പെടുത്തിയിട്ടുണ്ട്. യാത്രയ്ക്കും താമസത്തിനും അതേക്കുറിച്ചുള്ള പഠനങ്ങൾക്കായി വാങ്ങിയ ഗ്രന്ഥങ്ങൾക്കും ചെലവാക്കിയ സംഖ്യപോലും ഈ യാത്രാ വിവരണങ്ങളിൽ നിന്ന് ലഭിക്കാറില്ല എന്ന ദുഃഖസത്യവും എസ്.കെ. ചൂണ്ടിക്കാട്ടിയിട്ടുണ്ട്. സഞ്ചാരസാഹിത്യം സമ്പന്നമാകണമെങ്കിൽ എഴുത്തുകാരന് സാമ്പത്തിക സൗകര്യം അനിവാര്യമാണെന്നും അദ്ദേഹം നമ്മെ ഓർമ്മപ്പെടുത്തുന്നു.

'മലയാളത്തിൽ യാത്രാവിവരണ സാഹിത്യരചന, എന്നെ സംബന്ധിച്ചിടത്തോളം ഒരു ത്യാഗമോ സേവനമോ ആണ് എന്ന് ഞാൻ

പറയുന്നത് അഹംഭാവത്തോടെയല്ല, അഭിമാനത്തോടെയാണ്.' (സഞ്ചാര സാഹിത്യത്തിന്റെ ആമുഖം).

ക്ലേശകരമായി യാത്ര ചെയ്യാനും അതിലേറെ ക്ലേശം സഹിച്ച് അവയെ ഒരു യാത്രാവിവരണമായി ആവിഷ്കരിക്കാനും അനുവാചകന് അനുയാത്രയുടെ ആനന്ദം നൽകാനും എസ്.കെ. നൽകിയ സേവനം അതുല്യമാണ്. പ്രതിഫലത്തെക്കുറിച്ച് ഇച്ഛിക്കാതെ, നിസ്വാർത്ഥമായി കർമ്മം ചെയ്യുന്ന സഞ്ചാരിയായ എഴുത്തുകാരൻ എന്ന നിലയ്ക്കോ, അല്ലെങ്കിൽ സഞ്ചാരം ജീവിതമാക്കിയ ഒരതുല്യ പ്രതിഭ എന്ന നിലയ്ക്കോ ആണ് വരുംകാല തലമുറകൾ എസ്.കെ. പൊറ്റെക്കാട്ടിനെ വിലയിരുത്തേണ്ടത്.

താൻ സന്ദർശിച്ച ഭൂവിഭാഗങ്ങളേയും ദൃശ്യങ്ങളേയും കേരളത്തിലെ സുപരിചിതമായ കാഴ്ചകളോടും ഭൂവിഭാഗങ്ങളോടും താരതമ്യപ്പെടുത്തി അവതരിപ്പിക്കുക എന്നത് എസ്.കെ.യുടെ യാത്രാവിവരണങ്ങളിൽ കാണുന്ന ഒരു പ്രത്യേകതയാണ്. ഇതെല്ലാം വായിക്കുമ്പോൾ കേരളത്തോട് സാദൃശ്യമുള്ള ഭൂവിഭാഗവും സ്വഭാവരീതികൾ പ്രകടിപ്പിക്കുന്ന മനുഷ്യരും മറുനാടുകളിലുണ്ടെന്ന് അനുവാചകൻ ഓർത്തുപോകും. ഇൻഡോനേഷ്യൻ ഡയറിയിൽ നിന്നും ബാലിദ്വീപിൽ നിന്നും ഇതുപോലുള്ള ഉദാഹരണങ്ങൾ ചൂണ്ടിക്കാണിക്കാൻ സാധിക്കും.

‘‘അതതു നാടുകളിലെ കാട്ടിലും മേട്ടിലും നഗരത്തിലും നാട്ടിൻപുറത്തും കൂറ്റൻ ഹോട്ടലുകളിലും നാടൻ കുടിലുകളിലും സാഹസികതയോടെയും ഒടുങ്ങാത്ത അന്വേഷണതൃഷ്ണയോടെയും ചുറ്റിത്തിരിഞ്ഞ്, കണ്ട കാഴ്ചകളും നേടിയ അനുഭവങ്ങളും പഠിച്ച കാര്യങ്ങളും ആ യാത്രയിൽ വായനക്കാരെക്കൂടി ഭാഗഭാക്കുകളാക്കി കൊണ്ട് അവതരിപ്പിക്കുന്നവയാണ് പൊറ്റെക്കാട്ടിന്റെ യാത്രാവിവരണങ്ങൾ. മറ്റു സഞ്ചാര സാഹിത്യകാരന്മാരിൽ കാണാത്ത ഈ സവിശേഷതയാണ് പൊറ്റെക്കാട്ടിനെ സഞ്ചാരചക്രവർത്തി എന്ന പദവിക്ക് അർഹനാക്കുന്നത്.

മുഖംമൂടികളില്ലാത്ത പച്ചമനുഷ്യനെ അതേ ഭാവഹാവാദികളോടെ അവതരിപ്പിക്കുക എന്നതാണ് പൊറ്റെക്കാട്ടിന്റെ യാത്രാ വിവരണങ്ങളെ ചേതോഹരമാക്കുന്ന ഒരു ഘടകം. ആഫ്രിക്കൻ പര്യടനത്തിന് പുറപ്പെടുന്ന വേളയിൽ കോഴിക്കോട്ടെ സുഹൃത്തുക്കൾ നൽകിയ ഒരു യാത്രായയപ്പുയോഗത്തിൽ കുട്ടികൃഷ്ണമാരാർ പ്രസക്തമായ ഒരു ചോദ്യം ഉന്നയിച്ചു.

‘‘ലോകത്തിൽ എത്രയോ നല്ല നാടുകൾ കാണാനിരിക്കേ, എസ്.കെ. എന്തിനാണ് ഇരുണ്ട ആഫ്രിക്കയിലേക്ക് പോകുന്നത്?’’

''പച്ചമനുഷ്യനെ കാണണമെങ്കിൽ ആഫ്രിക്കയിൽ പോകണമെന്ന് അജ്ഞാതനായ ഒരു സഞ്ചാരി രേഖപ്പെടുത്തിയത് എന്നെ ആകർഷിച്ചു. ആവരെ കാണാനും പഠിക്കാനുമാണ് ഞാൻ ആഫ്രിക്കയിൽ പോകുന്നത്.'' പൊറ്റെക്കാട്ട് പറഞ്ഞു.

കിഴക്കൻ ആഫ്രിക്കയിൽ ഒമ്പതുമാസം കൊണ്ട് 11000 മൈൽ സഞ്ചരിച്ച ശേഷം പൊറ്റെക്കാട്ട് എഴുതി-

''മനുഷ്യസഹോദരനെ സ്നേഹിക്കാനും സഹായിക്കാനും വ്രതമെടുത്ത പച്ച മനുഷ്യനായിത്തന്നെയാണ് ആഫ്രിക്കൻ കാപ്പിരി എന്നോട് പെരുമാറിയത്. പല രാജ്യങ്ങളും പല നിലയ്ക്കാണ് എന്നെ ആകർഷിച്ചിട്ടുള്ളത്. എന്നാൽ ഇന്നും എന്റെ ഹൃദയത്തിൽ മായാതെ കിടക്കുന്ന രാജ്യം ആഫ്രിക്കയാണ്. കാരണം അവിടെയാണ്, അവിടെ മാത്രമാണ് യഥാർത്ഥ മനുഷ്യൻ എന്ന അസംസ്കൃത ജീവിയെ ഞാൻ കണ്ടത്.''

ആഫ്രിക്കൻ യാത്രയിൽ സുഡാനിലേക്കുള്ള യാത്രാനുമതിക്ക് ക്ലേശിക്കേണ്ടി വന്നപ്പോൾ ഒരു എംബസി ഉദ്യോഗസ്ഥൻ എസ്.കെ.യെ ഉപദേശിച്ചു.

''നിങ്ങൾക്ക് വിമാനത്തിൽ പോകാം. അതാണ് നല്ലത്.''

''ഞാൻ വന്നിരിക്കുന്നത് സുഡാനിലെ ഭൂമി കാണാനാണ്. ആകാശം കാണാനല്ല'' എന്നായിരുന്നു അതിനുള്ള എസ്.കെ.യുടെ മറുപടി.

കപ്പലിലും തീവണ്ടിയിലും സാധാരണക്കാരുടെ കൂടെ യാത്ര ചെയ്യുന്നതാണ് അദ്ദേഹത്തിനിഷ്ടം. ബസ്സിനെയും ട്രക്കിനെയും കാറിനെയും അദ്ദേഹം ആശ്രയിച്ചെന്നുവരും. കുതിരപ്പുറത്തും കഴുതപ്പുറത്തും സഞ്ചരിക്കുവാനും അദ്ദേഹത്തിന് മടിയില്ല. എവിടെയായാലും പതിവായുള്ള കാൽനടയാത്ര ഒഴിവാക്കുകയില്ല.

വർണ്ണവിവേചനം കൊടികുത്തിവാഴുന്ന കാലത്തായിരുന്നല്ലോ എസ്.കെ.യുടെ ആഫ്രിക്കൻ യാത്ര. മനുഷ്യത്വം ഹനിക്കപ്പെടുന്നതിൽ ഈ കലാകാരന് പ്രതിഷേധമുണ്ട്. ഇതിന്റെ ഒരു ഉദാഹരണം നോക്കുക-

''ഒരു വെള്ളക്കാരി പെണ്ണിനെ ബലാൽക്കാരം ചെയ്താൽ ഒരു കാപ്പിരിക്ക് വിധിക്കുന്നത് വധശിക്ഷയാണ്. എന്നാൽ ആഫ്രിക്കയിൽ ഇന്ന് കാണപ്പെടുന്ന ലക്ഷക്കണക്കിനുള്ള 'കളേർഡ്' ജാതികളിൽ ഓരോ വ്യക്തിയുടെയും പുറകിൽ ഓരോ വെള്ളക്കാരന്റെ വ്യഭിചാരം മുഴച്ചുനിൽക്കുന്നതിനെപ്പറ്റി ആരും അത്ര ഗൗനിക്കാറില്ല.'' (കാപ്പിരികളുടെ നാട്ടിൽ).

നമുക്ക് കണ്ടുമുട്ടാനോ ഊഹിച്ചെടുക്കാനോ കഴിയാത്ത നിരവധി മനുഷ്യജീവികളുടെ വിചിത്ര സ്വഭാവങ്ങളും രീതികളും പൊറ്റെക്കാട്ടിന്റെ യാത്രാവിവരണങ്ങളിൽ നിന്ന് കണ്ടെടുക്കാനാകും. അവയിൽ ചിലത് ഇവിടെ രേഖപ്പെടുത്തുന്നു.

-കഴുത്തിൽ മാലകളണിഞ്ഞ് കൈയിൽ ശൂലവുമായി നടക്കുന്ന കറുപ്പ് വസ്ത്രധാരിണികളായ ന്യാസാലാൻഡിലെ കാപ്പിരികൾ, ന്മാലസി വെള്ളച്ചാട്ടം കാണാൻ കൊതിച്ച എസ്.കെ.യെ ഏതോ തോടു കാണിച്ച് കൈമലർത്തിക്കൊണ്ട് ശൗരുയാമു (ദൈവത്തിന്റെ ആഗ്രഹം ഇതാണ്) എന്നു പറയുന്ന കാപ്പിരി ഡ്രൈവർ, കാവിമണ്ണു കുഴച്ച് ദേഹത്തിലും തലയിലും പൂശിനടക്കുന്ന വാഗോഗോവർഗ്ഗക്കാർ, മുഖത്ത് പച്ചക്കുത്തി മൂക്കിന് താഴെ മേൽച്ചുണ്ടിൽ വലിയ തുളയുണ്ടാക്കി മുളങ്കാലോ പിത്തളക്കമ്പിയോ തിരുകി നടക്കുന്ന അങ്കുരുപ്പെണ്ണുങ്ങൾ, മനുഷ്യരെക്കൊന്ന് അവരുടെ ലിംഗം അറുത്തെടുത്ത് വലിച്ചുനീട്ടി ഉണക്കി കഴുത്തിൽ കെട്ടിത്തൂക്കി നടക്കുന്ന പക്കാമോ വർഗക്കാരികൾ, ശിരസ്സു മുണ്ഡനം ചെയ്ത് കാതുകൾ തുളച്ചുവലുതാക്കി മേൽക്കാതിൽ ഇരുമ്പുചക്രങ്ങൾ കെട്ടിത്തൂക്കിയ മസായികൾ, കറുത്ത ചന്തിക്കു താഴെ തവിട്ടുനിറത്തിലുള്ള പുൽക്കെട്ടിന്റെ ടൈ കെട്ടിത്തൂക്കി നടക്കുന്ന കവിറോണ്ടോ മഹിളാമണികൾ, നീണ്ടുനിവർന്ന് മുഖം ഇളക്കാതെ പിൻഭാഗം നൃത്തഭംഗിയോടെ താളത്തിൽ ലഘുവായി ചലിപ്പിച്ചുകൊണ്ട് നടക്കുന്ന ഉഗാന്താ കാപ്പിരി വനിതകൾ, അരയിൽ വർണ്ണക്കല്ലുകൾ കോർത്തുണ്ടാക്കിയ ഒരരഞ്ഞാണം മാത്രം ധരിക്കുന്ന തുർഖാനത്തരുണികൾ, മാറുമറക്കാത്ത തങ്കമേനികളായ ബാലിദ്വീപിലെ മങ്കമാർ, കറുപ്പിൽ പൊതിഞ്ഞ കനൽകട്ടകളായ ഈജിപ്ഷ്യൻ വനിതകൾ എന്നിങ്ങനെ എത്രയെത്ര അറിയപ്പെടാത്ത വിചിത്ര മനുഷ്യജീവികളെയാണ് നാം ഇവിടങ്ങളിലെല്ലാം കണ്ടുമുട്ടുന്നത്. നാം കൺമുന്നിൽ കാണുന്നതുപോലെ എസ്.കെ. ഇവയെല്ലാം വിവരിച്ചുതരുമ്പോൾ അത്ഭുതകരമായ ആദരവോടെ ഈ പ്രതിഭാധനന്റെ മുന്നിൽ നാം തൊഴുകൈയുമായി നിന്നുപോകും.

കറുത്ത മനുഷ്യരുടെ വെളുത്ത ഹൃദയത്തിന്റെ നൈർമ്മല്യം അനാവൃതമാകുമ്പോൾ നമ്മുടെ ധാരണകൾ പലതും അസ്ഥാനത്താണെന്ന് നാം തിരിച്ചറിയുന്നു. അതോടെ നമ്മുടെ വിജ്ഞാനചക്രവാളം കൂടുതൽ വികസ്വരമായിത്തീരുന്നു.

പ്രകൃതിയുടെ വൈവിധ്യമാർന്ന മുഖം പ്രദർശിപ്പിക്കാൻ ലഭിക്കുന്ന ഒരവസരവും അദ്ദേഹം വിട്ടുകളയില്ല. ഏതു ദൃശ്യവും ഭാവനയുടെ വർണ്ണരാജികളിലൂടെയാണ് അദ്ദേഹം പ്രദർശിപ്പിക്കുക. ഇത്തരം

സന്ദർഭങ്ങളിൽ അദ്ദേഹത്തിന്റെ കാൽപനിക ഭാവന ചിറകുവിടർത്തുന്നതിന്റെ ഒരുദാഹരണം നോക്കുക. ലോകത്തിലെ മഹാത്ഭുതങ്ങളിലൊന്നായ വിക്ടോറിയാ വെള്ളച്ചാട്ടത്തിന്റെ ചേതോഹരമായ ദൃശ്യത്തെ പൊറ്റെക്കാട്ടിന്റെ കവിഹൃദയം ചിത്രീകരിക്കുന്നത് ഈ വിധമാണ്.

''നിങ്ങളുടെ മുന്നിൽ ആയിരം ചിലന്തിവലകൾ അടക്കിവെച്ചതു പോലെ തോന്നുന്ന ആ നീരാണുക്കളുടെ തിരശ്ശീല കാറ്റിൽ പാറി നീങ്ങുമ്പോൾ ക്ഷണനേരത്തേക്ക് ഇപ്പുറത്ത് ഉലഞ്ഞ വെള്ളപ്പലകകൾ പോലെ വീതിയുള്ള ജലധാര പ്രത്യക്ഷപ്പെടുന്നതും ആ ധവളാത്മകമായ ധൂസരദശക്കകത്ത് രത്നഖചിതമായ കമാനങ്ങൾ പോലെ മഴവില്ലുകൾ ഉണ്ടാകുന്നതും മറ്റും കാണുമ്പോൾ നിങ്ങൾ ഏതോ സ്വപ്നലോകത്തിലേക്ക് ഉണരുകയാണ് ചെയ്യുന്നത്.''

ഇത്തരം നിരവധി ചിത്രങ്ങൾ പൊറ്റെക്കാട്ടിന്റെ യാത്രാവിവരണങ്ങളിൽ നിന്ന് ചികഞ്ഞെടുക്കാൻ കഴിയും.

തന്റെ യാത്രാനുഭവങ്ങൾ കഥയ്ക്കും നോവലിനും കവിതയ്ക്കും വഴങ്ങുമെന്ന് തെളിയിച്ച എഴുത്തുകാരനാണ് എസ്.കെ. പുള്ളിമാൻ, കാട്ടുചെമ്പകം, അനീസിന്റെ കുതിര, ഡാൽ തടാകത്തിൽ, വിഘ്നേശ്വരൻ, റഷിയ, കറുത്ത കാമദേവൻ തുടങ്ങിയ കഥകളും കറാമ്പു എന്ന നോവലും തന്റെ യാത്രയിൽ നിന്ന് ഉരുത്തിരിഞ്ഞ പ്രമേയങ്ങളാണ്. ഗദ്യമേഖല, എന്റെ വഴിയമ്പലങ്ങൾ, സംസാരിക്കുന്ന ഡയറിക്കുറിപ്പുകൾ എന്നീ ഗ്രന്ഥങ്ങളിലും ധാരാളം യാത്രാനുഭവങ്ങൾ ഉൾക്കൊള്ളിച്ചിട്ടുണ്ട്.

പൊറ്റെക്കാട്ടിന്റെ യാത്രാവിവരണങ്ങളെക്കുറിച്ച് വിശദമായ ഒരു പഠനം നടത്താൻ ഒരുങ്ങിയപ്പോഴാണ് അത് ഒരു ലേഖനത്തിന്റെ പരിധിയിൽ ഒതുങ്ങില്ല എന്ന് ബോധ്യമായത്. കുറഞ്ഞത് അറുപതോ എഴുപതോ പേജുകൾ അതിനായി നീക്കിവെക്കേണ്ടിവരും. അതിനാൽ പ്രധാനഭാഗങ്ങളെ മാത്രം സ്പർശിച്ചുകൊണ്ടാണ് ഈ അദ്ധ്യായം എഴുതിത്തീർത്തത്.

ലോകം മുഴുവൻ യാത്ര ചെയ്യാൻ കഴിഞ്ഞില്ല എന്ന ദുഃഖത്തോടെയാണ് പൊറ്റെക്കാട്ട് നമ്മോട് വിട പറഞ്ഞത്. തന്റെ പരിമിതികൾ അദ്ദേഹം ഇങ്ങനെ വ്യക്തമാക്കി.

''ലോകത്തിലെ പകുതിഭാഗം പോലും കണ്ടുതീർന്നില്ല. കൂടുതൽ നാടുകൾ കാണാൻ ആഗ്രഹമില്ലാഞ്ഞിട്ടല്ല. അവസരം കിട്ടിയില്ല. ഇനി ഇപ്പോൾ പ്രായമായി. പഴയ ചോരത്തിളപ്പും സാഹസികതയും കുറഞ്ഞിരിക്കുന്നു. സഞ്ചാരത്വര മനസ്സിൽ തിരുകിവെക്കേണ്ടിവന്നിരിക്കുന്നു.''

ഏറ്റവുമൊടുവിൽ, രണ്ടായിരത്തോളം പുറങ്ങളുള്ള (രണ്ടു വാല്യങ്ങളിലായി) പൊറ്റെക്കാട്ടിന്റെ പതിനെട്ടോളം യാത്രാവിവരണ ഗ്രന്ഥങ്ങൾ പ്രസിദ്ധീകരിച്ചിട്ടുണ്ട്. ഇവ വെറും യാത്രാവിവരണങ്ങൾ എന്നതിനേക്കാൾ വിചിത്ര സ്വഭാവങ്ങളും ആചാരങ്ങളും വെച്ചു പുലർത്തുന്ന മനുഷ്യരുടെ അനുഭവതീവ്രമായ കഥകൾ കൂടിയാണ്.

യാത്രയ്ക്കിടയിൽ

സമൃദ്ധിയുടെ മടിത്തട്ടിൽ പിറന്നുവീണ ഒരെഴുത്തുകാരനായിരുന്നില്ല പൊറ്റെക്കാട്ട്. റെയിൽവേ സ്റ്റേഷനടുത്ത തോട്ടൂളിപ്പാടത്തെ വൃത്തി കെട്ട പരിസരങ്ങളുള്ള ഒരു ചെറിയ വീട്ടിലാണദ്ദേഹം പിറന്നത്. അതേപ്പറ്റി അദ്ദേഹം വിവരിക്കുന്നു.

''വളരെയേറെ അനുഭവങ്ങൾ എനിക്കുണ്ടായിട്ടുണ്ട്. ഞാൻ പട്ടിണി കിടന്നിട്ടുണ്ട്. വളരെ ചെറുപ്പത്തിലെ ഒരുപാട് കഷ്ടപ്പാടുകൾ അനുഭ വിച്ചിട്ടുണ്ട്.''

സാഹിത്യപ്രവർത്തനം മാത്രം ഉപജീവനമാർഗ്ഗമായി സ്വീക രിക്കുക എന്ന തീരുമാനത്തിൽ ഉറച്ചുനിന്നതുകൊണ്ട് എസ്.കെ.യ്ക്ക് പലപ്പോഴും പണത്തിന് ബുദ്ധിമുട്ടേണ്ടിവന്നു. എങ്കിൽപ്പോലും കാല്പനിക വികാരങ്ങളുടെ അംശങ്ങളുള്ള എഴുത്തുകാരൻ എന്ന നിലയിൽ പൊറ്റെക്കാട്ടിൽ വിഷാദാത്മകത തൊട്ടുതീണ്ടിയിട്ടില്ല എന്നത് പ്രത്യേകം എടുത്തു പറഞ്ഞേതീരൂ.

ജീവിതത്തിൽ പ്രസാദാത്മകത പുലർത്തിപ്പോന്ന വ്യക്തിയാ യിരുന്നു എസ്.കെ. എല്ലാതരം വായനക്കാരേയും അദ്ദേഹം ഒരേ പോലെ ആകർഷിച്ചു. പ്രത്യേകമായ പക്ഷപാതങ്ങൾ ഒന്നിനോടും വെച്ചുപുലർത്തിയിരുന്നില്ല. അദ്ദേഹം പറയുന്നു - ''മുഴുവൻ ചീത്ത യായ ഒരു മനുഷ്യനും ഉണ്ടാകില്ല. മനുഷ്യനിലെ നല്ല അംശങ്ങൾ കണ്ടെത്തിയാൽ ആരോടും വെറുപ്പുതോന്നുകയില്ല. ഈ ദർശന ത്തെയാണ് ഞാൻ സാഹിത്യത്തിലും അംഗീകരിച്ചത്.'' ശബ്ദകോലാ ഹലങ്ങൾ സൃഷ്ടിച്ച് വിവാദപുരുഷനാകാൻ അദ്ദേഹം ആഗ്രഹി ച്ചിരുന്നില്ല.

പി. കൃഷ്ണപിള്ള, ഇ.എം.എസ്. നമ്പൂതിരിപ്പാട്, മുഹമ്മദ് അബ്ദു റഹിമാൻ സാഹിബ്ബ് എന്നീ രാഷ്ട്രീയാചാര്യന്മാരുമായി സൗഹൃ ദവും അടുത്ത ബന്ധവും പുലർത്തിയിട്ടും രാഷ്ട്രീയ കക്ഷികളുടെ നേതൃത്വനിരയിലേക്കെത്താതിരിക്കാൻ അദ്ദേഹം പ്രത്യേകം ശ്രദ്ധിച്ചു

പോന്നു. അവർക്കാവശ്യമായ പല സഹായങ്ങളും അദ്ദേഹം ചെയ്തു കൊടുത്തു. എന്നാൽ സജീവരാഷ്ട്രീയ പ്രവർത്തനത്തിൽനിന്നും കഴിവതും ഒഴിഞ്ഞു നിന്നു. ക്വിറ്റ് ഇന്ത്യാ സമരപ്രവർത്തനങ്ങൾക്കും 'സ്വാതന്ത്ര്യഭാരതം' എന്ന പത്രത്തിന്റെ പ്രചാരണത്തിനും കഴിയാവുന്ന സഹായങ്ങൾ ചെയ്തുകൊടുത്തെങ്കിലും പൊലീസിന്റെ നോട്ടപ്പുള്ളിയാണെന്ന് മനസ്സിലാക്കിയപ്പോൾ, രാഷ്ട്രീയബന്ധങ്ങളെല്ലാം അവസാനിപ്പിച്ച് അദ്ദേഹം ബോംബെക്ക് വണ്ടികയറുകയാണുണ്ടായത്. മാനസികമോ ശാരീരികമോ ആയ പീഡനങ്ങൾക്ക്, വിധേയമാകാൻ അദ്ദേഹം ഒരിക്കലും ആഗ്രഹിച്ചിരുന്നില്ല.

എസ്.കെ.യുടെ സമീപനങ്ങൾ യുക്തിക്ക് നിരക്കുന്നതല്ലെന്നും തികച്ചും വൈകാരികമാണന്നും ഒരു പെറ്റിബൂർഷ്വാ ബുദ്ധിജീവിയുടെ വീക്ഷണമാണെന്നും ആക്ഷേപമുണ്ടായി. എന്നാൽ ഈ വിമർശനങ്ങളെ പൊറ്റെക്കാട്ട് വേണ്ടത്ര കണക്കിലെടുത്തില്ല.

പൊറ്റെക്കാട്ട് വ്യക്തിദുഃഖങ്ങളയാണ് സ്പർശിച്ചത്. സമൂഹത്തിൽ നിന്നും വേർതിരിച്ചാണ് അദ്ദേഹം വ്യക്തികളെ കണ്ടത്. അവരുടെ സംഘടിത ശക്തിയെ വേണ്ടത്ര പരിഗണിച്ചില്ല. താൻ ഏതെങ്കിലുമൊരു വിഭാഗത്തിന്റെ വക്താവായി ചിത്രീകരിക്കപ്പെട്ടേക്കുമോ എന്ന സംശയമായിരിക്കാം ഇതിനു കാരണം.

തിന്മയിൽ നിന്നും ഒഴിഞ്ഞുനിൽക്കാനുള്ള സന്ദേശമാണ് പൊറ്റെക്കാട്ടിന്റെ കൃതികളിലെങ്ങും കാണുന്നത്. ചൂഷകരായ ധനിക കഥാപാത്രങ്ങൾ അദ്ദേഹത്തിന്റെ കൃതികളിൽ നന്നേ കുറവാണ്. "ധനികരേയും ചൂഷകരേയും ശകാരിക്കുന്നതിനു പകരം അവരെ ലജ്ജിപ്പിക്കുമാറാക്കണം" എന്നതാണ് പൊറ്റെക്കാട്ടിന്റെ രീതി. അദ്ദേഹം ചൂഷകരുടെ കഥകൾ എഴുതിയപ്പോഴും എതിർവിഭാഗത്തിന് അതൃപ്തി ഉണ്ടാകാതിരിക്കാൻ ശ്രദ്ധിച്ചു.

"സാഹിത്യത്തെ ഒരാദർശത്തിന്റെ ഉപാധിയായി സ്വീകരിക്കുമ്പോൾ മനുഷ്യലോകത്തെ പൊതുവെ വശീകരിക്കാനുള്ള സാർവ്വത്രികമായ സാഹിത്യത്തിന്റെ ശക്തിക്ക് ഗ്ലാനി തട്ടുന്നു. മതപ്രസംഗം പോലെ ഒരു വിഭാഗത്തെ മാത്രമേ അതാകർഷിക്കുകയുള്ളൂ." പൊറ്റെക്കാട്ട് ആവർത്തിച്ചുപറയുന്ന ഒരു കാര്യമാണിത്.

അനുഭവങ്ങളിൽ ആണ്ടുമുങ്ങാതെയും ശബ്ദകോലാഹലങ്ങൾ സൃഷ്ടിച്ച് വിവാദനായകനാകാതേയും ജീവിക്കുന്നതിലായിരുന്നു പൊറ്റെക്കാട്ടിന് താൽപര്യം. ജ്ഞാനപീഠ പുരസ്കാരലബ്ധിയിൽ അനുമോദിക്കാൻ ചേർന്ന ഒരു യോഗത്തിൽ നന്ദി പ്രകാശിപ്പിച്ചുകൊണ്ട് പൊറ്റെക്കാട്ട് പറഞ്ഞു.

''ആർക്കും ഒരുപദ്രവമില്ലാതെ ഞാൻ ഇതുവരെ ജീവിച്ചു. ആർക്കും ശല്യമാകാതെ ഇവിടെ നിന്ന് കടന്നുപോകണമെന്നാണ് എന്റെ ആഗ്രഹം.''

''ഈ ലോകത്തോട് യാത്രപറയുമ്പോൾ ഒരാത്മപരിശോധന നടത്തേണ്ടിവരും. അപ്പോൾ ലോകത്തിൽ ദുരിതമനുഭവിക്കുന്ന മനുഷ്യരുടെ മോചനത്തിനുവേണ്ടി പടപൊരുതാനും മനുഷ്യമനസ്സിന് അല്പമെങ്കിലും ആനന്ദം പകർന്നുകൊടുക്കാനും എന്റെ വാക്കുകൾക്ക് കഴിഞ്ഞു എന്നൊരു ബോധം ഉള്ളിലുദിക്കുമെങ്കിൽ മാത്രമേ എന്റെ ജീവിതം ധന്യമാവുകയുള്ളൂ.''

1968 മുതൽ പ്രമേഹ രോഗം എസ്.കെ.യെ വല്ലാതെ ആക്രമിച്ചു തുടങ്ങിയിരുന്നു. അന്നേ ഇതിനുള്ള ചികിത്സയും ആരംഭിച്ചതാണ്. ഇൻസുലിൻ സ്വയം കുത്തിവെക്കാൻ അദ്ദേഹം പരിശീലനം നേടിയിരുന്നു.

പ്രിയതമയായ ജയവല്ലിയുടെ ആകസ്മികമായ നിര്യാണം എസ്.കെ.യെ വല്ലാതെ വേദനിപ്പിച്ചിരുന്നു. ജീവിതത്തിൽ താൻ ഒറ്റപ്പെട്ടു എന്ന ഒരു തോന്നൽ. കണ്ണടച്ചാൽ തന്റെ ജീവിതസഖി മുന്നിൽ വന്നു നിൽക്കുന്നതായിത്തോന്നുമെന്ന് അദ്ദേഹം തന്റെ ഡയറിക്കുറിപ്പിൽ രേഖപ്പെടുത്തിയിട്ടുണ്ട്.

'ചന്ദ്രകാന്തം' പുതുക്കിപ്പണിയണമെന്ന് നിർദ്ദേശിച്ച ചില സുഹൃത്തുക്കളോട് അദ്ദേഹം പറയുമായിരുന്നു ''അവളില്ലാതെ എനിക്കെന്തിനാണൊരു വീട്?''

ശാരീരികവും മാനസികവുമായ അസ്വാസ്ഥ്യങ്ങളെ വകവെക്കാതെ, അദ്ദേഹം പൊതുകാര്യങ്ങളിൽ കൂടുതൽ വ്യാപൃതനായി. മുഹമ്മദ് അബ്ദുറഹിമാൻ കമ്മിറ്റി ചെയർമാൻ, ഉറൂബ് സ്മാരക സമിതി പ്രസിഡന്റ്, തുഞ്ചൻ കമ്മിറ്റി പ്രസിഡന്റ്, ഇൻഡോ-അറബ് സൗഹൃ സംഘം പ്രസിഡന്റ് എന്നീ ബഹുമുഖ പ്രവർത്തനങ്ങളിൽ മുഴുകിക്കഴിയുകയായിരുന്നു എസ്.കെ. ഇതിനിടെ 'നോർത്ത് അവന്യു' എന്ന നോവൽ എഴുതിപ്പൂർത്തിയാക്കാനുള്ള പദ്ധതിക്കും രൂപം നൽകിയിരുന്നു. അല്പം അകലെയുള്ള ഒരു സ്ഥലത്തുപോയാൽ പൂർത്തിയാക്കാം എന്നും അദ്ദേഹം കണക്കുകൂട്ടിയിരുന്നു. എന്നാൽ ദൂരെക്ക് പോകുവാൻ ഡോക്ടർമാർ അനുവാദം നൽകിയില്ല.

1982 ജൂലൈ 29-ാം തിയ്യതി പതിവുപോലെ രാത്രി 12 മണിവരെ എസ്.കെ. വായനയിൽ മുഴുകിയിരുന്നു. പിറ്റേന്ന് രാവിലെ നടന്നു പോകുമ്പോൾ, യാതൊരു മുന്നറിയിപ്പുമില്ലാതെ, അദ്ദേഹം റോഡിൽ തളർന്നുവീണു. തലച്ചോറിലുണ്ടായ ആഘാതമാണ് തളർന്നുവീഴാൻ

കാരണമായത്. ഇതൊടൊപ്പം ചെറിയതോതിൽ ഹൃദയാഘാതവുമുണ്ടായി. തലച്ചോറിലെ ആഘാതംമൂലം ഇടതുവശം ചലനരഹിതമായി.

ഡോക്ടർമാരുടെ തീവ്രമായ പമിശ്രമംകൊണ്ട് രോഗത്തിന് അല്പം ശമനം കണ്ടു. മരുന്നുകൾക്ക് ഫലം കണ്ടുവരുന്നതായി ഡോക്ടർമാർ പ്രത്യാശ പ്രകടിപ്പിച്ചുകൊണ്ടിരിക്കുന്നതിനിടയിൽ, ഒരുതവണ കൂടി തലച്ചോറിൽ ആഘാതമുണ്ടായി. പ്രത്യാശകൾ വെറുതെയായി. 1982 ആഗസ്റ്റ് 6-ാം തീയതി, മലയാള കഥയിലെ രാജശിൽപി അന്ത്യവിശ്രമം തേടി.

വലുപ്പചെറുപ്പമന്യേ എല്ലാവരുമായും ഇടപഴകിയ വ്യക്തിയായിരുന്നു പൊറ്റെക്കാട്ട്. അതുകൊണ്ടുതന്നെ അവർ അദ്ദേഹത്തിനെ സ്നേഹിച്ചാദരിച്ചു. പൊതുകാര്യങ്ങളിൽ ഇത്രയേറെ താൽപര്യം കാണിച്ച മറ്റൊരെഴുത്തുകാരനെയും നമുക്ക് ചൂണ്ടിക്കാണിക്കാനാവില്ല. അദ്ദേഹം രോഗംമൂലം അവശനായിക്കിടക്കുന്നുവെന്നറിഞ്ഞതുമുതൽ ആശുപത്രിയിലേക്ക് ജനപ്രവാഹമായിരുന്നു. അദ്ദേഹത്തിന്റെ അന്ത്യയാത്രയിലെ ജനക്കൂട്ടവും ഈ എഴുത്തുകാരൻ പുലർത്തിപ്പോന്ന ആത്മബന്ധത്തിന്റെ നിദർശനം മാത്രം.

രചനയ്ക്ക് സഹായകമായ ഗ്രന്ഥങ്ങൾ

1. സംസാരിക്കുന്ന ഡയറിക്കുറിപ്പുകൾ - എസ്.കെ. പൊറ്റെക്കാട്ട്
2. എന്റെ വഴിയമ്പലങ്ങൾ - എസ്.കെ. പൊറ്റെക്കാട്ട്
3. എസ്.കെ.യുടെ കഥാലോകം - പ്രൊഫ: ശരത്ചന്ദ്രൻ
4. പൊറ്റെക്കാട്ട് - ജീവിതവും കൃതികളും - പ്രൊഫ. പി. കൃഷ്ണൻ.
5. പൊറ്റെക്കാട്ട് - ഒരുകൂട്ടം എഴുത്തുകാർ

www.ingramcontent.com/pod-product-compliance
Lightning Source LLC
LaVergne TN
LVHW060119051026
849517LV00007B/2339
* 9 7 8 9 3 9 5 8 7 8 6 6 1 *